உ

உணவின் வரலாறு

உ

உணவின் வரலாறு

பா. ராகவன்

Title : UNAVIN VARALARU
Author's Name : PA. RAGHAVAN

Published by Ezutthu Prachuram

Ezutthu Prachuram
(An imprint of Zero Degree Publishing)
No.55(7), RBlock,
6th Avenue, Anna Nagar
Chennai - 600040

Website: www.zerodegreepublishing.com
E Mail id: zerodegreepublishing@gmail.com
Phone : 98400 65000

Ezutthu Prachuram First Edition: February 2021
ISBN : 978-93-90884-52-0
TITLE NO EP : 179

Cover Art : Rajan PR
Layout : Vidhya Velayudham

Author's Home Page: https://writerpara.com
Email: writerpara@gmail.com

முன்னுரை

நண்பா, வணக்கம்.

காலம் கலிகாலம். நீயும் நானும் சந்திக்கும்போதெல்லாம் உலக அரசியல் பேசி உருப்படாமல் போவதே வழக்கமாக இருந்துவந்திருக்கிறது. இந்த முறை உனக்கு ஒரு வாக்குறுதி கொடுக்கிறேன். நாம் அரசியல் பேசப்போவதில்லை. அக்கப்போர்களுக்கு இம்முறை இடமில்லை. யார் யாரைக் கவிழ்த்தார்கள், எங்கே என்ன புரட்சி, ஒசாமா பின்லேடன் கிடைப்பாரா மாட்டாரா, மூன்றாம் உலக யுத்தம் வருமா வராதா, எண்ணெய் விலை இன்னும் ஏறுமா, இந்தப் பொருளாதார மந்தநிலை என்ன ஆகப்போகிறது, ஒரு ரூபாய் அரிசி ஐம்பது காசுக்குக் கிடைக்குமா, சீனாக்காரன் நிஜமாகவே சண்டைக்கு வரப்போகிறானா, சும்மா சொல்கிறார்களா - மூச்!

இதெல்லாம் வேண்டாம். எப்போதும் இருக்கிற தலைவலிகளைக் கொஞ்சம் ஒதுக்கிவைத்துவிட்டு, கொஞ்சம் வேறு மாதிரி கதை பேசுவோமா? கால் நீட்டி உட்கார்ந்து கதை பேசிப் பார்ப்பதுதான் எத்தனை சுகமானது. பொதுவில் அதற்கு அதிகம் சந்தர்ப்பங்கள் கிடைப்பதில்லை. அதுவும் இந்தக் கதை மிகவும் சுவாரசியமானது. நல்ல வக்கணையாக நீட்டி முழக்கிச் சொல்லிப் பார்த்தால் இன்னுமே சுவை கூடும். கண்டிப்பாக உனக்குப் பிடிக்கும். எனக்குப் பிடித்தது போலவே.

ஆரம்பிப்போமா? ஆனால் ஒன்று. காவியத்துக்குப் பாயிரம் மாதிரி இந்தக் கதைக்கு ஒரு முன்கதை இருக்கிறது. அதிலிருந்து ஆரம்பிப்பதுதான் சரியாக இருக்கும். ஒழுங்காகப் புரியும். வாழ்நாளெல்லாம் முதல் வரியில் மேட்டரைத் தொடங்கி என்னத்தைச் சாதித்துவிட்டோம்? இந்த முறை கடைசி வரியில் இருந்து ஆரம்பிப்போம். ஒன்றும் குடிமுழுகிப் போகாது. ஆ, அந்த முன்கதை.

எனக்கு ரொம்ப நெருக்கமான சிநேகிதன் ஒருத்தன் இருக்கிறான். நல்லவன். சமத்து. வஞ்சனையின்றி, பகையின்றி, சூதின்றி, வையக மாந்தரெல்லாம் கண்ணு போடுகிற விதமாகத் தின்று கொழுத்தவன். ஒரு பெயர் கொடுத்துவிடுவோமே. பாராகவன்? நன்று. பிரச்னை இல்லாத பெயர்.

இயேசுநாதருக்கு ஆயிரத்தித் தொள்ளாயிரத்து எழுபது வருடங்கள் ஜூனியரான அவனுக்கு, இன்னும் முப்பத்தி எட்டு வருடங்கள் கழித்து திடீரென்று ஒருநாள் தனது எடை ரொம்ப அதிகம் என்று ஒரு கவலை வந்துவிட்டது. இதென்ன, உருளையாக, கர்லாக்கட்டைக்குக் கால்கள் முளைத்த மாதிரி ஒரு தோற்றம்! ஒரு கம்பீரமான ஆணழகனாக உருமாறி விடமுடிந்தால் எத்தனை அருமையாக இருக்கும்! பிறந்ததிலிருந்து வஞ்சனையில்லாமல் சாப்பிட்டு சாப்பிட்டு வளர்த்து வந்த திருமேனி அது. அப்படி இப்படி உடம்பை அசைத்து கலோரி இழக்காமல் சேர்த்துவைத்த பெரிய சொத்து. பெரிய பூசனிக்காய் மீது ஒரு குட்டி பூசனிக்காயை வைத்த மாதிரி அழகான தொப்பையும் உண்டு. குனிந்து ஒருமுறை தரையைத் தொடச் சொன்னால், அவனுக்கு முன்னால் பூமி தன்னைத்தானே கால் வாசி சுற்றி முடித்து இஸ்தான்புல் வரைக்கும் இருட்டாகியிருக்கும். இது பற்றிய குற்ற உணர்ச்சி மிகுந்த போதுதான், ஒரு மிகப்பெரிய தியாகம் செய்து தனது எடையைக் கணிசமாக இழந்தே தீருவது என்று அவன் முடிவு செய்தான்.

என்ன செய்வது? ஒரு பதினெட்டு, இருபது, இருபத்தைந்து வயதுகளில் அந்த எண்ணம் வந்திருக்கலாம். உலக அழகிகளை ஒருவேளை கவர்ந்து இழுத்திருக்க முடியும். நாலு எட்டில் நாய்க்குணம் வந்துவிடப் போகிற வயதில் அப்படியொரு ஆசை வந்தது அவனுக்கு. விதியை யாரால் என்ன செய்ய முடியும்?

பாராகவனாகப்பட்டவன் உடனே ஒரு டாக்டரைப் போய்ப் பார்த்தான். டாக்டர், டாக்டர், எனக்கு வயசு முப்பத்தி எட்டு. என் உயரம் ஐந்தடி நான்கு அங்குலம். நான் என்ன வெயிட் இருக்கலாம்?

மேலும் கீழும் அளந்து பார்த்த டாக்டர், 'இருக்கலாம் இல்லை, இழக்கலாம்' என்று சொன்னார். அந்த உயரத்துக்கு அறுபத்தைந்து கிலோவுக்கு மேல் இருக்கக்கூடாதாம். காலக்ரமத்தில் கொலஸ்டிரால், ரத்தக் கொதிப்பு தொடங்கி மாரடைப்புவரை

என்ன வேண்டுமானாலும் எப்போதும் வரலாம். அடக்கடவுளே, வஞ்சனையற்ற பாராகவன் தொண்ணூற்று இரண்டு கிலோ அல்லவா?

ஒன்றும் கவலை வேண்டாம். ஒரு டயட் சார்ட் போட்டுத் தருகிறேன், அதன்படி சாப்பிடுங்கள், தினசரி நீச்சல் பழகுங்கள், எல்லாம் சரியாகிவிடும் என்றார் டாக்டர்.

அந்த உத்தம டாக்டர் கொடுத்த சார்ட்டை வீட்டுக்கு வந்து பொறுமையாகப் படித்துப் பார்த்தான் பாராகவன். டாக்டர் அவனை நிறைய ஓட்ஸ் சாப்பிடச் சொல்லியிருந்தார். அப்புறம் அரைக்கீரை, முளைக்கீரை, பொன்னாங்கன்னிக் கீரை, முருங்கைக் கீரை, முசுமுசுக்கீரை, சிறுகீரை, வெந்தயக்கீரை, வெங்காயக் கீரை, வெள்ளைப்பூண்டுக் கீரை என்று உலகிலுள்ள அத்தனை கீரைகளின் பெயரையும், இலை தழைகளின் பெயரையும் எழுதி அனைத்தையும் ஆடு மாதிரி அசைபோட்டுச் சாப்பிடச் சொல்லியிருந்தார். ஐயோ, கீரை மட்டும்தானா என்று கலவரமடைந்த பாராகவன் சார்ட்டை வேகமாகப் புரட்ட, பெரிய மனம் படைத்த டாக்டர் அதில் வேறு சில ஐட்டங்களையும் சேர்த்திருந்தார். முட்டை கோஸ், முள்ளங்கி, பச்சை பீன்ஸ், நூக்கோல், பீர்க்கங்காய், பூசனிக்காய், வெண்டைக்காய், கொத்தவரங்காய், பாகற்காய், வாழைத்தண்டு என்று ஒரு பட்டியல் இருந்தது.

அடக்கடவுளே, என் உள்ளம் கவர்ந்த உருளைக்கிழங்கு எங்கே? வண்டி வண்டியாய்ச் சமைத்து வைத்தாலும் வாரித் தின்னச் சொல்லும் வாழைக்காய் எங்கே? எண்ணமெல்லாம் ருசிக்கும் எண்ணெய்க் கத்திரிக்காய் எங்கே, எங்கே? கொலைகாரப் பாவி கோபி65 கூடாது என்று சொல்லிவிட்டாரே! பார்புகழும் பர்கருக்குத் தடை. இத்தாலி மண்ணில் அவதரித்து 10, ஜன்பத் வழியே தருமமிகு சென்னைக்கு வந்து சேர்ந்த பீட்ஸாவுக்குத் தடை. ஆசை ஆசையாக அள்ளி விழுங்கிய ஐஸ் க்ரீமுக்குத் தடை. காப்பிக்குத் தடை. ஆவின் பால், ஆரோக்யா பால், ஆட்டுப்பால், கழுதைப் பால் எதுவும் கூடாது. பாலுக்கு இன்னொரு பெயர் விஷம். தெரியுமா? தொட்டுவிடாதே, தள்ளிப்போ. என்னத்தையாவது குடித்தே தீரவேண்டுமென்றால் சீனத் தயாரிப்பு பச்சைத் தேநீர் குடி. அதிலும் பால் கலக்காதே.

எல்லாம் சரி, சோறு?

அடப்பாவி, அதற்கு பதிலாகத்தானே இதெல்லாம் என்றார் டாக்டர்.

பாவப்பட்ட பாராகவன் வேறு வழியில்லாமல், நரகத்தில் எழுதப்பட்ட அந்த சார்ட்டைப் பின்பற்றத் தொடங்கினான். எண்ணெய் இல்லாமல், நெய் இல்லாமல், பால் இல்லாமல், அதிகம் உப்பு இல்லாமல், காரம் இல்லாமல், மசாலா சேர்க்காமல், இனிப்பு தொடாமல் - கேவலம், ஒரு வாழைப்பழத்துக்குக் கூட வக்கில்லாமல் என்ன ஒரு வாழ்க்கை! ஆனாலும் தமிழகம் புதிதாக ஒரு ஸ்லிம் ப்யூட்டியை உலகுக்குத் தரவிருக்கிறது அல்லவா? அதற்காக இந்தத் தியாகங்கள் அவசியமாகிவிடுகின்றன.

ஆச்சா? பாதி வெந்த, பரிசுத்த, சைவக் கறிகாய்களுடனான தனது துவந்த யுத்தத்தை அவன் தொடங்கிய சூட்டிலேயே இன்னொரு காரியமும் செய்தான். எனை ஆளும் உணவே, உனக்கொரு கும்பிடு. யார் நீ? எது உன் நிசமான தோற்றம்? நேற்று வரைக்கும் என்னைக் கொழுக்கவைத்து உருட்டி விளையாடிய நீ இனி இளைக்க வைத்து இன்பம் சேர்ப்பாயாமே, எப்படி? யார் உன்னைக் கண்டுபிடித்தது? என்னவெல்லாம் ஜாலம் செய்வாய்? என் அப்பன், பாட்டன், முப்பாட்டன் சரி. அவனுக்கு முன்னால் முன்னூறு தலைமுறைகள் மூத்த பெருந்தாத்தனுக்கு யார் இப்படியொரு டயட் சார்ட் போட்டுக்கொடுத்திருப்பார்கள்? அவன் கிடைத்ததைத் தின்று ஜீவித்திருந்தான் அல்லவா? பைபிளில் வருகிற தாத்தாக்களெல்லாம் என்ன டயட் கடைப்பிடித்திருப்பார்கள்? எப்படி 800, 900, 1000 வருடங்களெல்லாம் வாழ்ந்திருக்க முடியும்? ஆதி மனிதர்கள் அதிக காலம் வாழ்ந்ததில்லை என்று ஒரு தியரி சொல்கிறார்களே, மானுடவியல் அறிஞர்கள்? அப்ப, அது என்ன லாஜிக்? எல்லாம் சரி, சைவ உணவு முதலில் வந்ததா? அசைவம்தான் முதலா? முதல் முதலில் மசாலா அரைத்த பெண்மணி என்ன பாட்டு பாடிக்கொண்டிருந்திருப்பாள்? அதுசரி, பெண் தான் அரைத்தாளா? நெருப்பு கண்டுபிடிப்பதற்கு முன்னால் சூரியனுக்கு அடியில் வைத்து சூடுபடுத்திச் சாப்பிடுவார்களாமே? அதில்கூட மேலே, வெந்த பகுதியை ஆணும், கீழே வேகாததைப் பெண்ணும் சாப்பிடுவார்களாமே? என்ன கொடுமை சரவணன்! சாப்பிட வேண்டும் என்பது உணர்வு. எதைச் சாப்பிடுவது என்பதை

மனிதன் முதல் முதலில் எப்படித் தீர்மானித்திருப்பான்?

உணவு கிடக்கட்டும். இந்த சாராயம்? உலகின் முதல் கடா மார்க் எங்கே உற்பத்தி ஆனது? நாலாயிரம் வருடங்களுக்கு முன்னால் குதிரை ஏறி இந்தியாவுக்கு வந்த ஆரியர்கள் என்னவோ பானம் காய்ச்சி இந்திரனுக்கு குவார்ட்டர் கொடுத்துவிட்டு மிச்சத்தைக் குடித்துக் குதூகலிப்பார்களாமே? அது என்ன? கி.மு. 10000லேயே பீர் மாதிரி ஏதோ பானம் இருந்ததாமே? என்றால், தண்ணீருக்கு அடுத்தபடியே தண்ணிதானா?

பாராகவன் கச்சாமுச்சாவென்று உணவைப் பற்றிக் கேள்வி கேட்க ஆரம்பித்தான். அவனது இம்சைகள் பொறுக்காமல் தேட ஆரம்பித்துத்தான் இந்தக் கதையைப் பிடித்தேன்.

எந்த ஒரு நேர்க்கோட்டு வரையறைக்குள்ளும் பொருந்தாத இந்த வரலாறைத் தொடராக வெளியிட்ட குமுதம் ரிப்போர்ட்டருக்கு என் மனமார்ந்த நன்றி. நிச்சயமாக இது ஒரு முழுமையான வரலாறல்ல. அப்படி இருக்க முடியாது. சாத்தியமும் இல்லை. எல்லார் வீட்டு மீந்த உணவும் சங்கமிக்கும் ஒரு ராப்பிச்சைக்காரனின் பாத்திரத்தை இதன் கட்டமைப்புக்கு முன்மாதிரியாகக் கொண்டேன். ருசி பெரிதா? பசி பெரிதா? பசி அடங்கும்வரை அதுதான் பெரிது.

அடங்கியபிறகு ருசியைத் தேடிச் செல்வதற்கான ஓர் உந்துசக்தியாக இது அமையுமானால் அதுவே போதுமென்று கருதினேன்.

இந்தத் தொடர் அதன் இறுதி அத்தியாயங்களை நோக்கிச் சென்றுகொண்டிருந்த தருணத்தில், சற்றும் எதிர்பாராத சில உள்நாட்டு அரசியல் குழப்பங்களால் குமுதம் ரிப்போர்ட்டரில் இது திடீரென நிறுத்தப்பட்டது. பெரிய நஷ்டம் ஒன்றுமில்லை. எந்த இடத்திலும் நிறுத்தி, மீண்டும் ஆரம்பிக்கக்கூடிய சாத்தியங்களைக் கொண்ட இயல் அல்லவா இது? எனவே, இன்னும் கொஞ்சம் பக்கங்களை இப்போது எழுதிச் சேர்த்து இருக்கிறேன்.

ரிப்போர்ட்டரில், இதழ்தோறும் இதனை ரசித்துப் பாராட்டி வந்த வாசகர்களுக்கும் நண்பர்களுக்கும் என் முதல் நன்றி. நான் எழுதிய அரசியல் வரலாறுகளையெல்லாம் விடவும் இதற்கான வரவேற்பு அதிகமிருந்ததைச் சொல்ல விரும்புகிறேன்.

ஒவ்வோர் அத்தியாயத்தை எழுதி முடித்ததும் என் சகாக்கள் சிலருக்கு வாசிக்க அனுப்புவேன். அனுப்பிய கையோடு *Prodigy* ஆசிரியர் திருமதி சுஜாதாவின் அருகே சென்று உட்காருவது என் வழக்கம். ஒரு திருவிழா பரவசத்துடன் அவர் அத்தியாயங்களை ஆர்வமுடன் வாசிப்பதைக் காண்பது எனக்கொரு திருவிழா. அவர் எங்கெங்கே சிரிக்கிறார், எதையெதையெல்லாம் ரசிக்கிறார், எதற்குத் துணுக்குறுகிறார், எங்கே கோபம் கொள்கிறார் என்பதை கணத்துக்குக் கணம் மாறும் அவரது முகபாவத்தில் படிப்பது ஒரு ரசமான அனுபவம். இந்த நூலைப் பொருத்த அளவில், எழுதுவது என்னும் 'பணி'யை எனக்கு ஒரு குதூகலமான அனுபவமாக மாற்றியது சுஜாதாவின் ஆர்வமும் உடனடி விமரிசனங்களுமே.

எழுதிக்கொண்டிருந்த தினங்களில் எனக்கு எப்போதும் தேவைப்பட்ட உதவிகளைப் புத்தகங்களாகவும் தகவல்களாகவும் ஆலோசனைகளாகவும் தந்துதவியவர்கள், நண்பர்கள் என். சொக்கன், இலவசக் கொத்தனார், டைனோபாய், அறிவழகன், விக்னேஷ், தமிழ்ச்செல்வன், ஆதிமூலம், இனாயத்துல்லா, சிந்து, காயத்ரி பாலகிருஷ்ணன் ஆகியோர்.

அனைத்துக்கும், அனைவருக்கும் மேலாகத் தன் அன்பாலும் ஆசியாலும் எப்போதும் என்னை வழிநடத்தும் என் ஆசிரியர் செ. இளங்கோவன் -

இவர்களுக்கெல்லாம் சொல்வதற்கு என்னிடம் ஒன்றுமில்லை. நன்றியைத் தவிர.

பா. ராகவன்

அன்புடன்

கதைகளுக்கு அப்பால் நான் சிந்திக்கவும் எழுதவும்
விதை போட்ட
ஆசிரியர் ராவ் அவர்களுக்கு

உள்ளடக்கம்

1. கடவுளும் கடா மார்க்கும்

ஜோவென்று பொங்கிப் பெருகிக்கொண்டிருந்தது நதி. கண்ணுக்குத் தென்பட்ட தொலைவுவரை, நிலமெல்லாம் நீராக இருந்தது. அது கதுத்ரி நதியாக இருக்கலாம். இன்றைக்கு சட்லெஜ் என்று பெயர். அசின்யை என்கிற சந்திரபாகா நதியாக இருக்கலாம். சீனாப் என்று நாம் சொல்லுவோம். ஒருவேளை விதஸ்யை என்கிற ஜீலம் நதியாகவும் இருக்கலாம். ஆர்ஜீகி, சுசோமா, விபாசா என்று வேறு ஏதாவது சிந்துவின் கிளை நதியாக இருக்கலாம். இன்றுவரை பெயர் மாறாத சிந்துவாகவே இருக்கலாம்.

ஏழில் ஏதோ ஒரு நதி அது. மிகப்பெரிய படைகளுடன் ஏதோ ஒரு கோட்டையை முற்றுகையிட ஓடி வரும் மாவீரன் மாதிரி நுங்கும் நுரையுமாக அலையடித்துப் புரண்டு ஓடி வருவது தெரிகிறதா?

தெரியவேண்டும். கண்ணை மூடிக்கொண்டு மானசீகத்தில் பாருங்கள். நதியின் இக்கரையில் வண்டல் படர்ந்த நிலத்தில் கொத்துக் கொத்தாக முளைத்திருக்கும் ஓலைக் கூடாரங்களையும். அபாரச் செழிப்புடன் வானுயர வளர்ந்து ஆடும் மரங்களைப் பாருங்கள். சிலவற்றுக்குப் பெயர்கள் இடப்பட்டிருந்தன. பெயரிடப்படாத மரங்கள் நிறைய. புதராக மண்டிக்கிடக்கும் மூலிகைக் காடுகளும் வண்ண மயமாகப் பூத்துக் குலுங்கும் பூச்செடிகளும் இன்னொரு பக்கம். இயற்கை வாசனையானது. இயற்கை தெய்வீகத் தன்மை மிகுந்தது. இயற்கை நோய் நீக்கக்கூடியது. புத்துணர்ச்சி தரவல்லது. பறவைகள் நூறு நூறாக, ஆயிரம் ஆயிரமாக வினோதமாகச் சத்தமிட்டுக்கொண்டு பறந்து மறைகின்றன. பரிபூரணம் நிறைந்து கிடைக்கிற வெளி.

அங்கே ஒரு கூட்டம் அமைதியாக உட்கார்ந்திருக்கிறது. வில்லும், மரத்தைச் செதுக்கிச் செய்த அம்புகளும், நீண்ட, கூர்மையான

கற்களைத் தீட்டி உருவாக்கிய வினோத ஆயுதங்களும் அவர்கள் மடியில் கிடக்கின்றன. பார்த்தால் தெரியவில்லை? போரில் ஜெயித்திருக்கிறார்கள். வெற்றிக் களிப்பு அவர்கள் முகங்களில் தெரிகிறதா? விட்டால் எழுந்து குதித்து, ஆர்ப்பரித்து நதிக்கு நிகராகப் பொங்கிக் களியாட்டம் போடத் தொடங்கிவிடுவார்கள்.

ஆனால் இப்போது செய்ய முடியாது. இது அமைதியாக அமரவேண்டிய நேரம். வெற்றியைக் கொடுத்த இந்திரனுக்கு நன்றி சொல்லும் பொழுது. ரிஷிகள் யாகம் வளர்த்துக் கொண்டிருக்கிறார்கள். ஒவ்வொரு வெற்றியும் இந்திரனுக்கு உரியது. அவன் தான் ஜெயிக்க வைக்கிறான். அபாரமான திறமைசாலி. பெரிய சக்திமான். அவனால் முடியாதது ஒன்றுமில்லை. அவன் அருள் இருந்தால் மட்டுமே வெற்றி சாத்தியம். அவன் கவிழ்த்துவிட்டால் காரியம் கெட்டுவிடும்.

இன்றைக்குப் பாகிஸ்தானியர்கள் ராவி எனச் சொல்லும் அன்றைய பருஷ்ணி நதியைக் கடப்பதற்கு இந்த நாலாயிரம் வருடத்துக்கு முந்தைய ஆதிவாசி வீரர்கள் முயற்சி செய்தபோது எப்படி அது சாத்தியமானது என்று நினைக்கிறீர்கள்? சந்தேகமில்லாமல் இந்திரன்தான் உதவி செய்தான். திருஷ்டு இனத்துத் தலைவன் சுதாசன் என்றால் அவனுக்கு ரொம்ப இஷ்டம். அவன் பெரிய இந்திர உபாசகன். அடிக்கடி ரிஷிகளை வரவழைத்து யாகம் செய்வான். அக்னி வளர்த்து நெய்யும் தேனும் பாலும் வாசனை மலர்களும் சந்தனமும் வளமான சதைப்பற்று மிக்க மிருக பாகங்களும் அதில் இட்டு இந்திரனுக்கு அக்னியின் மூலமாக அனுப்பிவைப்பான்.

நல்ல சாப்பாடு என்றால் இந்திரனுக்கு இஷ்டம். அதைவிட நல்ல சாராயம். அவர்கள் அதை சோம ரசம் என்று சொல்லுவார்கள்.

சோமரசம் போய்ச் சேர்ந்து அவன் அதை எடுத்துப் பருகிவிட்டால் போதும். உடனே குஷியாகி, அள்ளிக்கொடுக்க ஆரம்பித்துவிடுவான். மந்தை மந்தையாகப் பசுக்கள். ஏராளமான விளைநிலங்கள். ஆபரணங்கள். யுத்தக் களங்களில் நிச்சயமான வெற்றி.

அவனுக்குக் களி கூடவேண்டும். அதுதான் விஷயம்.

அவர்கள் காத்திருந்தார்கள். ரிஷிகள் ஹோமத்துக்கு ஏற்பாடு செய்துகொண்டிருந்தார்கள். இந்த முறை கிடைத்தது மிகப்பெரிய

வெற்றி. பருஷ்ணி நதியைத் தாண்டும்போது நீரில் மூழ்கிச் சிலர் இறந்து போனது பெரிய வருத்தம்தான். எப்போதும் உதவிக்கு முன்னால் வரும் இந்திரன் இந்த முறை மட்டும் கொஞ்சம் தாமதமாக வந்துவிட்டான். அவனுக்கு என்ன வேலையோ, நெருக்கடியோ? ஆனாலும் எப்போதும்போல் போரில் வெற்றியைக் கொடுத்துவிட்டான். எதிரிகளான சிம்யுக்கள் இருந்த இடம் தெரியவில்லை. சரியான அடி. மரண அடி. சுதாசனுடைய ஜென்ம எதிரியான துர்வசன் ஓடியே போய்விட்டான். இனி திரும்ப வழியில்லை. அவர்களது நிலமெல்லாம் இனி நமக்குத்தான். இந்திரனைப் போற்றிப் பாடடி பெண்ணே.

இசை வல்லுநர்கள் பாடத் தொடங்கினார்கள். சோமரசம் தயாரிக்கப் போயிருந்தவர்கள் அதோ திரும்பி வந்துகொண்டிருக்கிறார்கள். மர உரலுக்குள் சேகரித்து, இளஞ்சூட்டில் கொண்டுவரப்படுகிற திரவம் இங்கிருக்கிறவர்களுக்கு நாவில் நீர் ஊறச் செய்கிறது. தப்பு, தப்பு. முதலில் இந்திரனுக்கு. அப்புறம்தான் மற்றவர்களுக்கு.

ஆஹா, இந்தச் சோமம்தான் என்ன ருசி! நிலவுத் தாவரம் என்று சொல்லப்படுகிற ஒருவித மலைச்செடியின் இலைகளைப் பிழிந்து முதலில் ரசத்தை எடுப்பார்கள். இன்றைக்கு சைபீரியக் காடுகளில் காணக்கிடைக்கிற ‘எப்ரடா’ என்கிற செடிதான் அது என்று கண்டுபிடிப்பாளர்கள் சொல்லியிருக்கிறார்கள். ஆதிகாலத்துக் கண்டுபிடிப்பாளர்களுக்குப் பெயரா முக்கியம்? ருசியல்லவா?

நிலவுத் தாவரத்தின் இலைகளைப் பிழிந்து கிடைக்கும் ரசத்தை முதலில் பக்குவமாகத் தண்ணீர் சேர்த்து வடிகட்ட வேண்டும். பொறுமை. கண்ட பாத்திரங்களில் ஊற்றிவிடாதீர்கள். அதற்கென்றே ‘துரோணா’ என்றொரு குடுவை இருக்கிறது. சோமபானத்தை துரோணாவில்தான் சேகரிக்க வேண்டும். மரத்தால் ஆன குடுவை. அப்புறம் சிலவகை மாவுப் பொருள்களை அதில் சேர்க்க வேண்டும். இட்லி மாவல்ல. வேறு ஏதோ. ஆதிகாலத்து மனிதர்கள்தாம் வந்து சொல்லவேண்டும். அவர்கள் வராத பட்சத்தில் இந்திரனாவது கொஞ்சம் உதவிக்கு வரலாம். இந்தத் தொடர் முடிவதற்குள்ளாக வருகிறானா என்று பார்ப்போம்.

இப்போது மாவு சேர்த்து, பதப்படுத்திய சோமரசம் தயார். இனி பேசக்கூடாது. யாகம் வளரத் தொடங்கிவிட்டது. அதோ ரிஷிகள்

மந்திரம் ஓதுகிறார்கள். அக்னியே இந்தா சோமரசம். உன்னை *FTP* க்ளையண்டாக வைத்து உன் வழியே இதனை இந்திரனுக்கு அனுப்புகிறோம். வழியில் நீ குடித்துவிடாதே. எடுத்துச் சென்று இந்திரனுக்குக் கொடு. அவன் குடிக்கட்டும். அவன் தான் சோமபானப் பிரியன். சுர்ர்ரென்று இது அவன் மூளையைத் தாக்கி சந்தோஷக் களிப்பில் தள்ளட்டும். எழுந்து ஆடுவான். என்ன வேண்டும், என்ன வேண்டும் என்று அள்ளி அள்ளிக் கொடுப்பான். அவன் ஆடிக் களித்து முடித்ததும் நாங்கள் கூடிக் குடிப்போம். பிறகு பக்குவமான கறி வகைகளுடன் கூடிய அற்புதமான விருந்து. ஆஹா, என்ன மணம், என்ன ருசி! சாப்பிட்டு முடித்துப் பாதி மயக்கத்தில் தலை சாய்த்தால் நிம்மதியான உறக்கம். சுகம். பரம சுகம்.

நிற்க.

கொஞ்சம் ஆசுவாசப்படுத்திக்கொள்ளுங்கள். எனக்கு ஒன்றும் ஆகவில்லை. காலம் கலிகாலம். நானும் நீங்களும் சந்திக்கும் போதெல்லாம் உலக அரசியல் பேசி உருப்படாமல் போவதே வழக்கமாக இருந்துவந்திருக்கிறது. இந்த முறை கொஞ்சம் மாற்றிப் பார்க்கலாம் என்று ஆசைப்பட்டேன். அதற்காக, புராணக் கதை எழுதி யாரையும் எகிறி குதித்து ஓடவைக்கிற உத்தேசமெல்லாம் இல்லை. அரசியல் இல்லாமல், அக்கப்போர்கள் இல்லாமல், யார் யாரைக் கவிழ்த்தார்கள், எங்கே என்ன புரட்சி, ஒசாமா பின்லேடன் கிடைப்பாரா மாட்டாரா, மூன்றாம் உலக யுத்தம் வருமா வராதா, எண்ணெய் விலை இன்னும் ஏறுமா, இந்தப் பொருளாதார மந்த நிலை என்ன ஆகப்போகிறது, பர்வேஸ் முஷரஃப் பாகிஸ்தான் திரும்புவாரா, திரும்பினால் தீர்த்துக் கட்டாமல் விட்டு வைப்பார்களா – இந்த விவகாரங்கள் எதுவும் இல்லாமல் – ஆனால் இவற்றையெல்லாம் தூக்கிச் சாப்பிடக்கூடிய சுவாரசியமுடன் ஒரு புதிய விஷயத்தைப் பற்றி எழுத ஆசைப்பட்டேன்.

நமக்கு ரொம்ப வேண்டப்பட்ட விஷயமும் கூட. எது இல்லாவிட்டால் நாம் இல்லையோ, அதனுடைய கதை இது. அதனால்தான் 'உ' என்று தலைப்பு வைத்தேன். 'உ' என்பது எல்லாவற்றுக்கும் முதல். உ என்றால் உலகம். உ என்றால் உயிர்கள். உ என்றால் உணவு.

மேலே படித்த அந்தப் பழைய காலத்துக் கதையை ஒரு கணம் இப்போது நினைவுகூர்ந்து பாருங்கள். சட்டென்று எது ஞாபகத்துக்கு

வருகிறது? கதுத்ரி நதியா, சிம்யுக்களுடனான யுத்தமா, திருஷ்டு இனத்துத் தலைவன் சுதாசனா?

சத்தியமாக இருக்காது. வேள்வியில் போடப்பட்ட அந்த ஐட்டங்கள் தானே? சதைப்பற்று மிக்க பாகங்களின் கறியும் சோம பானம் என்கிற அந்த நாலாயிரம் வருஷத்துக்கு முந்தைய கடா மார்க்கும்தானே?

அட, ஆமாம் என்று ஒப்புக்கொள்வீர்களானால் நீங்களும் நானும் ஒண்ணு. சந்தேகமே வேண்டாம். உலகம் உயிர்களால் ஆனது. உயிர்கள் உணவினால் ஆனவை. உணவு இல்லாமல் ஒன்றுமே இல்லை. நமக்கு முன்னால் தோன்றியது, நாம் சாப்பிடும் உணவு.

சாப்பிட வேண்டும் என்பது ஓர் உணர்வு. அது இயல்பானது. ஆனால், எதைச் சாப்பிட வேண்டும், எதையெல்லாம் சாப்பிடலாம் என்று நமது தாத்தாமார்கள் எப்படிக் கண்டுபிடித்திருப்பார்கள்? பிறகு எப்படியெல்லாம் ரெசிபி உருவாக்கியிருப்பார்கள்? சமைத்துப் பார் மீனாட்சியம்மாளின் முன்னோர்களை என்றைக்காவது நினைத்துப் பார்த்திருக்கிறோமா? உலகம் முழுக்க உதிர்ந்துகிடக்கும் உணவு வகைகளை ஆதியில் கண்டுபிடித்த அற்புதப் பெண்மணிகள்!

உணவு கிடக்கட்டும். இந்த சாராயம்! ஆஹா, அது இல்லாமல் ஒரு வாழ்க்கையா? உலகின் முதல் கடா மார்க் எங்கே உற்பத்தியானது? இந்திரனுக்கு குவார்ட்டர் கொடுத்துவிட்டு, மிச்சத்தை காலி செய்த நாலாயிரம் வருடத்துக்கு முந்தைய ஆரியர்களின் சோமபானத்தைப் பற்றிப் பேசிக்கொண்டிருக்கிறோம். ஆனால் கி.மு. 10000லேயே பீர் மாதிரி ஒரு பானம் இருந்த விஷயம் தெரியுமா? தண்ணீருக்கு அடுத்தபடியே தண்ணிதான்.

எதற்குச் சொல்ல வந்தேன்? ஆ, உணவின் கதை. படு சுவாரசியமான கதை இது. சமையல் குறிப்புகளை - ஏன், சமையலை விடவுமே ருசியானது. பார்க்கலாம்.

2. தித்திக்கும் தீ

சரியான முரட்டுக் காடு. பயமுறுத்தும் பசுமை போர்த்திய அடர்ந்த காடு. ஆளரவமற்ற வெளியெங்கும் அமானுஷ்யம் சூழ்ந்திருக்கிறது. காட்டின் பரிமாணம் கண் முன்னால் விரியத் தொடங்கும்போது திடுமென்று உலக்கை மாதிரி இரண்டு கால்கள் எங்கிருந்தோ பாய்ந்து ஓடுகின்றன. மீண்டும் அமைதி. இலைகளின் சிறு சலசலப்பு. தெளிவான வானம். நல்ல வெளிச்சம். காடு உள்வாங்கிக் கொண்டே போகிறது. வெளிச்சம் கரைந்து இருள் சூழப்போகிற கணத்தில் ட்ரியோவென்று அலறியபடி ஒரு காட்டுப் பன்றி சீறிப் பாய்கிறது. ஒரு கணம் குடல் நடுங்கிவிடுகிறது.

புரிந்துவிடுகிறது. காட்டுப்பன்றியை வேட்டையாடப் போகிறார்கள். நல்ல, கொழுத்த பன்றி. அதன் முகத்தில்தான் எத்தனை உக்கிரம்! அச்சத்தில் தோய்த்தெடுத்த அந்த உக்கிரமே வினோதமாகத் தெரிகிறது. வினாடிப் பொழுதில் பன்றிக்கும் மனிதர்களுக்குமான துரத்தல் ஆரம்பித்துவிடுகின்றது.

மனிதர்கள் பிசாசு மாதிரி மரக்கிளைகளைத் தாவிக் குதித்து ஓடுகிறார்கள். கையில் குத்தீட்டி. கண்ணில் பசி. ஆங்காங்கே பச்சை குத்திய வலுவான மேனி. வினோதமான சிகை, முக அலங்காரங்கள். பூமியில் பதிந்து தாவுகிற பாதங்கள் ஒவ்வொன்றிலும் எத்தனை அழுத்தம், ஆவேசம்!

பன்றி தலைதெறிக்க ஓடுகிறது. அது வாழ்வா சாவா போராட்டம். கண்டிப்பாகச் சாவுதான். அதற்குத் தெரிந்தே இருக்கிறது. ஆனாலும் தப்பிக்க முயற்சி செய்யாமல் செத்துப் போக முடியாது. கால்கள் இருப்பது ஓடுவதற்காக.

மனிதன் யோசிக்கத் தெரிந்தவன். அவன் சில முன்னேற்பாடுகள் செய்து வைத்திருக்கிறான். முன்னதாக, மரக்கிளைகளில் சாரம் கட்டி, கூரான ஆயுதங்களை செலுத்துவதற்குத் தயார் நிலையில் வைத்திருக்கிறான். பன்றியை அந்தப் பக்கமாக விரட்டி வருவதுதான் அவனது இலக்கு. ஆயுதம் இருக்கும் இடத்துக்கு அருகே அது வரும்போது நீண்ட கயிறுடன் கவனமாகக் காத்திருக்கும் இன்னொரு மனிதன் அதனை இழுத்து ஆயுதத்தை விடுவித்து விடுகிறான்.

ஒரே சமயத்தில் எதிரெதிர் திசைகளிலிருந்து தலா ஐந்து குத்தீட்டிகள் சீறி வந்து, ஓடும் பன்றியின் உடலில் பாய்கின்றன.

எல்லா ஓட்டங்களும் நிற்பதற்காக. அதற்குமேல் பன்றியால் அசையக்கூட முடியாது. தாக்குதலின் கடுமையில் நிலைகுலைந்து போய் அப்படியே நின்றுவிடுகிறது. கடைசி சுவாசம்.

அதற்குள் மனிதர்கள் நெருங்கி விடுகிறார்கள். அவர்கள் பன்றியை வென்றவர்கள். அன்றைய தினத்துப் பசியையும் வெல்லவிருப்பவர்கள். ஒவ்வொருவர் முகத்திலும் வெற்றிக்களிப்பு தாண்டவமாடுகிறது. முன்னால் வரும் இளைஞன், அந்தக் கொழுத்த காட்டுப் பன்றியை ஒரு கையால் இழுத்து வளைத்துப் பிடித்து, மறு கையால் அதன் உடலில் பாய்ந்து நீண்டிருக்கும் குத்தீட்டிகளைப் பிடித்து இழுக்கிறான்.

பன்றிக்கு இன்னும் ஒரு சொட்டு உயிர் மிச்சமிருக்கிறது போலிருக்கிறதே. அடி என் செல்லமே, இந்தா செத்துப் போ. கழுத்தை வளைத்து ஒரு முறுக்கு.

வெற்றிக் கூச்சல் வெளியை நிறைக்கிறது.

குத்தீட்டி உருவிய இடத்தில் பிதுங்கிக் கொண்டிருக்கும் சதையை ஒருவன் இழுக்கிறான். கையில் ரத்தப் பூச்சுடன் பன்றியின் குடல் வருகிறது. சுற்றுமுற்றும் பார்க்கிறான். ஒருவனை நோக்கி அதை நீட்டுகிறான். கண்ணில் காதலுடன் அதை வாங்கிச் சாப்பிடப் போகிறவனும் சுற்றி இருப்பவர்களும் நெருப்பு கண்டுபிடிக்கப்படுவதற்கு முந்தைய காலத்து மனிதர்கள் என்பது புரிந்துவிடுகிறது. அல்லது நெருப்பு கண்டுபிடிக்கப்பட்டுவிட்ட விஷயம் அவர்களை வந்தடைந்திருக்கவில்லை என்பது.

மெல் கிப்ஸனின் அபோகலிப்டோ என்னும் மாயன் நாகரிக காலத்துச் சித்திரிப்பான திரைப்படத்தைக் கண்டவர்கள் இந்தத் தொடக்கக் காட்சியிலேயே அநேகமாக உறைந்து போயிருப்பார்கள். மத்திய அமெரிக்க நிலப்பகுதியில், கிறிஸ்துவுக்குச் சுமார் 2500 ஆண்டு காலத்துக்கு முன்னால் இருந்து தழைத்த மிகப்பெரிய நாகரிகம் அது. தமக்கெனத் தனி மொழி, தனி கலாசாரம், பண்பாடு, கலைகள், வாழ்க்கை முறை என்று அமரக்களமாக வாழ்ந்து முடித்து மறைந்த மக்களைக் கண்முன் கொண்டுவருகிற திரைப்படம் அது.

நமக்கு முக்கியம் அந்த முதல் காட்சி. மனிதகுலம் முதல் முதலில் பார்த்த உத்தியோகம் அதுதான். உணவைத் தேடுவது. மானுடவியல் வல்லுநர்கள், நமது புராணங்கள் சொல்லும் பண்டைக் காலத்துக்கெல்லாம் கொள்ளுத்தாத்தா, எள்ளுத்தாத்தா காலம் வரைக்கும் கடந்து சென்று வெகு நுணுக்கமாக ஆராய்ச்சி செய்திருக்கிறார்கள். ஒரு லட்சம் ஆண்டுகளுக்கு முன்னால் உலகம் டீ-ஃப்ராஸ்ட் செய்யப்படாத பெரிய சைஸ் ஃப்ரீஸராக இருந்த காலம் தொடங்கி உயிரினங்கள் தோன்றித் தழைக்க ஆரம்பித்து, ஏதோ ஒரு புள்ளியில் குரங்கின் முதுகுத் தண்டு நிமிர்ந்து மனிதன் உருவானது வழியே உயிர்களைப் பற்றியும் அவற்றின் உணவு பற்றியும் நோண்டி நோண்டி நுங்கெடுத்திருக்கிறார்கள்.

சில விஷயங்கள் ரொம்ப ஆச்சர்யமாக இருக்கும். நாம் ஆய்வாளர்களைப் பின்பற்றிப் போவோமானால் பைபிள் சொல்லும் ஆதி மனிதன் ஆதாமின் காலம் அதிக பட்சம் கி.மு. 8000 தான். ஏனெனில் அவன் பெண்டாட்டி சாப்பிட்ட ஆப்பிள் அப்போதுதான் முதல் முதலில் தோன்றியிருக்கிறது! கிழக்கு கசகஸ்தானில் உள்ள தீன் – ஷான் மலைப்பகுதியில்தான் ஆப்பிள் முதலில் உற்பத்தியானதாக அறிவியல் சொல்கிறது.

மானுடவியலின்படி ஆப்பிளுக்கு ஆயிரம் வருடங்களுக்கு முன்னதாகவே மனிதன் ஆட்டுக்கறி சாப்பிட்டிருக்கிறான். அதற்கும் பல காலம் முன்னதாகப் பன்றிக்கறி. அதற்கும் முன்னால் இலை, தழைகள். கைக்கெட்டும் உயரத்தில் பழுத்த பழங்கள். அனைத்துக்கும் முன்னால் தேன்!

என்னத்தையாவது வாயில் போட்டு அரைத்து உள்ளே தள்ளினால் ஒழிய உயிர் தரித்திருப்பது கஷ்டம் என்று உணர்ந்த கணத்திலிருந்து

மனித குலத்தின் இந்தத் தேடல் ஆரம்பித்துவிட்டது. எதைச் சாப்பிடலாம்? எப்படிச்சாப்பிடலாம்? தனக்கு முன்னால் தோன்றிய விலங்குகள்தாம் இந்த வகையில் மனிதனுக்கு வாத்தியார்.

அடித்துச் சாப்பிடு. கடித்துச் சாப்பிடு.

வேட்டை, முதல் தொழிலானது அப்படித்தான். ஆனால் ருசி போதவில்லை. என்ன இந்த சிங்கங்களும் புலிகளும் இன்னபிற மிருகங்களும் இப்படி ஜவ்வு ஜவ்வென்று இழுத்து இழுத்துச் சாப்பிடுகிறதே ஒழிய, ரசித்துத் தின்பதாகவே தெரியவில்லையே. வயிறு நிறைவதுதான் விஷயம் என்றால் அப்புறம் நாக்கு என்ற ஒன்று எதற்குப் படைக்கப்பட்டிருக்கிறது?

தேன் ருசியாக இருக்கிறது. அதே மாதிரி மாமிசம் இல்லையே. என்னவோ குறைகிறது. எதுவோ ஒன்று தேவை. அது என்ன?

அவன் மண்டையைக் குடைந்துகொண்டிருந்த ஒரு நாளில் காட்டில் தீப்பிடித்துக் கொள்கிறது.

ஐயய்யோ தீ, எப்படி அணைப்பேன்? குழுக்களாக வாழ்ந்து கொண்டிருந்த மனிதர்கள் கையும் ஓடாமல், காலும் ஓடாமல் தவியாய்த் தவித்துக்கொண்டிருக்கிறார்கள்.

அடேய் கோவிந்தசாமி! நீயும் நானும் முதலில் தப்பிக்க வேண்டும். அது என்னவோ பேய் போலிருக்கிறது. பார் அது தழுவும் மரங்களெல்லாம் கருகி விழுகின்றன. அதோ பார் மிருகங்களெல்லாம் எப்படிப் பற்றி எரிகின்றன. எத்தனை அலறல், ஓலம்! ஓடு, ஓடு, ஓடி விடுவோம் முதலில்.

தீப்பற்றிய இடத்திலிருந்து அவர்கள் தப்பித்து ஓடி உயிர் பிழைக்கிறார்கள். ஆசுவாசப் பெருமூச்சுகளெல்லாம் அடங்கிய பிறகு கவலை வருகிறது.

ஐயோ இனிமேல் நாம் எதைச் சாப்பிடுவோம்? எல்லா மிருகங்களும் கருகிப் போயிருக்குமே! காடே காலியாகிவிட்டிருக்குமா? தின்பதற்கு ஏதாவது மிச்சமிருக்குமா?

பதைப்புடன் தீப்பற்றி எரிந்து அடங்கிய காட்டில் அவர்கள் தேடிக்கொண்டு போகிறார்கள். எங்கும் கரும்புகை. எரிந்து உதிர்ந்த மரங்கள். ஓடிக் களைத்து, நெருப்பில் விழுந்த மிருகங்கள்.

அடேய், இங்கே பார்! எத்தனை கொழுத்த அழகான காட்டுப்பன்றி! இருபது பேர் சாப்பிட்டிருக்கலாம். இப்படி வீணாய்ப் போய்விட்டதே!

கதறி அழுதபடி ஒருத்தன் வெந்து கிடக்கும் காட்டுப்பன்றியைத் தொட்டுத் திருப்புகிறான். கையோடு ஒட்டிக்கொண்டு வரும் ஒரு துண்டு சதைப் பகுதியை அனிச்சையாக வாயில் வைக்கிறான். கண்ணில் நீர் வழிந்துகொண்டிருந்தாலும் தன் இயல்பில் வாயில் வைத்த கறியை மெல்லத் தொடங்குகிறான்.

சட்டென்று அவன் அழுகை நிற்கிறது. வியப்புடன் தன் சுற்றத்தாரைத் திரும்பிப் பார்க்கிறான்.

'ஏய், என்னடா?'

'என்னடா? சொல்லித் தொலையேன்?'

'சனியனே, கேக்கறோம்ல?'

'மாப்ள.. இது சூப்பரா இருக்குடா...!'

சடாரென்று இன்னொரு துண்டு கிள்ளி வாயில் போட்டு மெல்லுகிறான். ருசி நிச்சயமாகிறது. உடனே இன்னொரு துண்டு கிள்ளித் தன் தகப்பனுக்குக் கொடுக்கிறான். தம்பிக்குக் கொடுக்கிறான். நண்பனுக்குக் கொடுக்கிறான். மனைவிக்குக் கொடுக்கிறான். குழந்தைக்குக் கொடுக்கிறான்.

அட, ஆமாம்ல? வெறும் பன்னியவிட வெந்த பன்னி சூப்பர்டா!

இது அபோகலிப்டோவில் வருகிற இன்னொரு காட்சியல்ல. இப்படித்தான் மனிதன் முதல்முதலில் நெருப்பின் அவசியத்தை உணர்ந்திருக்க வேண்டும் என்று ஆராய்ச்சியாளர்கள் சொல்லுகிறார்கள்.

எரிந்துகொண்டிருந்த மரக்கட்டைகளை எடுத்துச் சென்று பரிசோதிக்க ஆரம்பித்தார்கள். நெருப்பு என்பது தொட்டால் சுடும். பக்குவமாகக் கையாண்டால் பண்டங்களுக்குச் சுவை கொடுக்கும். சாப்பிடுவதை எளிதாக்கும். இது நமக்கு மிகவும் உபயோகமானது. எனவே நிச்சயமாக இது கடவுளாகத்தான் இருக்க வேண்டும்.

இந்தியாவில் மட்டுமல்ல. உலகம் முழுதும் ஆதி மனிதர்கள் நெருப்பைக் கடவுளாக்கியிருக்கிறார்கள். அக்னியே உன்னை ஆராதிக்கிறேன். நீ சக்தி மிக்கவன். வீரியம் பொருந்தியவன். வித்தகன். தன்னிகரில்லாத பலசாலி. உன்னை வணங்குகிறேன். நீ எங்கள் குடிபடைகளைக் கொளுத்தி காலி பண்ணிவிடாமல் இருக்கக் கடவாய். காட்டுத் தீயை உருவாக்கிப் பயிர்களையும் விலங்கினங்களையும் பலிகொள்ளாதிருக்கக் கடவாய். எங்கள் வாழ்வுக்கு ஒளியைச் சேர். உணவுக்கு ருசியைச் சேர். உன்னை நான் கும்பிடுகிறேன்.

ஆதி மனிதன் பசியால் உணவையும் பயத்தால் கடவுளையும் ஒருசேரத் தேடத் தொடங்கினான்.

3. தேனும் நிலவும்

அப்பாக்கள், அம்மாக்கள், தாத்தாக்கள், பாட்டிகள், மாமன்மார், அத்தைகள், ஒன்று விட்ட, விடாத உறவுக்காரர்கள், நண்பர்கள் அத்தனை பேரும் கூடியிருக்கிறார்கள். முன்னதாக அமர்க்களமான விருந்து நடந்து முடிந்திருக்கிறது. உண்டு முடித்தவர்கள் பாடிக்கொண்டும், இன்னும் சாப்பிடப் போக மனமில்லாதவர்கள் குடித்துக்கொண்டும் இருக்கிறார்கள். அடேய் புருஷா, எனக்கு இன்னொரு ரவுண்டு ஊத்து. கேட்டு வாங்கிக் குடிக்கும் ஆரணங்கு ஏற்கெனவே கிட்டத்தட்ட ஃப்ளாட். அங்கே பழங்களும் பச்சைக் காய்களும் மலை மலையாகக் கிடக்கின்றன. கல் உரலில் கிழங்கு அரைத்து வைத்திருக்கிறது. வேண்டிய மட்டும் சாப்பிடலாம். சற்றுத் தள்ளி, குளத்தில் குளித்துக்கொண்டிருக்கும் குஞ்சுக் குளுவான்களே, வாருங்கள். நாளைக்கு உங்களுக்கும் இதே மாதிரி திருமணம் நடக்கும். நாம் சந்ததி பெருக்கப் படைக்கப்பட்டிருக்கிறோம். யாரப்பா, ஆரம்பித்து விடுங்கள். சூரியன் உதயமாகிவிட்டது.

மாப்பிள்ளையும் பெண்ணும் மரத்தடியில் நெருக்கமாக அமர்ந்திருக்கிறார்கள். அந்த நாளில் நல்லிக்கும் போத்தீஸுக்கும் படையெடுத்து, கல்யாணத்துக்கென்று புதிய ஆடைகள் வாங்குகிற வழக்கமெல்லாம் கிடையாது. பொண்ணுக்கு இருபது பவுன் நகை, இரண்டு லட்சம் ரொக்கம் என்கிற பேரங்கள் கிடையாது. இதோ பார் எனக்கு உன்னைப் பிடித்திருக்கிறது, உனக்கும் பிடித்திருந்தால் நாம் சேர்ந்துவிடலாம். ஒரே வரி ப்ரப்போஸல். ஓகே என்றால் நாள் நட்சத்திரமெல்லாம் பார்க்காமல் மறுநாள் காலை மரத்தடிக்கு வந்துவிடுவார்கள். ஒலு ஒலு ஒலு ஒலு ஒலு என்று பாரதிராஜா படத்தில் கிழவிகள் குலவியிடுவது போல ஒரு சத்தம்

போட்டு உற்றாரைக் கூப்பிட்டு உட்கார வைத்துவிட்டால் தீர்ந்தது. பின்னலாடைகள் எல்லாம் வராத பிறந்த மேனிக் காலம் அது. அரைகுறையாக மூடும் கலாசாரம் வந்திருக்கக் கூடும். அதுகூட ஆபரணங்களால் மட்டுமே.

ஐயர் கிடையாது. மாலை கிடையாது. அம்மி, அருந்ததி வகையறாக்கள் கிடையாது. ஆனால் அவசியம் உண்டு, தேன் நிலவு!

என்றைக்காவது யோசித்துப் பார்த்திருக்கிறீர்களா? தேனுக்கும் நிலவுக்கும் என்ன தொடர்பு? எப்படி அந்தப் பெயர் வந்திருக்கும்? தமிழிலும் ஆங்கிலத்திலும் மட்டுமல்ல. பெரும்பாலான மொழிகளில் தேனுக்கும் நிலவுக்கும் என்ன பெயரோ அதனை இணைத்துத்தான் தேன் நிலவு என்கிற பொருளைத் தரும் சொல்லை உருவாக்கியிருக்கிறார்கள். கண்டிப்பாக ஏதோ சம்பந்தம் இருந்துதான் தீரவேண்டும். இல்லையா?

தேன், மனிதனுக்குக் கிடைத்த முதல் தலைமுறை உணவுகளுள் ஒன்று. முக்கியமானது. அதற்கு நிகரான ருசியை வேறு எதிலும் கண்டிராத மனிதன் ஆதி காலத்தில் தேனைக் கடவுளாகவே நினைத்தான். அது பரிசுத்தமானது என்று நம்பினான். உண்மையானது என்று கருதினான். உண்மையானதும் பரிசுத்தமானதும் இனிப்பானதும் ருசியானதுமான ஒன்று கடவுளாக மட்டுமே அல்லவா இருக்க முடியும்?

பூவிலிருந்து தேனை உறிஞ்சி எடுத்துச் சென்று அடைகளில் சேகரிக்கும் தேனீக்கள் தான் மனித குலத்தின் முதலாசிரியர்கள். கிடைத்த இடத்தில் உண்பதல்ல. அடுத்த வேளைக்குச் சேகரித்து வை. அது ரொம்ப முக்கியம். வேளாவேளைக்குத் தேடித் தேடி ஓடிக்கொண்டிருக்காதே. உட்கார்ந்து சாப்பிடப் பழகு. நாளைக்கு நீ உட்கார்ந்து சாப்பிட வேண்டுமானால் இன்றைக்கு ஓடித் தேடி உழைத்தால்தான் உண்டு.

சொற்களில்லாமல் இந்தப் பாடங்கள் மனிதனுக்குப் புரிந்ததும் தேன் அவனது தெய்வங்களுள் ஒன்றாகிப் போனது.

இன்றைக்குப் பிறந்த குழந்தைக்கு முதல் உணவு தாய்ப்பால். ஆதி காலத்தில் ஒரு குழந்தை பிறந்தால் உடனே அதன் உதட்டில்

ஒரு சொட்டுத் தேனைத் தான் தடவுவார்கள். குழந்தையின் முதல் அழுகையைச் சிரிப்பாக மாற்றும் கடவுள் அது.

அதே தேனைத்தான் திருமணத்துக்கும் சாட்சியாக வைத்திருந்தார்கள். பண்டைய கிரேக்க, ரோமானிய, ஜெர்மானிய நிலப் பகுதிகளில் இந்தத் தேன் சாட்சிதான் முழுத் திருமணமே. துருக்கி, வடக்கு ஆப்பிரிக்காவின் சில பகுதிகளிலும் இந்த நடைமுறை இருந்திருக்கிறது.

விருந்து, கேளிக்கைகளை அதிகாலை முடித்துவிட்டு சூரியன் உதிக்கும்போது மணப்பெண்ணையும் பையனையும் ஒரு வெட்ட வெளி மைதானத்தில் நிற்க வைத்து இருவர் கைகளிலும் கொஞ்சம் தேனை விடுவார்கள். கையைக் குழிச்சிக்கோ. தேன் கீழ சிந்தக் கூடாது. பெரிசுகள் எச்சரிக்கும்.

குழித்த கையில் தேன் குளம் பொன்னிறத்தில் பொலியும். சுற்றி நிற்கும் சுற்றத்தார் ஆடிப் பாட ஆரம்பிப்பார்கள். ஒரு மணி நேரம், இரண்டு மணி நேரம், சமயத்தில் மூன்று மணி நேரத்துக்கும் மேலாகப் பாடல் நீளும். அமர்க்களமான கச்சேரி. வாத்தியங்கள் ஒலிக்கும். சுழன்று சுழன்று ஆடுவார்கள். ஆண்களும் பெண்களும் குழந்தைகளும் ஆடிப்பாடி அலுத்து முடித்து அவரவர் வீட்டுக்குப் போன பிறப்பாடும் மணமக்கள் குழித்த கையுடன் அப்படியே நின்றாக வேண்டும்.

உச்சி வெயில் வந்து போய், மாலை கவிந்து, மெல்லிய தென்றல் கூடி, இரவானாலும் நின்ற இடத்தை விட்டு நகரப்படாது!

இதற்கிடையே, அவர்களை அங்கே விட்டுப் போன உறவுக்காரர்கள் ராத்திரி சாப்பாட்டையெல்லாம் முடித்துவிட்டு ஒய்யாரமாகத் திரும்பி வருவார்கள். ஒரு பத்து மணி, பதினொரு மணி என்று வையுங்கள். மீண்டும் பாட்டு. கூத்து. கேளிக்கை.

சரியாக நள்ளிரவு பன்னிரண்டு மணி வரைக்கும் ஆடிவிட்டு அவர்களும் போய்விடுவார்கள். நிலவு உச்சிக்கு வரும்வரை மணமக்கள் அப்படியே குழித்த கையுடன் நிற்கவேண்டும். தேன் ஒரு சொட்டுகூடச் சிந்தியிருக்கக் கூடாது. ஒரு கரண்டித் தேனை ஒரு முழுநாளும் இன்னொரு பாதி இரவும் அப்படி சிந்தாமல் கவனமாகக் கையில் தேக்கி வைக்கக்கூடிய திறமைசாலிகள்

வாழ்வின் எந்தவித இடர்பாட்டையும் எளிதில் கடப்பார்கள் என்பது நம்பிக்கை.

தவிரவும் தேன் என்பது தெய்வம். உண்மையானது. புனிதமானது. திருமண உறவைப் போலவே. நிலவு உச்சந்தலைக்கு நேரே வருகிற வரை அதை உள்ளங்கையில் தேக்கி வைத்திருப்பவர்கள், சரியாக அந்த சமயம் வந்ததும் ஒருவருக்கொருவர், தத்தம் கைகளில் உள்ள தேனை ஊட்டி விடுவார்கள்.

தேனும் நிலவும் இணையும் நேரம் அவர்களும் இணையலாம். அதற்குமுன்னால் வெட்டவெளி – தனிமை வாய்த்ததே என்று யாரும் ருக்குமணி ருக்குமணி என்று கசமுசாவில் இறங்கிவிட முடியாது! ஊர் நாட்டாமை ஏதாவது விவகாரமான தீர்ப்பு வழங்கிவிடுவாரோ என்னமோ. அது நமக்குத் தெரியாது. ஆனால் தேனுக்கு அப்படியொரு அந்தஸ்து இருந்து வந்த காலம் உண்டு.

கி.மு. 2500 வரை உலகின் பெரும்பாலான பகுதிகளில் இப்படிப்பட்ட – அல்லது இதற்குச் சற்றேரக்குறைய நிகரான சடங்கு ஒன்று திருமணத்தோடு அல்லது ஆண் பெண் இணைவதோடு தொடர்பு கொண்டு இருந்துவந்திருக்கிறது.

சமையலுக்கு நெருப்பு உதவத் தொடங்காத காலத்தில் உணவின் ருசிக்கு மக்கள் தேனைத்தான் வெகுவாக நம்பியிருந்தார்கள். கிமு எட்டாயிரத்தில் கோதுமை கண்டுபிடிக்கப்பட்ட பிறகு, உலகெங்கும் அது முக்கிய உணவாகத் தொடங்கியதற்கு முதல் காரணம், கொஞ்சம் சாப்பிட்டாலே வயிறு நிறைந்து விடுவதுதான்.

பெரிய பெரிய குழிக் கற்களில் கோதுமையைப் போட்டு இடித்து, அதன்மீது கோழி அல்லது வாத்து முட்டைகளை உடைத்து ஊற்றிக் கிளறி, ஒரு சொம்பு தேன் கொட்டிக் கிளறிச் சாப்பிடுவது கிரேக்கர்களிடையே வெகுகாலம் இருந்து வந்த ஒரு வழக்கம். பழங்கள் கெடாமல் பாதுகாக்க, அல்லது ஜாம் தயாரிக்கவும் தேனைத்தான் அன்றைக்குப் பயன்படுத்தினார்கள்.

கனடாவில் வசித்து வந்த ஆதிவாசிகள், ரோஜா இதழ்களைத் தேனோடு சேர்த்து மெல்லும் வழக்கத்தை உலகுக்குச் சொல்லிக் கொடுத்த பிறகு ஸ்டிராபெரி, ஆப்பிள், மாம்பழம், மாட்டுக்கறி, பீன்ஸ், முட்டைக்கோஸ் என்று எது கிடைத்தாலும் தேன்

சேர்த்தால்தான் அது உணவு என்கிற நம்பிக்கை உலகெங்கும் உருவாகத் தொடங்கிவிட்டது.

தேனைக் குறித்த கதைகளுள் வெகு சுவாரசியமானது, அதனை உண்மைக்கு உருவகமாக மக்கள் கருதத் தொடங்கியதுதான். யாராவது எதற்காவது சத்தியம் செய்யவேண்டுமென்றால் ஒரு காலத்தில் அரேபியாவில் தேன் மீது சத்தியமாக என்று சொல்லும் வழக்கம் இருந்திருக்கிறது! பண்டைய இஸ்ரேலில் மக்கள் பேசிய ஹீப்ரு மொழியில் *dbure* என்று ஒரு சொல் இருந்தது. (நவீன ஹீப்ருவில் அது உண்டா என்று தெரியவில்லை.) 'டெபோரா' என்கிற சொல்லிலிருந்து வந்த கிளைச் சொல் இது.

ஈக்கள், தேனைத் தேடி ஒவ்வொரு செடியாகப் பயணம் மேற்கொண்டு தேன் உள்ள மலர்களைக் கண்டடைந்து அதனை உறிஞ்சி எடுத்து வந்து சேகரிக்கும் 'ப்ராசஸு'க்கு டெபோரா என்று பெயர். கடவுள் அல்லது பேருண்மை எதுவென்று தேடி அலையத் தொடங்கிய ஆதி மனிதர்களின் ஆன்மிகப் பயணத்துக்கும் ஹீப்ரூவில் டெபோரா என்றே பெயர். தேன் விற்கத் தொடங்கிய ஒரு கம்பெனி தன் ப்ராண்டுக்கு 'டாபர்' என்று பெயர் வைத்ததன் பொருத்தமும் இதுவே.

இந்திய வேதங்களில், கிரேக்க புராணங்களில், பண்டைய சீன நாடோடிக் கதைப் பாடல்களில், மத்திய அமெரிக்கத் தொன்மக் கதைகளில் பக்கத்துக்குப் பக்கம் நீங்கள் தேனைப் பார்க்கவும் பருகவும் முடியும். வேள்விகளில் தேன் ரொம்ப முக்கியம். தேவர்களுக்கு அது மிகவும் பிடிக்கும். பரிசுத்தமான தேன் இல்லாத வேள்விகள் கேள்விக்குறியவை.

இன்றைக்கு நாலாயிரத்தி ஐந்நூறு வருடங்களுக்கு முன்னர் ஆரியர்கள், பாபிலோனியர்கள், சுமேரியர்கள், எகிப்தியர்கள் யாராவது இறந்தால், தேன் இல்லாமல் அவர்களைப் புதைக்க மாட்டார்கள். ஆழக் குழி தோண்டி ஆளை அதில் தள்ளி, தேனடைகளைக் கொண்டுவந்து உடல் முழுவதும் பிழிந்து இனிக்க இனிக்கத்தான் அனுப்பி வைப்பது வழக்கமாக இருந்திருக்கிறது!

வாழ்ந்த காலம் முழுதும் எத்தனைக் கஷ்டப்பட்டாயோ தெரியாது. போகும்போது இனிப்புடன் போய்ச்சேர் என்பது பொருள்.

4. நக்காதே!

அவர்கள் அத்தனை பேரும் சுத்த வீரர்கள். காட்டிலும் சரி, நாட்டிலும் சரி. எதைப்பார்த்தும் பயப்படுகிற வழக்கமே கிடையாது. சாப்பிடுவதற்கானாலும் சரி. தற்காப்புக்கானாலும் சரி. எதிரே என்ன மிருகம் வந்தாலும் ஒரே அடி. தூக்கிக் கடாசிவிட்டுப் போய்க்கொண்டே இருப்பார்கள். ஆயுதங்கள்கூட அநாவசியம். கை போதும். விரல்கள் போதும். நகங்கள் போதும். ரொம்ப தேவைப்பட்டால் இருக்கவே இருக்கிறது பல். அவ்வ்வென்று ஒரே கடி. கரடியோ, சிங்கமோ, புலியோ. குரல்வளையைக் கடித்தே அவர்களால் கொன்றுவிட முடியும். மோதலில் ஆங்காங்கே சில காயங்கள் படத்தான் செய்யும். அதெல்லாம் ஒரு பொருட்டில்லை. காயங்கள் வீரத்தின் பரிசு. ஆண்மைக்கு அழகு.

ஆனால் இதென்ன, இந்தச் சின்ன உருவம் இத்தனை பாடு படுத்துகிறது? இதை என்ன ரகத்தில் சேர்ப்பதென்றே தெரியவில்லை. பறவை மாதிரி பறக்கிறது. ஆனால் விஷம் தேக்கிய கொடுக்கு இருக்கிறது. வடுக் வடுக்கென்று கடித்துப் பிடுங்கி விடுகிறது. ஒன்று, இரண்டென்றால் பரவாயில்லை. ஓர் இலக்கைக் குறிவைத்து ஒரே சமயத்தில் ஆயிரக்கணக்கான வீரர்கள் வந்து தாக்குகிறார்கள்.

கண்டிப்பாக இது ஏதோ மந்திரசக்தி பொருந்திய ராட்சச இனத்தைச் சேர்ந்ததுதான். சந்தேகமே இல்லை. கடவுளின் வீட்டிலிருந்து தேனைத் திருடிக்கொண்டு வந்து ஆள் அரவமற்ற மலைப்பகுதிகளில் அந்தரத்தில் கூடு கட்டி ஒளித்து வைக்கின்றன. ஒரு முழுக் கூட்டைப் பிழிந்தால் ஓர் இனக்குழுவே ஒருவேளை திருப்தியாகச் சாப்பிடும் அளவுக்குத் தேன் கிடைத்துவிடும். ஆனால் எடுக்க முடியாமல் எத்தனை இடைஞ்சல்!

தேனின் ருசி அறிந்த பிறகு ஆதிமனிதனுக்கு இருந்த பெரிய பிரச்னை, அதை எப்படி எடுப்பது என்பதுதான். தேனீக்களைப் பார்த்து அவர்கள் மிகவும் அஞ்சினார்கள். கடவுள் சக்திக்கு எதிரான சக்தி என்று அதனை நினைத்தார்கள். மனித குலத்துக்காகக் கடவுள் தேனைப் படைத்துப் பூவுக்குள் வைத்திருக்கிறான். இந்தச் சனியன் பிடித்த ஈக்கள் நம்மை முந்திக்கொண்டு அதை எடுத்துச் சென்று விடுகின்றன. தானும் சாப்பிடாமல் மற்றவர்களையும் சாப்பிடவிடாமல் என்ன ஒரு அழிச்சாட்டியம்!

அப்படித்தான் நினைத்தார்கள். தேன் எடுப்பது ஆதி மனிதனுக்கு மிகப்பெரிய சாகசச் செயலாக இருந்தது. அது ஒரு முக்கிய உணவாகிப் போனபிறகு அவனது பெரிய கவலையாகவும் அதுவே ஆனது. ஆகிருதியான விலங்குகளைக் கண்டு அவன் பயப்படவேயில்லை. கையாலும் கம்பாலும் வில்லாலும் வேலாலும் கூர்மையான கற்களாலும் தாக்கித் தற்காத்துக்கொள்ள அவனால் முடியும். ஆனால் கூட்டமாகப் பறந்து வந்து கொத்தும் தேனீக்களை எப்படிச் சமாளிப்பது என்று அவனுக்குத் தெரியவில்லை.

நெருப்பின் பயன்பாடு அறியப்படுவதற்கு முந்தைய காலத்தில், மனிதன் தேன் எடுப்பதற்குப் பெரும்பாலும் தன்னோடு ஒரு புதரை எடுத்துச் செல்வான். வலுவான காட்டு மரங்களின் தடித்த இலைகளைச் சேர்த்துப் பின்னிய புதர் முகமூடி! அடர்த்தியான இலைகளைச் சேர்த்துச் சேர்த்து வேர்களால் இறுகக் கட்டி, பல லேயர்களை உருவாக்குவார்கள். பம்மென்று அதுவே ஒரு பெரிய பந்து மாதிரி இருக்கும். அதைத் தலையில் அணிந்துகொண்டால் முகம் வரை மூடும்.

அப்படி மூடிக்கொண்ட பிறகு மற்றவர்கள் அந்த இலைகளின்மீது சிலவகை விஷச் செடிகளின் சாறைப் பிழிவார்கள். கடிக்க வரும் தேனீக்கள் அந்த விஷச் சாறின் வாசத்தை நுகர்ந்தால் உடனே மயங்கி விழுந்துவிடும்.

இப்படியொரு ஏற்பாடு செய்துகொண்டுதான் தேன் எடுக்கப் போவார்கள். தேன் அடையை நெருங்கி முதலில் அதைக் கீழே தள்ளிவிடுவது வழக்கம். எப்படியும் பெரிய உயரங்களில்தான் தேனடைகள் இருக்கும். எடுக்கப் போகிறவர்கள் கவனமாக உயரங்களில் ஏறி நின்றுகொள்வார்கள். கீழே விழுந்த

அடைகளிலிருந்து பெரும்பாலான தேனீக்கள் வெளியேறிவிடும். எதிரியைத் தேடுவது தானே அடுத்த வேலை?

அந்தத் தேனீ ராட்சசர்களைத் தேடி அலைக்கழிய விட்டுவிட்டு, சமயம் பார்த்து டபக்கென்று அடையைத் தூக்கிக்கொண்டு ஓடிவிடுவார்கள்!

படிக்கத் தமாஷாக இருந்தாலும் இப்படித்தான் மிகத் தொடக்க காலங்களில் தேன் எடுக்கப்பட்டிருக்கிறது. பிறகு நெருப்பு வந்துவிட்ட பிறகு பணி எளிதாயிற்று.

கிறிஸ்து பிறப்பதற்குச் சுமார் ஆறாயிரம் வருடங்களுக்கு முன்னால் மனிதன் ஒயினைக் கண்டுபிடித்துவிட்டான். திராட்சைப் பழத்தை ஊறவைத்து, புளிக்க வைத்து, புதைத்து வைத்து என்னென்னவோ செய்து ஒரு ருசியான மதுவைத் தயாரித்துவிட்டான். அப்படித் தயாரித்த மதுவை புனிதப்படுத்தாமல் அப்படியே எடுத்துக் கொட்டிக்கொள்வதாவது?

வருடம் குறிப்பிட்டுச் சொல்ல முடியாத ஆதிக்கு ஆதி காலத்தில் பரவலாக உலகெங்கும் மக்கள் மதுவைத் தேனுடன் காக்டெயில் செய்துதான் சாப்பிடுவார்கள். தேன் கலக்காத ஒயினுக்குக் கடவுளின் ஆசீர்வாதம் கிடைக்காது என்பது புராதன கிரேக்க நம்பிக்கை. அதாவது, சரக்கடித்த எஃபெக்ட் கிடைக்காது என்று நம்பினார்கள்!

ஒரு குடுவையில் ஒயின். இன்னொரு குடுவையில் தேன். இரண்டையும் அருகருகே வைத்துக்கொள்வது. ஒருவாய் ஒயினை ஊற்றிக்கொண்டு, சில வினாடிகள் அதைச் சுவைப்பது. ஆனால் விழுங்கிவிடக் கூடாது! அப்படியே வாயில் வைத்துக்கொண்டு மேலுக்கு இன்னொரு வாய் தேனை ஊற்றிக்கொள்வார்கள். நாக்கால்தான் கலக்க வேண்டும்.

மட்ட ரக டாஸ்மாக் பிளாஸ்டிக் தம்ளர்கள் கண்டுபிடிக்கப்படாத காலம். தொட்டுக்கொள்ள அவர்களுக்கு ஊறுகாயெல்லாம் வேண்டாம். தேன் போதும். அதன் ருசி போதும். ஏழெட்டு ரவுண்டு போய்விட்டால் குஷி பிறந்துவிடும். ஆணும் பெண்ணும் ஒருவர் வாயிலிருந்து இன்னொருவர் வாய்க்கு அந்த காக்டெயிலை அப்படியே ஊட்டி விளையாடுவார்கள். என்ன ஒரு இன்பமான வாழ்க்கை!

இந்த தேன் - ஒயின் காம்பினேஷனைக் கண்டுபிடித்தவர்கள் ஆதி கிரேக்கர்கள் என்று தெரிகிறது. இல்லை, நாங்கள்தான் என்று அதற்கு பேடண்ட் கேட்டு ரோமானிய ஆதிவாசிகளும் மல்லுக்கு நிற்கிறார்கள். கிரேக்க புராணங்கள் விடுவதாயில்லை.

எங்கள் கடவுள் ஜீயஸ் எப்படி அத்தனை அதிபுத்திசாலியாக இருக்கிறார் தெரியுமா? இந்த காக்டெயில் மனிதன் கண்டுபிடித்ததே இல்லை. கிரேக்க தெய்வமான ஜீயஸ் விரும்பி அருந்தியது அது. தேனும் ஒயினும் கலந்து அடித்ததால்தான் ஜீயஸ் ஒரு ஜீனியஸாகக் காட்சியளிக்கிறார், வேண்டுமானால் எங்கள் புராணங்களை எடுத்துப் படித்துப் பாருங்கள் என்கிறார்கள்.

எப்படியோ, தேன் கலந்து ஒயின் சாப்பிட்டால் அறிவு விருத்தியாகும் என்றொரு நம்பிக்கை ஐரோப்பாவில் ஆதி காலத்தில் இருந்திருக்கிறது என்பது உறுதி. எனவே, சாப்பாட்டுக்கு ருசி சேர்ப்பதுடன் கூட சரக்குக்காகவும் அவர்களுக்கு நிறையத் தேன் வேண்டியிருந்தது.

கிரீஸில் ஹிமட்டஸ் என்றொரு மலை உண்டு. பெரும் பாறைகளாலான மலை. செங்குத்தாக, எந்தக் கணமும் விழுந்துவிடலாம் என்பது போன்ற தோற்றத்துடன் எக்காலத்திலும் விழாத பிரம்மாண்டமான பாறைகள் நிறைந்த மலை. அந்த மலையில்தான் உலகிலேயே அதி உன்னதமான தேன் கிடைக்கும் என்று சொல்வார்கள். பண்டைய கிரேக்கர்கள் வெகு காலம் வரை அந்த மலையில் கிடைக்கக் கூடிய தேனைச் சாப்பிடமாட்டார்கள். ஏனென்றால், அது கடவுளுக்கு மட்டுமே உரிய தேன் என்பது அவர்களது நம்பிக்கை.

படாதபாடு பட்டு அந்த மலைப்பகுதிக்குப் போய், தேனீக்களால் கடிபட்டு, (பலபேர் உயிரையே விட்டிருக்கிறார்கள்) அந்தத் தேனை எடுத்து வந்து குடம் குடமாக ஆற்றில் விடுவார்கள். எதற்காக என்றால், நீர்க்கடவுள் அதை ஏந்திச் சென்று எல்லாகடவுள்களுக்கும் சப்ளை செய்வார் என்று ஒரு கதை!

பிரான்சில் கிடைக்கும் தங்க நிறத் தேன், ஸ்பானிஷ் வெள்ளைத் தேன், எத்தியோப்பியத் தேன் எல்லாம் ஆதி காலம் தொட்டு இன்றுவரை உலகப்புகழ் பெற்றவை. அனைத்தைக் காட்டிலும் சிறப்பு வாய்ந்தது ஹங்கேரிய அக்காஸியா தேன்.

மனிதன் சிந்தித்து, ஆராய்ச்சி செய்ய ஆரம்பித்து, கலப்பட காண்டங்கள் தொடங்குவதற்கு முன்பு வரை, ஒவ்வொரு ஊர் தேனையும் அதன் ருசியை வைத்தே இனம் காண முடிந்திருக்கிறது.

இன்றைக்கு நமக்குக் கிடைக்கக்கூடிய தேனில் அப்படியெல்லாம் ருசிபேதம் பார்க்க முடியுமா? தேனில் கூட திக்கான தேன், நீர்த்தன்மை மிகுந்த தேன், இனிப்பு அதிகமுள்ள தேன், சற்றே இனிப்புக் குறைந்த தேன், வர்ண பேதங்கள் உள்ள தேன் என்று ஏராள வெரைட்டி உண்டு.

பண்டைய மனிதர்கள் தேன் அடையைப் பார்த்தே உள்ளே இருக்கும் தேன் என்ன ரகம் என்று சொல்லிவிடக் கூடியவர்களாக இருந்திருக்கிறார்கள்!

பொதுவாக வெயில் காலங்களில்தான் தேன் எடுக்கும் பணி ஆரம்பமாகும். பெரும்பாலான நாடுகளில் பழங்காலத்திலேயே மே மாதம் முதல் ஜூன் மாதம் வரை மட்டுமே தேன் எடுக்கும் பணியை மேற்கொண்டிருக்கிறார்கள். இரண்டு கட்டங்களாகத் தேன் அறுவடையைப் பிரித்துக்கொள்வார்கள். மே முதல் ஜூன் வரை முதல் கட்டம். ஜூலை இறுதியில் இறுதிக் கட்டம்.

போர்க்களத்துக்குப் போவதுபோல் தேன் எடுக்கச் சென்ற காலம் முதல் இன்றைய கார்ப்பரேட் காலம் வரை புழக்கத்தில் இருக்கும் ஒரு பழமொழி – தேனெடுப்பவன் புறங்கையை நக்காமல் இருக்க மாட்டான் என்பது.

ஒரு விஷயம். பண்டைய மத்திய அமெரிக்க மாயன் நாகரிக காலத்து மனிதர்கள், தேன் எடுக்கும்போது அதை நக்குபவன், ரத்தவாந்தி எடுத்து செத்துப்போவான் என்று தீர்மானமாக நம்பினார்கள்!

5. பீர் பிறந்த கதை

அந்தக் கிழவனுக்கு வயது எண்பதுக்குமேல் ஆகிவிட்டது. கால்கள் என்பவை ஓடுவதற்காக என்பது தெரிந்த காலம் முதல் ஓடி ஓடி உணவு சேகரித்து வந்து தன் பெண்டாட்டி, பிள்ளை குட்டிகளுக்குக் கொடுத்து, தானும் சாப்பிட்டு, பிறவி எடுத்ததே ஓடி ஓடி உணவு தேடுவதற்காகத்தான் என்று நம்பத் தொடங்கியபோது அவனுக்கு வயதாகிப் போனது.

ம்ஹூம். இனிமேல் ஓட முடியாது. நான் பெத்த பிள்ளைகளே, இனி நீங்கள் ஓடுங்கள். எனக்கு அலுத்துவிட்டது. ஓடுவது அல்ல. சாப்பிடுவது. இந்த எழவெடுத்த மாமிசத்தையே எத்தனை வருஷம், எத்தனை வேளைக்குத் தின்றுகொண்டே இருப்பது? விட்டால் பழங்கள். இல்லாவிட்டால் கீரைகள். வேளாவேளைக்கு மென்று மென்று தாடையெல்லாம் வலிக்கிறது. சாப்பிட்டால் பசி அடங்குகிறது என்பது உண்மைதான். அது அவசியமும் கூட. ஆனால் எனக்கு இது பத்தாது. என்னமோ குறைகிறது. எனது சாப்பாட்டுக்கு இன்னும் ஒரு ஐட்டம் வேண்டியிருக்கிறது. உணவின் முழுமையைக் கொடுக்கக்கூடிய ஏதோ ஒன்று. அது என்னவென்று கண்டுபிடிக்கும்வரை இனி நான் சாப்பிடப் போவதில்லை என்று வீட்டில் அறிவித்தார் அந்தக் கிழவனார்.

‘கிழம் ரெண்டு வேள வயிறு காஞ்சா தன்னால வந்து தின்னும் பாரு’ என்று அவர் சொந்தமாகப் பெற்றெடுத்த பிள்ளைகள் வழக்கம்போல் முறைத்துக்கொண்டு திரும்பிப் போனார்கள்.

கிழவர், உணவு வேண்டாம் என்று சொல்லிவிட்டு வாசல் திண்ணையில் துண்டை விரித்துப் படுத்துவிட வில்லை. ‘என்னமோ ஒண்ணு குறைகிறது’ என்று தோன்றியதே, அதைத் தேடிப்

புறப்பட்டுவிட்டார். காடு காடாக, மலை மலையாக, கிராமம் கிராமமாகப் பயணம் செய்துகொண்டே இருந்தார். பலவிதமான காய்கறிகள், பழங்கள், இலைகள், வேர்கள், தண்டுகள், பல்வேறு மிருகங்களின் கறிகள், ரத்தம் என்று ஏராளமான ஐட்டங்களைப் போகிற இடங்களிலெல்லாம் பரிசோதித்துக்கொண்டே போனார். பெர்முடேஷன் காம்பினேஷன் போட்டு, ஒவ்வொன்றையும் இன்னொன்றுடன் கலந்து கலந்து நாக்கில் விட்டு ருசி பார்த்தார்.

சிலது நன்றாக இருந்தது. சிலது வழக்கம்போலவே சவசவ. புதிய புதிய உணவு வகைகளை அவரது தேடல் அவருக்குக் கொடுத்தாலும், தான் எதிர்பார்ப்பது இன்னொரு புதிய உணவல்ல என்று அவருக்குத் தோன்றியது. ஆனால் என்ன மாதிரி ஐட்டம் என்று அவருக்குச் சரியாகச் சொல்லத் தெரியவில்லை. சில காலம் தேனை மட்டுமே வைத்துக்கொண்டு நிறைய ஆராய்ச்சிகள் செய்தார். கறியில் ஊறவைத்த தேன். தேனில் ஊறவைத்த ரத்தம். கீறைச் சாறுடன் கலந்த தேன். பாலுடன் கலந்த தேன். இளநீரில் கலந்த தேன்.

மனம் போன போக்கில் ஒன்றுடன் ஒன்றைக் கலந்து ருசி பார்த்துக்கொண்டே இருந்தார். நன்றாக இருப்பது என்பது வேறு, தான் எதிர்பார்த்ததைக் கண்டுபிடிப்பது என்பது வேறல்லவா?

கிழவனாருக்கு ஒரு கிக் வேண்டியிருந்தது. உணவின் பரிபூரணம் என்பது ஒரு மாதிரி மப்பாகி, தனக்குள் தானே சிரித்துக்கொண்டு மல்லாக்கப் படுப்பதுதான் என்று அவருக்குத் தீர்மானமாகத் தோன்றியது.

எனவே தேடலை நிறுத்தாமல் தொடர்ந்து முயற்சி செய்துகொண்டே இருந்தார். ஒரு நாள் அவர் மனம் விரும்பிய அந்த காம்பினேஷன் அவருக்கு வசப்பட்டுவிட்டது.

பிரமாதமான முயற்சிகள் ஒன்றுமில்லை. வெறும் தண்ணீர்! அதில் தேனை ஊற்றிப் பார்த்தார். தண்ணீர் தனியாகவும் தேன் தனியாகவும் தெரிந்தது. பிழிந்த தேனடையை எதற்குத் தூக்கிப் போடுவானேன் என்று அதையும் பிய்த்து அந்தக் கலவையிலேயே போட்டார். ஒரு குச்சியை வைத்து நாளெல்லாம் அதில் விட்டுக் கலக்கிக்கொண்டே இருந்தார். வெட்டவெளி சூரிய வெளிச்சத்தில் இரண்டு அல்லது மூன்று

நாள்கள் அவர் அவ்வாறு கலக்கியிருக்கக் கூடும். பானகம் மாதிரி ஒரு திரவம் உருவாகிவிட்டிருந்தது. பழுப்பு நிறத்தில் தேனும் நீரும் கலந்த தேநீர்! நாக்கில் விட்டுப் பார்த்தார். ருசித்தது. அது தேனின் ருசிதான். ஆனால் தேன் கலந்த நீருக்கு வேறொரு ருசி இருப்பதாக அவருக்குத் தெரிந்தது.

அதை ஓலைப் போத்தல் ஒன்றில் சேமித்துக்கொண்டு வீட்டுக்குத் திரும்பினார். சொந்தமாகப் பெற்ற பெண்டு பிள்ளைகளையும் அக்கம்பக்கத்து வாசிகளையும் உறவுக்கார ஜனங்களையும் கூவியழைத்தார்.

மக்களே, இது ஒரு புதிய பானம். நான் கண்டுபிடித்திருக்கிறேன்! இதை நான் குடிக்கப் போகிறேன் என்று சொன்னார்.

‘நைனா, வேண்டாம். ரிஸ்க் எடுக்காதே’ என்று தடுத்தார்கள் வாரிசுகள்.

‘செத்தால் பரவாயில்லை. இனி நான் வாழ்ந்து என்ன ஆகப்போகிறது. வயசு எண்பதுக்கு மேல் ஆகிவிட்டது. வாழ்ந்தது போதும். ஆனால் என் கண்டுபிடிப்பு எத்தகையது என்பதை நீங்கள் அறியவேண்டாமா?’ என்று கேட்டுவிட்டு கடகடவென்று தான் தயாரித்த அந்தப் புதிய பானத்தைத் தானே குடித்து முடித்து ஏவ் என்றார்.

உற்றாரும் மற்றாரும் என்ன ஆகப்போகிறதோ என்று அச்சத்துடன் பார்த்துக்கொண்டிருந்த சமயம், கிழவனார் தடாலென்று சுருண்டு கீழே விழுந்தார்.

‘பார். நான் சொன்னேன்ல? கிழவன் பூட்டான்!’ என்று தலையில் அடித்துக்கொண்டான் மூத்த மகன். ஒப்பாரிகள் ஆரம்பமாயின. இறுதிச் சடங்குகளுக்கு ஏற்பாடுகள் செய்யத் தொடங்கினார்கள்.

அந்தக் கற்காலத்தில் எரிக்கிற வழக்கம் கிடையாது. புதைப்பது மட்டும்தான். சில இடங்களில் மட்டும் பிணத்தைத் தூக்கிச் சென்று மலை உச்சிகளில் இருந்து வீசிவிட்டு வந்துவிடுவார்கள். ஆனால் அதற்குமுன் ஊர் ஜனம், உறவுஜனம் எல்லாரும் வந்து கூடி நின்று புலம்புவார்கள். இறந்தவன், வாழ்ந்தபோது எதையெல்லாம் அதிகம் விரும்பினானோ அதையெல்லாம் அவன் உடலின்மீது வைத்து, சாப்டு மாப்ள, சாப்டு மாப்ள என்று உபசரிப்பார்கள்.

இந்தக் கிழவருக்கு அம்மாதிரியான சடங்குகள் எல்லாம் நடக்கத் தொடங்கின.

காலை பதினொன்று, பன்னிரண்டு மணி சுமாருக்கு அவர் அந்தப் புதிய பானத்தைக் குடித்திருந்தார். உறவு ஜனங்கள் எல்லாரும் வந்து அழுது முடித்து, ஒருவாறு மனத்தைத் தேற்றிக்கொண்டு பிணத்தை எடுத்துச் செல்ல ஆயத்தம் செய்ய ஆரம்பித்த சமயம் – அநேகமாக மாலை மூன்று, மூன்றரை இருக்கக்கூடும் – கிழவனின் உடல் அசைந்தது.

'டேய், உன் நைனா சாகல போலருக்குடா!' யாரோ சொன்னார்கள்.

கிழவன் அசைந்தான். மூக்கைச் சொறிந்துகொண்டான். கொட்டாவி விட்டான். எழுந்து உட்கார்ந்து அனைவரையும் பார்த்தான். சிரித்தான். 'அட எடுபட்ட பயலே, நான் சாகலடா! மப்புல கெடந்தேன்! சரக்கு சூப்பர் சரக்குடா! அடிச்சிப் பாரு நீயும்!'

பல்லாயிரக் கணக்கான வருடங்களுக்கு முன்னால் உலகில் முதல் முதலில் பீர் இவ்வாறுதான் கண்டுபிடிக்கப்பட்டது என்று ஒரு கதை புழக்கத்தில் இருக்கிறது. அனைத்து நாடுகளின் தொன்மக் கதைகளிலும் இந்த பீர் கண்டுபிடித்த கிழவன் இருக்கிறான். நீரில் கலந்த தேன் பானத்தை *Mead* என்று சொல்வார்கள். அநேகமாக இது முதல் முதலில் பிரேசில் நாட்டின் தெற்குப் பகுதியில் உற்பத்தியாகியிருக்கலாம் என்றும் சொல்லப்படுகிறது.

ஆதி தெற்கு பிரேசில் மக்கள் சிறுத்தை அல்லது மானைக் கொன்று அதன் தோலை உரித்து எடுத்து இரண்டு புறம் தைத்து, ஒரு பை மாதிரி செய்துகொள்வார்கள். அந்தப் பச்சைத் தோலின் உட்புறம் காய்வதற்குள்ளாகவே அதனுள் தேனை நிரப்பி, மேலே நீர் ஊற்றி, தேனடைகளையும் பிய்த்துப் போட்டு கழுத்தை இறுகக் கட்டி சூரிய வெளிச்சத்தில் வைத்துவிடுவார்கள். நாலைந்து நாள் அது காய்ந்த பிறகு எடுத்து அருந்தினால் செம கிக்!

பிரேசிலின் 'மொகோவி' மக்கள் இந்த மான் தோல் பீரைக் கண்டுபிடித்து உலகுக்கு அறிமுகப்படுத்தியதை அநேகமாக அனைத்து தென்னமெரிக்கப் பழங்குடி இலக்கியங்களும் ஒப்புக்கொள்கின்றன.

அநேகமாக பீர் பரவலாகத் தொடங்கிய அதே காலக்கட்டத்தில்தான் தோல் பைகளும் புழக்கத்துக்கு வர ஆரம்பித்திருக்கின்றன. அதற்குமுன்னால், மிருகங்களை அடித்துச் சாப்பிட்டுவிட்டுத் தோலைக் காயவைத்து, போர்வையாகவும் உடையாகவும் மட்டுமே பயன்படுத்தியிருக்கிறார்கள்.

இது ஒருபுறமிருக்க, தேனைக்கொண்டு பீரைக் கண்டறிந்த கோஷ்டிக்கு எதிர்ப்புறம், ஐரோப்பாவில் தேனைக்கொண்டு ஏதாவது உருப்படியான உணவு ஐட்டம் உண்டாக்க முடியுமா என்கிற ஆராய்ச்சி பன்னெடுங்காலமாக நடந்துவந்திருக்கிறது. அனைத்து உணவுப் பொருள்களுடனும் தேன் சேரும் என்றாலும் ஒரு 'தேன் எக்ஸ்க்ளூசிவ்' டிஷ் கி.பி. பத்தாம் நூற்றாண்டு வரையிலும்கூடக் கண்டுபிடிக்கப்படவில்லை என்பது வினோதம்!

முதல் முதலில் அப்படியொரு ஐட்டத்தைக் கண்டுபிடித்தவர்கள் சீனர்கள். பத்தாம் நூற்றாண்டில் சீனாவை தி-யாங் வம்சத்தவர்கள் ஆட்சி புரிந்துகொண்டிருந்தபோது அரண்மனைச் சமையல்காரன் ஒருவன் தேனையும் கோதுமை மாவையும் கலந்து ஒரு கேக் தயாரித்தான். மகாராஜா அதைச் சாப்பிட்டுப் பார்த்துவிட்டு ஆஹா சூப்பர் என்று சர்ட்டிபிகேட் கொடுக்க, உடனே ஒரு விழா எடுத்து, அரண்மனையின் சிறப்பு உணவு அந்தஸ்து அதற்கு அளிக்கப்பட்டது. அந்த கேக்குக்கு மை-கிங் என்று பெயரிட்டு ஒரு பிளேட்டில் வைத்து பல்லக்கில் ஏற்றி நாடு முழுதும் ஊர்வலம் விடப்பட்டிருக்கிறது!

மை-கிங்குக்குப் பிறகு இந்த தேன் - கோதுமை காம்பினேஷனில் நிறைய விதமான கேக்குகள் உருவாக்கப்பட்டன. பிரெட் தயாரிப்பில் தேனின் பங்கு கணிசமானதானது. பதினைந்தாம் லூயி என்னும் ராஜா ஒருத்தர், தேன் பிரெட்டைத் தான் மட்டும்தான் சாப்பிடலாம், குடிபடைகளெல்லாம் தேன் கலக்காத பிரெட் தான் சாப்பிடவேண்டும் என்று அழிச்சாட்டியமெல்லாம் செய்திருக்கிறார்.

ஆனால், தேனை ஒரு சத்துபானம் என்று கண்டுபிடித்து, உணவுக்கு மாற்றாக அதைப் பயன்படுத்தலாம் என்று தீர்மானித்து, விஷ அம்புப் பைகளுடன் கூட தேன் நிரப்பப்பட்ட தோல் பைகளையும் லட்சக்கணக்கில் ஏற்றிக்கொண்டு உலகை வெல்லப் போன ஒரு ஆசாமி இருக்கிறார். அவர் பெயர் செங்கிஸ்கான்!

மாதக்கணக்கில், வருடக்கணக்கில் தேசம் தேசமாகப் படையெடுத்து, முற்றுகையிட்டு யுத்தம் புரியும் வீரர்களுக்கு திடமான சாப்பாடு என்பது சோர்வைத் தரும். அனைவரும் தேன் சாப்பிடுங்கள். அது தெம்பு தரும். தவிரவும் புத்துணர்ச்சியுடன் வைத்திருக்கும், பசிக்கவும் செய்யாது என்று எடுத்துச் சொல்லி, தனது மங்கோலியப் படையினருக்குத் தேனை மட்டுமே போர்க்கால உணவாகக் கொடுத்தவர் செங்கிஸ்கான்!

6. தேனே!

'மிஸ்டர் மாரார்! அண்ணாசாலை போலீஸ் ஸ்டேஷன் பாத்ரூம்லே பினாயில் பாட்டிலுக்கும் பேகான் ஸ்ப்ரே டப்பாவுக்கும் நடுவிலே ஆர்ட் டைரக்டர் செஞ்சு குடித்த ஆர்.டி.எக்ஸ் வெடிகுண்டை அடிடாஸ் பையில் ஒளிச்சி வெச்சிருக்கேன்' என்று கமலஹாசன் போன் செய்ததும் வெடிகுண்டு செயலிழக்கச் செய்யும் படையினர் தன்னைப்போல் ஒரு சிலருடன் தபதபவென்று ஓடுவார்களே?

கிட்டதத்தட்ட அந்தமாதிரி ஆடைகள்தாம் அந்நாளில் தேன் வேட்டைக்காரர்கள் அணிவது வழக்கம்.

அந்நாள் என்றால் எந்நாள்? எம்பெருமான் இயேசுநாதர் அவதரித்து ஏழு எட்டு நூறு வருஷங்களுக்கு அப்புறம். போருக்குப் போகிற வீரர்களைத் தவிர வேறு யாரும் யூனிஃபார்ம் அணிகிற வழக்கம் அப்போது இல்லை. ஒரு தேவை என்று இருந்தபடியால் தேனெடுக்கக் காட்டுக்குப் போகிற வேட்டைக்காரர்கள் மட்டும் ஒரே மாதிரி பழுப்பு நிறத்தில் தலையோடு காலாக மூடிய கனமான ஆடைகள் அணிவார்கள். உள்ளேயும் வெளியேயும் பருத்தித் துணி வைத்து மெத்தை உறை மாதிரி செய்துகொண்டுவிடுவார்கள். நடுவே பட்டுத் துணிகளைத் துண்டு துண்டாக வெட்டித் திணித்து கனமான மெத்தை போல் ஆக்கிவிடுவார்கள். தேனி கொட்டினால் பட்டுக்கு வலிக்காது!

ஹெல்மெட் போடுகிற வழக்கமெல்லாம் கூட அதற்கப்புறம்தான். முதலில் மரக்கூடுகளாலும் பிறகு இரும்பினாலும் ஹெல்மெட்கள் தயாரிக்கப்பட்டன.

முதல் முதலில் சகல பாதுகாப்பு பந்தோபஸ்துகளுடனும் தேன் எடுக்கச் செல்லும் கலையைப் பயின்று உலகுக்கு

அறிமுகப்படுத்தியவர்கள் ஸ்காட்லாந்துக்காரர்கள். இவர்கள்தாம், வெறுமனே கிளம்பிப் போனோமா, தேனை எடுத்துக்கொண்டு வந்தோமா என்றில்லாமல், தேனீக்களை ஆராய்ச்சி செய்யவும் தொடங்கியவர்கள்.

இலேசுப்பட்ட ஆராய்ச்சியில்லை. ஒரு கிலோ தேன் நமக்குக் கிடைக்கிறது என்றால், அதற்காகத் தேனீக்கள் குறைந்தது ஒரு லட்சம் முறை பறக்கிறது. ஒரு 'பறத்தல்' என்பது, புறப்பட்ட இடத்திலிருந்து ஒவ்வொரு மலராகத் தேடிப் போய் உட்கார்ந்து மகரந்தத்தைச் சேகரித்துக்கொண்டு திரும்பி வந்து கூட்டை அடைகிற ப்ராஸஸ். இப்படி ஒரு லட்சம் முறை அவை யாத்திரை செய்வதன்மூலம் மொத்தம் சுமார் ஐந்து லிட்டர் மகரந்தம் சேகரமாகிறது. வெறும் மகரந்தம் தேனாகாது! தேனியின் நாவில் சுரக்கும் திரவம் அதில் கலக்கும் போதுதான் தேன் பிறக்கிறது.

தேனி சாப்பிட்டு, கீழே சிந்தி, வீணாகி, ஆவியாகி, விதி தேடிப் போன மகரந்தத் தூள்களையெல்லாம் கழித்துவிட்டு மிச்சத்தைக் கணக்கெடுக்கும்போதுதான் இந்த ஒரு கிலோ தேன்.

இருங்கள். ஆராய்ச்சி இத்துடன் முடிந்துவிடவில்லை. ஒரு தேனி எந்தப் பூவிலிருந்து கொள்முதல் செய்கிறது? அந்தப் பூச்செடி வளர்ந்திருக்கிற மண்ணின் தன்மை எத்தகையது? பிரதேசத்தின் காலநிலை எப்படிப்பட்டது? இதையெல்லாம் பொருத்துத் தான் தேனின் தரம்.

ராப்பிச்சை ரங்கசாமியைப் போலக் கையில் பிச்சைப் பாத்திரம் ஏந்தி, முதல் வீட்டில் சாதம், அடுத்த வீட்டில் வெங்காய சாம்பார், மூன்றாம் வீட்டில் மிளகு ரசம், ஏழாவது வீட்டில் ஊசிப்போன மோர்க்குழம்பு, இன்னொரு வீட்டில் கருவாட்டுக் குழம்பு என்று கலந்து கட்டி அடிப்பதில் சுவை எங்கிருந்து வரும்?

தேனீக்களும் அப்படித்தான். சில ஈக்கள் சோம்பேறிகள். கண்ணில் தட்டுப்படுகிற எந்தப் பூவிலும் உட்கார்ந்துவிடும். கிடைப்பதை அள்ளிப் போட்டுக்கொண்டு கூட்டுக்குத் திரும்பிவிடும். நஷ்டம் நமக்குத்தான். அத்தகைய அடைகளைப் பிழிந்து எடுக்கப்படும் தேன், சுத்த சரக்கல்ல. சுவை அத்தனை உசிதமாயிராது. நாட்டுத்தேன் என்று இதனைச் சொல்வார்கள். விலை கொஞ்சம்

மட்டுதான். ஆனால் மக்களுக்கு விவரம் தெரியவில்லை அப்போது. இம்மாதிரி காக்டெயில் தேனில்தான் சத்து அதிகம். பின்னாளில் மூக்குக்கண்ணாடி போட்ட சயிண்டிஸ்டுகள் ஆய்வுக் கூடத்தில் கண்டுபிடித்துச் சொல்லியிருக்கிறார்கள்.

ஒரு கனாய்ஸியர் மாதிரி பூக்களைத் தேடித்தேடிச் சென்று தேர்ந்தெடுத்து ஒரே ரக மலர்களில் அமர்ந்து சேகரிக்கிற தேனீக்கள்தாம் வேட்டைக்காரர்களைப் பொருத்தவரை உயர்ஜாதி. அந்த மாதிரி தேனீக்களைக் கண்டுபிடித்து, அவற்றின் பின்னாலேயே படையெடுக்கும் வேட்டைக்கூட்டம் உலகெங்கும் உண்டு. இதையும் சொல்லிக்கொடுத்தவர்கள் ஸ்காட்லந்துக்காரர்கள்தாம்.

இவர்கள் என்ன செய்வார்கள் என்றால், தேன் எடுப்பது என்று புறப்பட்ட பிறகு நைன் டு ஃபைவ் டைமிங்கெல்லாம் வைத்துக்கொள்ளாமல், ஒரு குறிப்பிட்ட தேனீக்கூட்டத்துடனேயே தம் பயணத்தை மேற்கொள்வார்கள். 'ரேஞ்ச்' என்று சொல்வது வழக்கம். ஒரு தேனீ பயணம் செய்யும் தூரத்துக்கு இந்தப் பெயர். நூற்றுக்கணக்கான மைல்கள்கூட இவை பயணம் மேற்கொள்ளும். ஒவ்வொரு பூவாக, ஒரே ஜாதிப் பூவாகத் தேடித் தேடிச் சென்று உட்காந்து மகரந்தம் சேகரிக்கும்.

நமது வேட்டைக்காரர், இந்தத் தேனீயை வைத்த குறி வாங்காமல், அதன் பின்னாலேயே போய்க்கொண்டிருப்பார். அவர் குதிரையில் வந்திருப்பார். சாப்பாடு, தண்ணீர் எல்லாம் குதிரையின் பக்கவாட்டில் பைகளில் தொங்கிக்கொண்டிருக்கும். பசிக்கும்போது சாப்பிட்டுவிட்டு, வைத்த கண் வாங்காமல் தேனீ போகும் வழியிலேயே அவரும் போவார்.

இம்மாதிரி பயணங்களில் வழி தவறி, நிரந்தரமாகத் தொலைந்து போன வேட்டைக்காரர்களும் உண்டு. நூற்றுக்கணக்கான மைல்கள், காடு, மேடு, மலை, சமவெளி என்று பாராமல் தேனீக்கள் சுற்றிப் போய்க்கொண்டே இருக்கும். அதன் பின்னாலேயே போகிற வேட்டைக்காரர், யாத்திரை முடிந்து வீடு திரும்ப மாதக்கணக்காகலாம். சமயத்தில் வருடம்!

ஆனால் அப்படித் திரும்பி வந்து அவர்கள் கொடுக்கிற தேன் சந்தைக்குப் போனால், அடுத்த ஒரு வருடம் உட்கார்ந்து

சாப்பிடலாம்! அப்படியொரு வருவாய் கொடுக்கிற தொழிலாக அது இருந்திருக்கிறது!

இந்த சுத்தத் தேன்களுக்கு உலகெங்கும் பயங்கர டிமாண்ட் உருவாக ஆரம்பித்தது. ரோமானியர்கள் பதிமூன்றாம் நூற்றாண்டில் இந்த சுத்தத் தேனைக் கொண்டு ஒரு புதிய டிஷ்ஷை உருவாக்கினார்கள். நிறைய ரோஜா இதழ்கள், தாமரை இதழ்கள், இன்னும் சில பெயர் தெரியாத பூக்களின் இதழ்களைப் பிய்த்துப்போட்டுக் காய வைப்பார்கள். நல்ல, பிரவுன் நிறத்துக்கு அவை காய்ந்து சுருங்கியதும் எடுத்து வேகவைப்பார்கள்.

வெந்ததும் தண்ணீரை வடித்து விட்டு, நிழலில் உலர்த்துவார்கள். பிறகு அந்தப் பூவிதழ்களைத் தூக்கி ஒரு ஜாடியில் போட்டு மேலே இந்த உயர் ரகத் தேனை ஊற்றி மூடி எடுத்து வைத்துவிடுவார்கள்.

ஒருவாரம், பத்து நாள்வரை அந்தப் பூக்கள் தேனில் ஊறிக்கொண்டே இருக்கும். பிறகு வெளியே எடுத்து பிளேட்டில் கொட்டி உலர வைப்பார்கள். அப்போது கிட்டத்தட்ட அது பிஸ்கட் மாதிரி ஆகிவிடும். இந்தத் தேன் பிஸ்கட்டுக்கு அவர்கள் *panis mellitus* என்று பெயரிட்டார்கள்.

ஒரு காலத்தில் கப்பல் ஏறிக் கடல் கடந்து போகும் ரோமானியர்கள் டின் டின்னாக இந்த *panis mellitus*ஐத்தான் எடுத்துப் போவார்கள். கடல் பயணத்துக்கு உகந்த, சத்து மிக்க உணவு என்பது தவிர, அந்த ‘வேஃபர்’ சுவை அவர்களுக்கு மிகவும் பிடித்துப் போய்விட்டது. ரோமானியர்கள் மூலமாக ஐரோப்பா முழுதும் இந்த ‘வேஃபர்’ அறிமுகமாக, தேனைக் கொண்டு பூவில் வைத்தாய், பூவையும் பிஸ்கட்டில் வைத்தாய், இரண்டையும் சேர்த்து என் வயிற்றிலிட்ட என்னப்பன், எம்பெருமான் என்னை ஆட்கொண்டருள்வாய் என்று ஐரோப்பிய நாயன்மார்கள் பாட்டெழுதி நெக்குருகினார்களா தெரியவில்லை. ஆனால், ஐரோப்பா முழுதும் பிரெட் பிரதான உணவானதற்கும், இன்றுவரை மேற்குலகில் பிரெட்டே முக்கிய உணவாக இருப்பதற்கும் அந்தத் தேனின் ருசிதான் முதன்மையான காரணம்.

சர்க்கரை என்கிற மாற்று கண்டுபிடிக்கப்படும்வரை உலகைத் தேன் தான் சர்வவியாபியாக ஆண்டுகொண்டிருந்தது. சாப்பாடானாலும் சரி. சரக்கானாலும் சரி. தேனில்லா உண்டி பாழ்.

சில விஷயங்கள் தமாஷாகக் கூட இருக்கும். பதிமூன்றாம் நூற்றாண்டில் செங்கிஸ் கான் தனது படைவீரர்களுக்குத் தேனை முக்கிய உணவாக அளிக்கிறார் என்கிற விஷயம், அவர் படையெடுத்த நாடுகளிலெல்லாம் பரவி, பல தேசங்களில் அதே முறையைக் கடைப்பிடிக்க ஆரம்பித்தார்கள்.

பிரஸ்டீஜ் பத்மநாபன்களான ரோமானியர்கள் இதிலும் ஒரு வினோதம் சேர்த்தார்கள். போர்க்காலங்களில் தேன் ஒரு முக்கிய உணவு என்பது சரியே. ஆனால் வீரத் தளபதிகளுக்கு மட்டும்! சிப்பாய்களெல்லாம் கஞ்சி குடித்து நாசமாய்ப் போங்கள் என்று சொல்லிவிட்டார்கள்!

கிரீஸ் மீது எப்போதெல்லாம் ரோம் படையெடுத்ததோ, அப்போதெல்லாம் செல்வங்கள் அனைத்தைக் காட்டிலும் தேன் தான் அவர்களுக்கு முதல் குறிக்கோளாக இருந்திருக்கிறது! கிரேக்கத் தேனின் சிறப்பு குறித்து ஏற்கெனவே பார்த்திருக்கிறோமல்லவா?

அந்தத் தேனை ஜாடி ஜாடியாக அபகரித்துக்கொண்டு போய் விடுவார்கள் ரோமானியர்கள்.

தேன் போட்டு வளர்த்தது ரோம சாம்ராஜ்ஜியம்! கன்னங்கரேல் என்று ராவான கலரில் தேன் கிடைத்துவிட்டால் புல்லரித்துப் போய்விடுவார்கள். பீமபுஷ்டி லேகியங்களெல்லாம் அதற்கு முன்னால் அவர்களுக்குக் கால் தூசு.

காலப்போக்கில் மனிதன் ஏராளமான உணவு வகைகளைக் கண்டுபிடிக்கத் தொடங்கி, அனைத்திலும் இருக்கும் சத்துகளை அடையாளம் காணத் தொடங்கிவிட்ட பிறகு இந்தத் தேன் மயக்கம் கொஞ்சம் கொஞ்சமாகக் குறையத் தொடங்கியது. தேனை அதன் மருத்துவ குணங்களுக்காக மட்டும் பயன்படுத்தும் வழக்கம் பதினைந்தாம் நூற்றாண்டுக்குப் பிறகு ஏற்பட ஆரம்பித்தது.

நீரிழிவு என்னும் ஒரு கொடிய வியாதி இருக்கிறது, ஏகத்துக்குத் தேனைக் கபளீகரம் செய்தால் சீக்கிரம் பரலோகப் பிராப்தி என்பது தெரிந்த பிறகு தேன் பாட்டில்களின் சைஸ் குறைந்துவிட்டது!

7. பீன்ஸும் பித்தகோரஸும்

பித்தகோரஸையோ, அவருடைய பன்முக ஆளுமையையோ அறியாதவர்களும், அவரது 'தியரம்' என்னவென்று தெரியாதவர்களும்கூட 'பித்தகோரஸ் தியரம்' என்னும் சொல்லைக் கண்டிப்பாகக் கேள்விப்பட்டிருப்பார்கள். பள்ளிக்கூடத்தில் படித்துத் தொலைக்க வேண்டியிருந்திருக்கும். அல்லது படிக்காது தொலைக்க.

பெரிய பண்டிதர். இயேசுநாதர் பிறப்பதற்கு ஐந்நூறு வருஷங்களுக்கு முன்னால் பிறந்து எழுபது வயது காலம் வாழ்ந்தவர். நான் ஒரு தத்துவவாதி என்று உலகில் முதல் முதலில் அறிவித்துக்கொண்டவர். தத்துவம் மட்டுமல்ல. அவர் அறிவியலில் வல்லவராக இருந்தார். கணக்கிலும் பெரிய கை. 'பித்தகோரியனிஸம்' என்று ஒரு மதத்தை வேறு ஆரம்பித்திருக்கிறார். கொஞ்சம் சித்து மாதிரி காரியங்களும் தெரிந்திருக்கும் போலிருக்கிறது. பல பட்டறை என்று வையுங்கள். ஆனால் பெரிய ஆள். அதில் சந்தேகமில்லை.

பெரிய ஆள் என்றான பிற்பாடு எதிரிகள் இல்லாதிருப்பார்களா? மதம் வேறு ஆரம்பித்துவிட்டால் வேறு வினை வேண்டுமா? எனவே, அவர் வாழ்ந்த காலத்தில், அவர் வாழ்ந்த கிரீஸில் அவருக்கு நிறைய சிஷ்யர்கள் போலவே, நிறைய எதிரிகளும் இருந்தார்கள். கிளைமாக்ஸில் அவரை நெருப்பு வைத்துக் கொன்று தீர்த்த எதிரிகள், இத்தனைக்கும் அவருக்கு மிக நெருக்கமாக இருந்தவர்கள்.

அந்தக் கதை இங்கே அவசியமில்லை. நாம் பித்தகோரஸைக் கும்பிட்டுவிட்டு பீன்ஸ் பிறந்த கதையை இங்கே பார்க்கப் போகிறோம்.

அடகக்கடவுளே, பீன்ஸுக்கும் பித்தகோரஸுக்கும் என்ன சம்பந்தம்? என்றால், அதுவும் ஒரு கதைச் சம்பந்தம்தான்!

மேற்படி எதிரிகள் (சைலான், நைனான் என்று இரண்டு பேர்.) பித்தகோரஸை ஒரு பேச்சுவார்த்தைக்காக ஒரு பண்ணை வீட்டுக்கு வரவழைத்திருந்தார்கள். அங்கே தீர்த்துக் கட்டுவதாக உத்தேசம். உள்ளே ஒருத்தர் பேச்சுக்கொடுத்தபடி இருக்க, இன்னொரு வில்லன் வெளியே வந்து ஆள் வைத்து வீடு முழுக்க நெருப்பு வைத்துவிட்டு சிக்னல் கொடுத்துவிடுவது. உள்ளே இருக்கும் வில்லன் 2, பித்தகோரஸைக் கட்டிப் போட்டுவிட்டு, தப்பித்து ஓடிவந்துவிடுவது.

இதுதான் திட்டம்.

திட்டப்படி பேச்சுவார்த்தைக்குப் பித்தகோரஸை அழைத்தார். தள்ளாத வயதில் அந்தக் கணக்குத் தாத்தா வில்லன்களின் பண்ணை வீட்டுக்கு வந்தார். உள்ளே பேச்சுவார்த்தை ஆரம்பமானது. சற்று நேரத்தில் வில்லன் 1, இந்தா வாரேன் என்று எழுந்து வெளியே போக, வில்லன் 2 காரியத்துக்குத் தயாரானான்.

வெளியே நெருப்பு வைக்கும் வேலை ஆரம்பமானது. மண் வீடு. மேலே ஓலைக்கூரை. வாசலை ஒரு மரச்சட்டகம் வைத்து அடைத்து ஓலைக்குத் தீயும் வைத்தாயிற்று.

பேசிக்கொண்டிருந்த வில்லன் 2, பாய்ந்து சென்று பித்தகோரஸை அவர் உட்கார்ந்திருந்த இடத்திலேயே கையை, காலைக் கட்டி உருட்டிவிட்டுவிட்டு வெளியே குதித்து ஓடி வர, வில்லன் கோஷ்டி தப்பித்து விட்டது.

இப்போது எரியும் வீட்டில் பித்தகோரஸ் மட்டும். அவர் தத்துவவாதி. சிந்தனையாளர். பதறாமல் நிதானமாக யோசித்தார். எக்சிஸ்டென்ஷியல் சாத்தியங்கள் இரண்டு. ஒன்று, இறந்து போவது. அல்லது தப்பிக்க ஒரு சிறு முயற்சி செய்வது.

இரண்டாவதைச் செய்யலாம் என்று முடிவு செய்து, தன்னைப் பிணைத்திருந்த கயிறை அவிழ்க்க முயற்சி செய்ய ஆரம்பித்தார். ஆச்சர்யம், கயிறு அவிழ்ந்துவிட்டது! உடனே கால் கட்டுகளையும் அவிழ்த்துக்கொண்டார். பற்றி எரியும் குடிசையின் வாயிலை

மூடியிருந்த கனத்த மரத்தைத் தன் பலம் கொண்டமட்டும் பிடித்துத் தள்ள, அதுவும் நகர்ந்துவிட்டது.

அடடே, ஒரு சிறு காயம் கூட இல்லாமல் வெளியே வந்துவிட முடிந்துவிட்டதே! பித்தகோரஸுக்குப் பரம சந்தோஷம்.

யாஹூ! என்று கத்திக்கொண்டே அவர் ஓட ஆரம்பித்தார். முன்னதாக, எரியும் குடிசையைச் சற்றுத் தொலைவில் சென்று நின்று பார்த்துக்கொண்டிருந்த வில்லன் 1&2 இருவரும் பித்தகோரஸ் தப்பி ஓடுவதைப் பார்த்து அதிர்ச்சியடைந்தார்கள். அடக்கிழமே! உனக்குச் சாவே இல்லையா? விட்டேனா பார் என்று அவரைப் பிடிக்கப் பாய்ந்து ஓடி வரத் தொடங்கினார்கள்.

இதற்குள் தப்பி ஓடத் தொடங்கிய பித்தகோரஸ் எதிரே ஒரு வயல்வெளி வர, அப்படியே ஸ்தம்பித்து நின்றுவிட்டார். அங்கே பீன்ஸ் பயிரிட்டிருந்தார்கள். நல்ல செழிப்பாக வளர்ந்து காய்த்துக் குலுங்கிக்கொண்டிருந்த பீன்ஸ்!

பார்த்ததுமே பித்தகோரஸுக்குக் குடலைக் குமட்டிவிட்டது. அடச் சனியனே! வாழ்நாளெல்லாம் நான் வெறுத்த பீன்ஸ் வயலைத் தாண்டி ஓடித்தான் உயிர் பிழைக்க வேண்டுமானால், அப்படியொரு உயிரே எனக்கு வேண்டாம் என்று சொல்லிவிட்டு மீண்டும் திரும்பி ஓடி, எரிந்து கொண்டிருந்த குடிசைக்குள் புகுந்துவிட்டார்.

கதையை இங்கே நிறுத்திக்கொள்வோம். இரண்டு சங்கதிகள். ஒன்று, பித்தகோரஸ் ஒரு சுத்த சைவ பார்ட்டி. இரண்டாவது, உலகில் முதல் முதலில் பயிரிடப்படத் தொடங்கிய வஸ்து, பீன்ஸ்!

காலம் குறிப்பிட்டுச் சொல்லவே முடியாது. நூற்றுக்கணக்கான பீன்ஸ் ரகங்கள் உலகெங்கும் ஆதிகாலம் முதல் பயிரிடப்பட்டு வந்திருக்கின்றன. காட்டில் தானே விளையும் கறிகாய்களைத் தின்று வளர்ந்த மனிதன், தன் தேவைக்குத் தான் விளைவித்துக்கொள்ள முடியும் என்று நம்பி முதல் முயற்சியை மேற்கொண்டது பீன்ஸில்தான்!

ஆப்கனிஸ்தானிலிருந்து இந்தியாவின் வடகிழக்கே இமயம் நீளும் எல்லைக்குள் இந்த முயற்சி நடைபெற்றிருக்கிறது. பிறகு துருக்கியிலும் கிரீஸிலும் ரோமிலும் பீன்ஸ், பீன்ஸ், பீன்ஸ் என்று பைத்தியம் பிடித்து அலைந்திருக்கிறார்கள்.

அதிகக் கஷ்டமில்லாத விவசாயம். சீக்கிரம் முளைத்துவிடும். எரு வேண்டாம். உழ வேண்டாம். தண்ணீருக்கு அழ வேண்டாம். ஒரு சாகுபடியில் ஏராளமான மகசூல் பெற்றுவிடலாம். தவிரவும் என்ன ருசி!

அவரைக்காய், டபுள் பீன்ஸ், சாதா பீன்ஸ், சிவப்பு பீன்ஸ், கருப்பு பீன்ஸ், வயலட் பீன்ஸ், குண்டு பீன்ஸ், ஒல்லி பீன்ஸ் என்று ஊருக்கொரு பீன்ஸ், பேருக்கொரு சுவை.

பயிரிட்டு, விளைந்ததும் எடுத்து பத்திரப் படுத்திவிடுவார்கள். அழுகாது. பச்சையாகவும் சாப்பிடலாம். காயவைத்தும் சாப்பிடலாம். சுட்டும் சாப்பிடலாம். வேகவைத்தும் சாப்பிடலாம். ஐரோப்பாவில் ஆதியில் பெரும்பாலும் பீன்ஸ் விளைந்ததும் வற்றல் போட்டுவிடுவார்கள். வெயிலில் காயவைத்து, சுருங்கியதும் எடுத்து பார்சல் பண்ணிவிடுவது. தேவைக்குக் கொஞ்சம் கொஞ்சமாக எடுத்து வருஷம் முழுதும் பயன்படுத்திக்கொள்வது!

மிருகங்களின் கறியைச் சாப்பிடக் கூடாது என்னும் எண்ணம் மனித குலத்தில் ஒரு சாராருக்கு வரத்தொடங்கியதும், வேறு எதைச் சாப்பிடுவது என்று அவர்கள் தவித்துத் திண்டாடிக்கொண்டிருந்த சமயத்தில் பீன்ஸ் விவசாயம் அவர்களுக்குப் பெரிய வரப்பிரசாதமாக இருந்திருக்கிறது! குறிப்பாக, அரிசி, கோதுமை போன்ற உணவுப்பொருள்கள் கண்டுபிடிக்கப்படாத காலத்தில்.

அதே சமயம் நமது மதிப்புக்குரிய தத்துவத் தாத்தா பித்தகோரஸ் மாதிரி பீன்ஸைக் கண்டாலே வெறுக்கும் வெஜிடேரியன்களும் உலகெங்கும் இருந்திருக்கிறார்கள்! பீன்ஸை ஒரு பீடைக் காய் என்று கிரேக்கத்தில் பல காலம் பலபேர் நம்பியிருக்கிறார்கள். ஏனென்று காரணம் தெரியவில்லை. ஆதி ஜனநாயக தேசம் என்று வருணிக்கப்படும் கிரேக்கத்தில் தொடக்க காலத்தில் மக்கள் தமது கிராமத் தலைவரைத் தேர்ந்தெடுக்க சோழர்கள் மாதிரி குடவோலை முறையைத்தான் பின்பற்றியிருக்கிறார்கள்.

ஒரே வித்தியாசம், இன்னார் தலைவராக வேண்டாம் என்று கருதினால், குடத்தில் ஓலைக்கு பதில் அவர்கள் வாக்குச் சீட்டாகப் போட்டது பீன்ஸைத்தான்! இலை விழுந்தால் வெற்றி. பீன்ஸ் விழுந்தால் தோல்வி!

என்ன அநியாயம்! பீன்ஸ் விரோதிகள் இப்படியெல்லாம் பழிவாங்கியிருக்கிறார்கள்.

கிரேக்கத்தில் பீன்ஸ் இப்படி நாறிக்கொண்டிருக்க, ரோம் நகரில் அப்போது பீன்ஸைக் காயவைத்து அரைத்து, எலுமிச்சை ரசம் சேர்த்து ஒரு மாதிரி புளிப்புத் துவையல் அறைத்துச் சாப்பிடும் வழக்கம் தோன்றியிருந்தது. பிறகு அதிலே தேனை ஊற்றி, புளிப்பும் தேனும் கலந்த ஒரு பண்டமாக மாற்றினார்கள். பிரான்சின் எத்தனையாவதோ லூயி மன்னன் (அநேகமாக 15) பீன்ஸ் பிரெட் என்ற ஒன்றைக் கண்டுபிடித்து அதை வெள்ளித் தட்டில் வைத்து சாப்பிட்டு சந்தோஷப்பட்டதற்கு ஒரு கல்வெட்டு இருக்கிறது.

உலகில் முதல் முதலில் தோட்டப்பயிராக வளர்க்கப்பட்டது பீன்ஸ்தான். இந்தியாவிலிருந்தே இந்த வழக்கம் வெளியே போயிருக்கிறது. அதே போல வெஜ்-நான்வெஜ் கலப்பட உணவு வகை என்ற யோசனை மனிதனுக்குத் தோன்றத் தொடங்கியதும் பீன்ஸ் பிறந்த பிறகுதான்.

பண்டைய சீனாவிலும் ஜப்பானிலும் கோழியின் தோலை உரித்து வேகவைக்கும்போது பீன்ஸையும் சேர்த்துப் போட்டே வேகவைத்திருக்கிறார்கள். பீன்ஸில் உள்ள ஊட்டச்சத்துகள் பற்றி அறிந்துகொண்ட மனிதன் (அதற்கு முன்னால் மாமிசத்தின் ஊட்டச்சத்துகள் பற்றி அவ்வளவாகத் தெரிந்திருக்கவில்லை.), வீட்டில் ஆடு அடித்தாலும் மாடு அடித்தாலும் கோழி அடித்தாலும் பீன்ஸ் சேர்க்காமல் சமைக்க மாட்டான்.

பின்னாளில், பீன்ஸ் விரோத கிரேக்கர்களும்கூட இந்த காக்டெயில் கறியில் கொஞ்சம் சமரசம் செய்துகொண்டிருக்கிறார்கள். வேக வைக்கும்போது பீன்ஸ் சேர்ப்பது. வெந்து இறக்கியதும் அதிலுள்ள பீன்ஸ் துண்டுகளை மட்டும் தனியே எடுத்துப் போட்டுவிட்டுச் சாப்பிடுவது.

உண்மையில் ஏதோ ஒரு சமயம் பீன்ஸ் விவசாயத்தில் பூச்சி தாக்கிவிட்டிருக்கிறது. அது தெரியாமல் சாப்பிட்டு வைத்தவர்களுக்கு வாந்தி பேதி வர, பீன்ஸ் சாப்பிட்டால் பேதி நிச்சயம் என்று புல்லர்கள் அங்கே ஒரு பொய்ப்பிரசாரம் நிகழ்த்தியிருக்கிறார்கள்.

விளைவு, கிரீஸில் இன்றைக்கு வரை பீன்ஸ் பிடிக்காதவர்கள் எண்ணிக்கை அதிகம்தான்!

8. மாமியும் சுண்டலும்

நவராத்திரி. கிடைத்த சான்ஸை விடாதே என்று உள்ளுணர்வு குரல் கொடுக்க, பச்சை கலர் பட்டுப்புடைவை அணிந்த குண்டு மாமி, பக்கத்து வீட்டு கொலு பொம்மைகளுக்கு எதிரே உட்கார்ந்து கர்ண கொடூரமாகப் பாட ஆரம்பிக்கிறார். ஆலாபனை, பல்லவி, அனு பல்லவி, சரணம், சிட்ட ஸ்வரம், கெட்ட ஸ்வரம் எல்லாம் போட்டு, தவறியும் சுதி சேராமல் அவர் பாடிக்கொண்டே போக, ஒரு மரியாதைக்குப் பாடுங்கள் என்று சொல்லிவிட்ட அந்தப் பாவப்பட்ட பக்கத்து வீட்டுப் பெண்மணி, என்ன செய்து உலக அழிவை நிறுத்தலாம் என்று யோசிக்கிறார்.

முப்பெரும் தேவியரை அவர் வணங்கி வேண்டியதும் புத்தியில் பல்பு எரிகிறது. அடடா, சுண்டல்!

உடனே எழுந்து சென்று நாலு கரண்டி சுண்டலை கப்பில் போட்டு எடுத்து வந்து மாமியின் எதிரே வைக்கிறார். சாப்ட்டுட்டுப் பாடுங்கோ மாமி.

அண்ட கோளங்களும் சுண்டலுக்குள் அடக்கம். நல்லதொரு சுண்டல் இன்றி நவராத்திரி நிறைவு பெறுவதில்லை. மகிஷனைக் கொல்லப்போகுமுன் தேவி, இருடா வரேன் என்று ஒரு க(ல்)ப் சோமபானம் அருந்திவிட்டுத்தான் போனாள் என்று தேவி பாகவதம் சொல்கிறது. தொட்டுக்கொள்ள அவசியம் சுண்டல்தான் இருந்திருக்க வேண்டும். இல்லாவிட்டால் நவராத்திரிக்கு எப்படி அது வந்து சேர்ந்திருக்கும்?

அது நிற்க. நமது குண்டு மாமியின் சங்கீத சங்கடத்தை நிறுத்துவதற்குப் பக்கத்து வீட்டுப் பெண்மணி கொடுத்த சுண்டலுக்கு வருவோம்.

சுண்டலைப் பார்த்ததும் மாமி சட்டென்று பாட்டை நிறுத்திவிட்டு இரண்டு எடுத்து வாயில் போட ஆசை ஆசையாய்க் கை நீட்ட, சட்டென்று ஒரு கொண்டைக்கடலை எழுந்து, மாமியின் மூக்கில் ஒரு கும்மாங்குத்து விட்டது.

'வாழ்நாளில் இதுவரை நூற்றுக்கணக்கான கிலோ சுண்டல் கபளீகரம் செய்த குண்டு மாமியே! உன்னை ஒரே ஒரு கேள்வி கேட்கிறேன். பதில் சொல்லிவிட்டுச் சாப்பிடக் கடவாய். கார்பான்ஸோ பீன், செஸி பீன், பெங்கால் க்ராம், காபூலி சானா, சனக பாப்பூ, ஷிம்ப்ரா, கடலே காலு இவற்றுக்கும் உனக்குத் தெரிந்த கொண்டைக்கடலைக்கும் என்ன சம்பந்தம்?'

இது ஏதடா வம்பாப் போச்சு என்று மாமிக்குக் கவலையாகிவிட்டது. சனியன், சாப்பிட விடாதோ?

'ம்ஹூம். விடமாட்டேன். உனக்கு செஸ்டர் கார்மனையாவது தெரியுமா? ஹவாய்க் காரன். தென்கிழக்கு ஆசிய விவசாயம் பத்தி ஆராய்ச்சி பண்ணவன். அவனுக்கும் எனக்கும் என்ன சம்பந்தம்னாவது சொல்லு.'

'மாமிக்குக் குழப்பமாகிவிட்டது. பேசுவது கொண்டைக் கடலையா? அல்லது தனக்குள்ளிருந்தே ஏதாவது குட்டிச் சாத்தான் சத்தம் கொடுக்கிறதா?

'பதில் சொல்லுங்கள் மாமி. நான் எங்கிருந்து வந்தேன் என்று தெரியுமா? நான் பீன்ஸ் இனத்தின் பைங்கிளி என்பதாவது தெரியுமா? எனக்கு வயசு ஏழாயிரம் என்று தெரியுமா? என்னை நீ நூறு கிராம் சாப்பிட்டால் ஒரு நாளைக்கு சோறே வேண்டாம் என்பதாவது தெரியுமா? கொண்டை போட்டுக்கொள்வதால் மட்டுமே கொண்டைக்கடலை சுண்டல் சாப்பிடத் தகுதி வந்துவிட்டதாக நினைக்காதே மாமி! கொஞ்சம் சரித்திரம் தெரிந்துகொண்டு அப்புறம் சாப்பிடு' என்று மூச்சு விடாமல் பேசிவிட்டு உட்கார்ந்தது சுண்டல்.

அந்தக் கணம் முதல் வாழ்வில் சுண்டலைத் தொடேன் என்று சபதம் செய்துவிட்டு, மேற்கொண்டு பச்சைப்புடைவை குண்டு மாமி விட்ட இடத்திலிருந்து பாட்டைத் தொடங்க, விதியை நினைத்து அழத் தொடங்கியது கொண்டைக்கடலை சுண்டல்.

எத்தனை பெரிய சரித்திரம் அதற்கு! கணக்கிட முடியாத காலம் தொடங்கியே மனிதன் கொண்டைக்கடலையைச் சாப்பிட்டிருக்கிறான். ஆனால் பயிரிடத் தொடங்கியது கி.மு. ஏழாம் நூற்றாண்டில். தாய்லாந்தில்தான் அந்த முயற்சி நடைபெற்றது. அதற்குச் சற்றேரக் குறைய சம காலத்தில் துருக்கியிலும் கொண்டைக்கடலை பயிரிட ஆரம்பித்துவிட்டார்கள். கி.மு. 3500லேயே துருக்கிப் பக்கம் பீன்ஸ் வகையைச் சேர்ந்த கொண்டைக்கடலை முளைத்து, மனிதர்கள் சாப்பிட்டிருக்கக் கூடும் என்று சொல்கிறார், மேலே பார்த்த ஆராய்ச்சியாளர் செஸ்டர்.

இத்தாலியிலும் கிரீஸிலும் தோலை உரித்துவிட்டு, பச்சைக் கொட்டைகளை மட்டும் படி படியாகத் தின்று தீர்க்கும் வழக்கம் ஆதியில் இருந்திருக்கிறது. கடலையை வறுப்பது (கடலை போடுவதல்ல.) என்னும் வழக்கத்தைத் தொடங்கியவர்கள் ரோமானியர்கள்.

இவர்கள்தான் முதல் முதலில் மண் சட்டியில் கொண்டைக் கடலையைப் போட்டு நெருப்பில் இட்டு வாட்டி, மேலுக்கு உப்பு சேர்த்து சாப்பிடும் வழக்கத்தைக் கண்டுபிடித்தது. இதில் கொஞ்சம் எண்ணெயும் சேர்த்தால் நன்றாயிருக்கும் என்று கண்டு பிடித்தவர்கள் தாய்லாந்துக்காரர்கள்.

காப்பி கண்டுபிடிக்கப்படாத காலத்தில் காப்பி மாதிரி என்னவாவது ஒரு பானம் இருந்தால் நன்றாக இருக்கும் என்று நினைத்த ஆப்பிரிக்கர்கள், கொண்டைக் கடலையைக் காயவைத்து, பொடித்து பாலில் கலந்து குடித்து அனுபவித்திருக்கிறார்கள். கிட்டத்தட்டப் பதினெட்டாம் நூற்றாண்டு வரை இந்த வழக்கம் நடைமுறையில் இருந்திருக்கிறது.

கொண்டைக் கடலை, மனித குலத்தின் ஆதி உணவுகளுள் ஒன்று. பீன்ஸ் இனத்தைச் சேர்ந்த இது கண்டுபிடிக்கப்பட்டு, இதன் சத்துகள், வல்லமைகள் தெரியவந்த பிறகுதான் அநேகமாக மனிதன் முதல் முதலில் காய்கறிகளில் உள்ள சத்துப் பொருள்கள் பற்றி ஆராயவே ஆரம்பித்திருக்கிறான்.

கொண்டைக்கடலையில் கார்போஹைட்ரெட் கொஞ்சம் ஜாஸ்தி. அறுபத்தி நாலு சதவீதம். சோற்றுப்பண்டாரங்களுக்கு மாற்று

உணவாக இதனைக் கொடுக்கலாம். காரணம், அரிசியில் இல்லாத இருபத்தி மூன்று சதவீத ப்ரோட்டீன் இதில் இருப்பதுதான். தவிரவும் நார்ச்சத்து, பாஸ்பரஸ், கால்சியம், மக்னீசியம், இரும்பு போன்ற மினரல் சத்துக்களும் கொண்டைக்கடலையில் உண்டு.

மனிதன், தான் உண்ணும் உணவுகளைப் பற்றி ஆராயத் தொடங்கிய காலத்தில் கொண்டைக்கடலையைப் பார்த்து மிகவும் வியந்து போயிருக்கிறான். ஒரு சின்ன உருண்டை. அதன் தலையில் ஒரு குடுமி. உள்ளுக்குள்தான் எத்தனை சக்தி! தொடர்ந்த ஆராய்ச்சிகளில், இரண்டு விதமான கொண்டைக்கடலைகளை உற்பத்தி செய்ய முடியும் என்று கண்டுபிடித்தார்கள்.

வழக்கமான கருப்பு நிற, சிறு கடலை ஒன்று. வெளேரென்று செம குண்டாக இன்னொரு ரகம். இரண்டிலும் சத்து ஒன்றுதான். ஆனால் கால நிலைக்கேற்ப, மண்ணின் தன்மைக்கேற்ப இந்த இரு ரகங்களும் விளையும். வெளேர்க் கடலைக்கு காபூலி என்று பெயர். ஆப்கனிஸ்தான் இதன் அன்னை பூமி என்பதனால். மலைப் பகுதிகளில் பாத்தி கட்டி, வேலி போட்டு விதைத்துவிடுவார்கள். நாற்பதிலிருந்து ஐம்பது செண்டிமீட்டர் உயரம் வரை இந்தச் செடி முளைக்கும்.

ஆப்கனிஸ்தான் தவிர, தெற்கு ஐரோப்பாவில் பல இடங்கள், சிலி, வடக்கு ஆப்பிரிக்காவிலும் இந்த வெளேர் குண்டு கடலை உண்டு. சிலுவைப் போர் காலத்தில் வீரர்களுக்கு இந்த குண்டு வெள்ளை கொண்டைக்கடலையை வறுத்து பாக்கெட் பாக்கெட்டாகக் கொடுத்தனுப்பியிருக்கிறார்கள், ரோமானியர்கள். சிரியாவின் தெற்குப் பகுதியில் நடந்த ஒரு யுத்தத்தில் மரண அடி பட்டு ஒரு புதருக்குள் விழுந்த ஒரு ரோமானிய வீரன், பதினெட்டு நாள் வெறுமனே கொஞ்சம் கொஞ்சம் கொண்டைக் கடலையைச் சாப்பிட்டே உயிர் பிழைத்து எழுந்து வந்திருக்கிறான்.

இவ்வளவு சொல்லிவிட்டு சன்னா மசாலாவைப் பற்றி நாலு வார்த்தை எழுதாவிட்டால் கொண்டைக்கடலை மன்னிக்காது.

இன்றைக்கு உலகம் முழுக்க இது பிரபலமான ஓர் உணவு. ருசிக்கு ருசி, போஷாக்குக்குப் போஷாக்கு. பிரெட் சன்னா, சமோசா சென்னா, கட்லெட் சன்னா என்று கண்ட கசுமாலங்களும் சன்னா இல்லாமல் சனங்களுக்கு உள்ளே இறங்குவதில்லை.

கொண்டைக் கடலையைக் கொண்டு இப்படியொரு அதி அற்புத ருசி கொண்ட உணவைக் கண்டுபிடித்த பெருமை இந்தியர்களுக்குத்தான். இல்லை, பாகிஸ்தானியர்களுக்கே என்று அவர்கள் கொடி பிடித்தால் ஆமாம் என்று கேட்டுக்கொண்டாக வேண்டியிருக்கும்.

ஏனென்றால் சன்னா மசாலாவின் பிறப்பிடம் அன்றைய இந்திய, இன்றைய பாகிஸ்தானிய சிந்து மாகாணம்.

கி.பி. ஒன்பதாம் நூற்றாண்டில் (அதெல்லாம் இல்லை ஏழாம் நூற்றாண்டு, இல்லை எட்டாம் நூற்றாண்டு என்று சில பண்டித சிரோன்மணிகள் சண்டைக்கு வருவார்கள். கண்டுகொள்ளாதீர்கள்!) இங்கே ஆண்டாள் ஓங்கி உலகளந்த உத்தமன் பேர்பாடி, மார்கழி முப்பது நாளுக்கும் பொங்கல் சாப்பிட லைசென்ஸ் கொடுத்துக்கொண்டிருந்த சமயம், சிந்து மாகாணத்தில் சன்னா மசாலா முதல் முதலில் கண்டுபிடிக்கப்பட்டிருக்கிறது.

ஒரு நெடுஞ்சாலையோர, பயணியர் சத்திரத்தின் சமையல்காரர் குழம்புக்குக் காய்கறி இல்லாமல், நிறைய கொண்டைக் கடலையைப் போட்டுக் கொதிக்க வைத்திருக்கிறார். கிளறிக் கிளறி அது பேஸ்ட் மாதிரி ஆகிற அளவுக்கு வேகவிட்டு, பிறகு பலான பலான மசாலா ஐட்டங்களைச் சேர்த்து என்னவோ புதிதாக முயற்சி செய்திருக்கிறார்.

தற்செயலாக அதன் ருசி அபாரமாக இருந்துவிட, என்ன பெயர் வைப்பதென்று தெரியாமல் சன்னா வித் மசலா ஐட்டம்ஸ் என்பதால் அதையே பெயராக இட்டுவிட்டார். நெடுங்காலம் இந்த உணவு பஞ்சாப், சிந்து, ராஜஸ்தான் மற்றும் குஜராத்தில் மட்டுமே புழக்கத்தில் இருந்திருக்கிறது. ஆங்கிலேயர்களின் வருகைக்குப் பிறகுதான் - அவர்கள் வழியே இந்தியாவின் அனைத்துப் பகுதிகளுக்கும் சன்னா மசாலா திக்விஜயம் செய்ய ஆரம்பித்தது.

பிறகு அதே ஆங்கிலேயர்கள் மூலமாகவே இங்கிலாந்துக்கும் ஐரோப்பாவுக்கும் அமெரிக்காவுக்கும் சென்றது.

மத்திய ஆசியக் குடியரசுகள் என்று சொல்லப்படும் முன்னாள் சோவியத்தின் இன்னாள் உதிரி பாகங்களில் இந்த சன்னா மசாலா இன்னொரு விதமான சுவையில் அறியப்படுகிறது. அங்கே

காரத்துக்கு மிளகாய் சேர்ப்பதில்லை. மாறாக மிளகு, சீரகம் இரண்டையும் அள்ளிப்போட்டு அரைத்துவிடுவார்கள்.

இவையெல்லாம் ஒரு புறமிருக்க, அந்தப் பச்சைப்புடைவை மாமியிடம் கொண்டைக்கடலை கடைசியாகக் கேட்ட ஒரு கேள்வி இன்னும் மிச்சமிருக்கிறது. நவராத்திரிக்கு ஏன் கொண்டைக்கடலை சுண்டல்?

இந்த அத்தியாயத்திலேயே அதற்கும் பதில் இருக்கிறது. கண்டுபிடித்து வையுங்கள். சரியா என்று அடுத்த அத்தியாயத்தில் சரி பார்த்துக்கொள்ளலாம்!

9. பதினான்காம் லூயி

பட்டாணி கண்ட காதை

இருபத்தி மூன்று வருஷம் தவமிருந்து பெற்ற பிள்ளை பிரான்ஸ் ஆளும் ராஜாவாகி, ஸ்பெயினையும் டென்மார்க்கையும் போரிட்டு ஜெயித்து, முதுகில் ஆறு கெஜம் புடைவை தரித்து, தரையைப் பெருக்கிக்கொண்டே பராக் பராக்கென்று பவனி வந்து சிம்மாசனம் ஏறி ஸ்டைலாக உட்கார்ந்த வரலாறைப் பதினான்காம் லூயியின் முழுக்கதையை எங்காவது தேடிப் படித்துத் தெரிந்துகொள்ளுங்கள். இங்கே பதினான்காம் லூயி பட்டாணி சாப்பிட்ட கதையை மட்டும் பார்க்கலாம்.

பிரான்ஸை ஆண்ட மன்னர்களுள் அவர் ஒரு சூப்பர் ஸ்டார். எழுபத்திரண்டு வருஷம் கோலோச்சியதென்றால் சும்மாவா? அஞ்சு வயசில் ஸ்கூலுக்குப் போகாமல் மந்திராலோசனை மண்டபத்துக்கு வந்த காலத்திலிருந்து *(1643)*, மரணப் படுக்கையில் *(1715)* இருந்தபடிக்கு மந்திரி பிரதானிகளை விளித்து திராட்சை ரசத்தை சூடு பண்ணிச் சாப்பிட்டால் சுவை போய்விடுமா என்று சந்தேகம் கேட்ட நாள் வரைக்கும் அக்கம்பக்கத்து மகாராஜாக்களால் அவரை அசைத்துக்கொள்ள முடிந்ததில்லை.

லூயிக்கு ராஜ்ஜிய பரிபாலனத்தைப் போலவே சாப்பாட்டு விஷயத்திலும் ரசனை அதிகம். புதிது புதிதாக, விதவிதமாக என்னவாவது உற்பத்தி பண்ணிக்கொண்டே இருக்கவேண்டும் அவருக்கு. பிரான்சில் கிடைக்காத ஏதாவது ஒரு ஐட்டம் வெளி தேசம் எங்காவது கிடைக்கிறது என்றால் பொறுக்கமாட்டார். யாரங்கே என்று ஒரு சத்தமிட்டால், வீரர்களும் விற்பன்னர்களும் மறுகணம் புரவியேறிப் பறந்துவிடுவார்கள். நெதர்லாந்து,

பின்லாந்து, ஜெர்மனி, ஆஸ்திரியா, ஸ்பெயின் என்று மன்னரின் பிரத்தியேக சமையல் நிபுணர்கள் சுற்றிக்கொண்டே இருப்பார்கள். புது வித டிஷ் எங்கே கிடைத்தாலும் ருசி பார்த்து, பதம் பார்த்து, செய்முறை விளக்கம் கேட்டு எழுதிக்கொண்டு வந்து சமைத்துப் போடவே ஒரு தனிப்படை வைத்திருந்தார்.

இவ்வகையில் தம் வாழ்நாளில் நூற்று எழுபத்திரண்டு விதமான மதுவகைகளைச் சுவைத்தவர் என்கிற பெருமை பதினான்காம் லூயிக்கே உண்டு. காக்டெயில் கலாசாரம் பிரபலமானதே இந்தப் பதினான்காமவர் காலத்துக்குப் பிறகுதான்.

அப்பேர்ப்பட்ட சாப்பாட்டு ராமர், அன்றைக்கு அரசவையில் ஒரு முக்கிய ஜோலியாக, நீதிமான்களைக் கூப்பிட்டுப் பேசிக்கொண்டிருந்தார். ஏதோ சட்டம் ஒழுங்கு மீட்டிங் என்று வையுங்கள். பிரான்சின் வடக்கு எல்லையில் முள் வேலி போடலாமா, ஊடுருவல் பிரச்னைகள் நிறைய இருக்கிறதே, சின்னதாக ஒரு படையெடுக்கலாமா என்று பேசிக்கொண்டிருந்தார்கள்.

அப்போது கொடித்தோன்றும் தோரண வாயில் காப்போன் விரைந்து வந்து இடுப்பளவு குனிந்து சலாமிட்டு ஒரு சேதி சொன்னான். இத்தாலிக்குப் போயிருந்த மன்னர்பிரானின் தலைமை சமையல் ஆராய்ச்சியாளர் திரும்ப வந்திருக்கிறார். ஏதோ முக்கிய செய்தி காத்திருக்கிறது. உடனே சந்திக்க வேண்டுமென்று ஆகாத்தியம் பண்ணுகிறார்.

அப்படியா? ரொம்ப சரி. சட்டம் ஒழுங்கை நாளைக்குப் பார்த்துக்கொள்ளலாம். சமையல்காரனை வரச்சொல்லு என்று உத்தரவிட்டுவிட்டு மன்னர்பிரான் நிமிர்ந்து உட்கார்ந்தார். அவர் அந்த ஆசாமியை இத்தாலிக்கு அனுப்பியிருந்தது, விஸ்கி தயாரிக்கும் கலையைக் கற்று வருவதற்காக. பெரிய அவமானம். ஸ்காட்ச் விஸ்கி ஆறு – ஏழாம் நூற்றாண்டிலேயே கண்டுபிடிக்கப்பட்டுவிட்டது. இந்தியாவுக்குக் கிழக்கே ஏதோ தூர தேசத்தில் பார்லியை அரைத்துக் கரைத்து வடிகட்டி என்னமோ ஒரு பானம் உருவாக்கி அதை ஸ்பெயினுக்குக் கொண்டு போய், செய்து பார்த்தாகிவிட்டது. மத்தியதரைக் கடல் பகுதியில் பிரசாரத்துக்குப் போயிருந்த ஐரிஷ் மிஷினரி சாமியார்கள் இந்த சாராயம் காய்ச்சும் கலையை அங்கே யாரிடமோ கற்றுக்கொண்டு ஸ்காட்லாந்துக்குத் திரும்பி வந்து பிரபலப்படுத்திவிட்டார்கள்.

இத்தனை காலமாக பிரான்ஸ், இறக்குமதி செய்துதான் விஸ்கி குடித்துக்கொண்டிருக்கிறது. சொந்தத் தயாரிப்பு சாத்தியமே இல்லை என்பது எத்தனை பெரும் அவமானம்!

அதனால்தான் பதினான்காம் லூயி தன் ஆள் ஒருத்தனை விஸ்கி தயாரிக்கும் கலையைக் கற்றுவர இத்தாலிக்கு அனுப்பி வைத்திருந்தார். அங்கே அதற்கு அப்போது காலேஜ் வைத்துப் பாடம் சொல்லிக்கொடுத்துக்கொண்டிருந்தார்கள் போலிருக்கிறது.

‘வா, வா. விஸ்கி தயாரிக்கக் கற்றுக்கொண்டு விட்டாயா? இனி சுதேசி விஸ்கி கிடைத்துவிடுமா பிரான்ஸில்?’ மன்னர் பெருமான் ஆவலுடன் கேட்டார்.

‘மன்னரே! விஸ்கி கிடக்கட்டும். நீங்கள் பஸ்கியெடுத்தாலும் அறியமுடியாத ஓர் அற்புதச் சுவை உணவுப் பொருளைக் கண்டுபிடித்துக் கொண்டுவந்திருக்கிறேன். பார்க்கிறீர்களா?’ என்று கேட்டபடி மன்னரின் முன்னால் ஒரு பட்டுத் துணி மூட்டையைப் பிரித்தான் அந்த ஆசாமி.

குண்டு குண்டாக, பச்சைப் பசேலென்று, அவிழ்த்த மூட்டையிலிருந்து சிதறியோடியது பட்டாணி.

‘ஆ! இது என்ன? பார்க்கவே அழகாக இருக்கிறதே!’ என்று சிம்மாசனத்தை விட்டு இறங்கி வந்துவிட்டார் மகாராஜா. அன்றைக்குத் தேதி ஜனவரி 16. ஆயிரத்தி அறுநூற்று அறுபதாவது வருஷம். மாட்சிமை பொருந்திய மன்னர்பிரான் பதினான்காம் லூயிக்கு அன்றைக்கு கிரீன் பீஸ் மசாலா ப்ராப்திரஸ்து என்று எம்பெருமான் எழுதி வைத்திருந்த தினம்.

‘மன்னர் பெருமானே! இதன் பெயர் பட்டாணி. பீன்ஸ் வகையைச் சேர்ந்ததுதான். விவசாய விஞ்ஞானிகள் இந்தக் கொட்டையைப் பழ வகையில்தான் சேர்க்கிறார்கள். ஆனாலும் பொதுமக்கள் காய்கறி லிஸ்டில்தான் வைத்திருக்கிறார்கள். வேகவைத்துச் சாப்பிட்டாலும் சரி, வறுத்துச் சாப்பிட்டாலும் சரி. இதன் ருசிக்கு மற்ற எதுவும் உறை போடக்காணாது!’

‘அப்படியா சொல்கிறாய்? எந்த ஊரில் கிடைத்தது இது?’

'ரொம்ப அபூர்வம் எஜமானே! கிறிஸ்துவுக்கு மூவாயிரம் வருஷங்களுக்கு முன்னால் சிரியாவில் இது முளைத்திருக்கிறது. துருக்கி, ஜோர்டன், எகிப்திலெல்லாம் மூட்டை மூட்டையாகச் சாப்பிட்டிருக்கிறார்கள். நைல் நதி பாய்கிற வழியெங்கும் விளைகிறதாம். கிழக்குப் பக்கம் ஹரப்பாவில் இது ஏராளம் உண்டு என்றும் கேள்விப்பட்டேன். எனக்கு இது ஜெனீவாவில் கிடைத்தது. நூறு மூட்டைகள் ஏற்றி வந்துவிட்டேன்.'

'அபாரம். யாரங்கே, சமையல்காரனைக் கூப்பிடு!' என்று உத்தரவிட்டுவிட்டு, ஒரு பிடி பட்டாணியை அள்ளி ஆசையாகப் பார்த்தார் பதினான்காம் லூயி.

'வெகு நாள் வரை இதனை வெயிலில் வாட்டித்தான் மன்னா மக்கள் சாப்பிட்டிருக்கிறார்கள். வேகவைத்தால் இன்னும் ருசி என்பது கி.பி. இரண்டாம் நூற்றாண்டுக்குப் பிறகுதான் தெரிந்திருக்கிறது' என்றான் வந்தவன்.

'வேகவைத்து?'

'புளி, வெங்காயம், பூண்டு, மசாலா ஐட்டங்கள் சேர்த்துக் கொதிக்கவிட்டு சாப்பிட்டால் சூப்பராக இருக்கும் மன்னா.'

'அப்படியா?'

'ஆமாம். ஸ்காட்லாந்தில் விஸ்கிக்கு இதைத்தான் சைட் டிஷ்ஷாகப் பயன்படுத்துகிறார்களாம்.'

'அழகாக இருக்கிறது. இதென்ன கொண்டைக்கடலைக்குத் தம்பியா?'

'இல்லை மன்னா. ஒண்ணு விட்ட மச்சினி என்று வைத்துக்கொள்ளுங்கள். இதிலும் நிறைய வெரைட்டிகள் உண்டு. நம் நாட்டிலேயே மாட்சிமை பொருந்திய நான்காம் ஹென்றி அவர்கள் மன்னராக இருந்த காலத்தில் *(1572 - 1610) mange-tout* என்றொரு வகை உணவுப்பொருள் இங்கு வந்ததே (இனிப்புப் பட்டாணி என்பார்கள்.) அதைவிட இதற்கு ருசி அதிகம் மன்னா.'

'அப்படியா?'

‘ஆமாம். என்னால் உறுதியாகச் சொல்ல முடியும். இதைவிடச் சிறந்த, இதைவிட ருசி மிக்க, இதைவிட போஷாக்கு மிக்க உணவு இன்னொன்று நமது பிரான்சில் இப்போதைக்குக் கிடையாது மகாராஜா!’

‘சரி, சரக்கும் சைட் டிஷ்ஷும் ரெடியாகட்டும். சபையை நாளைக்கு ஒத்தி வைக்கிறேன்.’

பதினான்காம் லூயிக்கு அப்போது விஸ்கி தயாரிக்கும் தொழில்நுட்பம் தெரியவந்ததா இல்லையா என்பதை விஸ்கி காண்டத்தில் பார்ப்போம். இந்த இடத்தில் பட்டாணி மட்டும்.

பிரான்சுக்கு வேண்டுமானால் பட்டாணி தாமதமாக வந்திருக்கலாம். ஆனால் மிகத் தொன்மையான உணவுப்பொருள் அது. கி.மு. 3500லேயே பட்டாணி சாப்பிட்ட பயில்வான்கள் இருந்திருக்கிறார்கள் என்கிறது வரலாறு. இந்தியாவில் சிந்து வெளி நாகரிக காலத்தில் பட்டாணி உண்ணப்பட்டிருக்கிறது. முன்பே பார்த்தபடி, ஹரப்பாவில் பட்டாணி விளைச்சல் அதிகம்.

1865ம் ஆண்டு கிரெகர் மெண்டல் என்கிற (Gregor Mendel) ஆஸ்திரியப் பாதிரியார் ஒருவர் (இவர் பார்ட் டைம் ஆராய்ச்சியாளரும் போலிருக்கிறது.) பட்டாணியின் ஜெனடிக் வேர்களைத் தேடி ஓர் ஆய்வை மேற்கொண்டார். பின்னாளில் உயிரியல் விஞ்ஞானிகள் அத்தனை பேருக்கும் உதவக்கூடிய விதமான தொடக்கத்தைத் தந்த அவரது ஆராய்ச்சி முடிவுகள் அத்தனை எளிதாக நமக்குப் புரியக்கூடியதல்ல.

நாம் செய்யக்கூடியது, பாதிரியாருக்கும் பதினான்காம் லூயிக்கும் நன்றி சொல்லிவிட்டு ஒரு பொட்டலம் பட்டாணி சாப்பிடுவதே.

10. கொல்லாதே!

பச்சைமாமிசம், பச்சைக்காய்கறிகள், பழங்கள், இலைகள், கீரைகள், தேன், பீன்ஸ், சோளம், கோதுமை என்று சாப்பிடுவதற்கான அடிப்படைப் பொருள்கள் ஒவ்வொன்றாக இனம் காணப்பட்டு, ஒவ்வொன்றையும் வைத்துக்கொண்டு என்னென்ன புத்தம்புது ஐட்டங்கள் உற்பத்தி செய்யலாம் என்று மக்கள் ஆராய்ச்சி பண்ணிக்கொண்டிருந்த சமயத்தில் பூலோகத்தில் சற்றேறக் குறைய எழுபதிலிருந்து தொண்ணூறு விதமான ரெசிபிகள் மட்டுமே புழக்கத்தில் இருந்தன. எல்லாம் எளிய ரெசிபிகள். ஒன்றை இன்னொன்றுடன் கலந்து உருவாக்கப்பட்ட அடிப்படைக் கண்டுபிடிப்புகள். சிலதை வேகவைத்துச் சாப்பிடுவது. சிலதைச் சுட்டுச்சாப்பிடுவது. பெரிய வித்தியாசங்கள் கிடையாது.

ஆனால், கிறிஸ்து பிறப்பதற்கு இரண்டாயிரத்தி ஐந்நூறு வருடங்களுக்கு முன்னால் உலகில் வேறு எந்தப் பகுதி மக்களிடமும் காணப்படாத, உணவு சார்ந்த வேண்டுதல் வேண்டாமை, இந்தியத் துணைக்கண்டத்தில் வசித்து வந்த மக்களிடம் மட்டும் உருவாக ஆரம்பித்திருந்தது. வட இந்திய வர்ண அமைப்புகளோ, தென்னிந்திய சாதி அமைப்புகளோ அப்போது புழக்கத்தில் இருந்ததா, இல்லையா என்று உறுதிபடச் சொல்ல இயலாது. காரணம், சரியான ஆதாரங்கள் அதற்குக் கிடையாது.

ஆனால் ஜைன மதம் அப்போது இந்தியாவில் பரவியிருந்தது. இயேசுநாதருக்கு அறுநூறு வருடங்களுக்கு முன்னரே ஜைன மதத்தின் இருபத்தி நான்காவது தீர்த்தங்கரரான மகா வீரர் தோன்றியிருந்தார். அவருக்கு முந்தைய தீர்த்தங்கரர்கள் துணைக்கண்டம் முழுதும் பல்வேறு காலக்கட்டங்களில் வாழ்ந்து, போதித்துவிட்டுப் போயிருந்தார்கள்.

தவிரவும் கி.மு 400க்கு இருபது வருடங்கள் முன்னப்பின்ன கவுதம புத்தர் வேறு தோன்றிவிட்டார்.

முதலில் ஜைனமும் பிறகு பவுத்தமும் இந்தியாவில் தோன்றி, பரவத் தொடங்கியதும், புலால் உண்பது தவறு அல்லது பாவம் என்னும் கருத்தாக்கம் மிக ஆழமாக ஒரு பகுதி மக்களிடையே தோன்ற ஆரம்பித்தது. கொல்லாமை என்பதை ஜைனம் மிக முக்கியமான ஐந்து அடிப்படை ஒழுக்கங்களுள் முதலாவதாக வைத்தது. [பொய்யாமை, திருடாமை, பிரம்மச்சரியம், பற்றற்ற தன்மை என்பவை மற்ற நான்கு.]

அந்தக் காலக்கட்டத்தில் உலகில் வேறு எந்த மதமும் சைவ உணவை வற்புறுத்தக்கூடியதாக இல்லை. எங்கும் சிறு தெய்வ வழிபாடுகள் இருந்தனவே தவிர, மதம் என்னும் கட்டமைப்பாக அதிகம் உருவாகியிருக்கவில்லை என்பதையும் பார்க்க வேண்டும். குறிப்பிட்டுச் சொல்லக்கூடிய விதத்தில், மத்தியக் கிழக்கில் யூத மதமும் ஜொராஸ்டிரனிஸமும் இருந்தன. ஜைனம் தழைத்திருந்த காலத்தில்தான் இந்தியாவுக்கு ஆரியர்கள் வருகிறார்கள். இன்றைய இரான், இராக் பகுதிகளிலிருந்து புறப்பட்டு இங்கு வந்து சேர்ந்தவர்கள் [கி.மு. 2400-2600] மாமிசபட்சிணிகளாகவே இருந்தார்கள். ஆரியர்களின் ஆதி இலக்கியமாகச் சொல்லப்படும் 'வேதம்' [பின்னர் நான்கு பாகங்களாகத் தொகுக்கப்பட்டது.] அன்றைய யாகங்களில் மாமிசம் ஆகுதியாக இடப்பட்டிருப்பதைப் பல இடங்களில் சுட்டிக்காட்டுகிறது. இறைவனுக்குப் படைத்து விட்டு அதையேதான் அவர்கள் உண்ணவும் செய்திருக்கிறார்கள்.

ஹிந்து மதம் என்னும் கட்டமைப்பு, வேதத்தைத் தனது முதுகெலும்பாக அமைத்துக்கொண்டு உருவாகத் தொடங்குவதற்கு முன்னர் இந்திய மண்ணில் அறுபத்து மூன்று விதமான தத்துவங்கள் மதமாக உருக்கொள்ளாமல் ஆங்காங்கே சிறு சிறு இனக்குழுக்களால் பின்பற்றப்பட்டு வந்திருக்கின்றன. இந்த அறுபத்தி மூன்று தத்துவங்களுக்கும் கடவுள் என்கிற கருத்தாக்கம் மிக முக்கியமானதாக இருந்திருக்கிறது. இந்த அறுபத்தி மூன்று தத்துவங்களைப் பின்பற்றியவர்களும் ஆன்மா என்பது என்னவென்று கவலைப்பட்டு, உட்கார்ந்து யோசித்திருக்கிறார்கள். மகாலி கோசலர், புராணி காஸ்யபர், அஜித கேசகம்பளர், கச்சாயனர், பேலபுத்திரர் - இவர்களெல்லாம் ஹிந்து மதம் என்ற

ஓரமைப்பு உருவாவதற்கு முந்தைய காலத்து ரிஷிகள் என்று சொல்லப்படுகிறவர்கள்.

இவர்களில் யாரும்கூட சைவ உணவு குறித்த பிரசாரத்தில் ஈடுபட்டதாகத் தெரியவில்லை.

இந்திய மண்ணில் மரக்கறி உணவு மட்டுமே சாப்பிடுவது என்னும் வழக்கம் முதல் முதலில் உருவாவதற்கு ஜைன மதம்தான் மூல காரணமாக இருந்திருக்கிறது. பின்னாளில் வட இந்தியாவில் வர்ண அமைப்புகள் [நான்கு வர்ணங்கள் என்று பகவத் கீதை சுட்டிக்காட்டுகிறது.] ஹிந்து மதத்துக்குள் நுழையும்போது, தென் இந்தியாவில் சாதிகள் ஏராளமாக முளைக்கத் தொடங்குகின்றன. மக்களுக்கு இடையே உருவாக்கப்பட்ட இந்த முகமற்ற பிரிவினைக் கோடுகள், ஒரு சாராரை உயர்ந்த சாதியினர் என்றும் [வட இந்தியாவில் உயர் வர்ணத்தோர்] இன்னொரு சாராரைத் தாழ்ந்த சாதியினர் என்றும் [வடக்கே கீழ் வர்ணத்தோர்] பிரித்து வைத்தன. வடக்கிலும் சாதிகள் முளைத்தன. ஆனால் அந்தளவுக்குத் தெற்கே வர்ண பேதம் எடுபடவில்லை.

விஷயம் என்னவென்றால், ஹிந்து மதத்துக்குள் இருந்த சில உயர் சாதி, உயர் வர்ணத்தவர்கள், குறிப்பாக பிராமணர்கள், தமது மத ஒழுக்கங்களின் ஒரு பகுதியாக, ஜைனம் வற்புறுத்திய புலால் உண்ணாமை என்பதை ஏற்றுக்கொண்டார்கள். இதற்குச் சாதகமாக ஆதி ஜைன மதத்துக்கும் ஆதி ஹிந்து மதத்துக்கும் இடையில் இருந்த சில ஒற்றுமைகளையும் அவர்கள் சுட்டிக்காட்டினார்கள். வேதங்களில் மூத்ததெனச் சொல்லப்படும் ரிக் வேதத்தில் வருகிற ரிஷப தேவரே ஜைன மதத்தின் முதல் தீர்த்தங்கரராக அறியப்படுகிறார் என்பது ஓர் எளிய எடுத்துக்காட்டு.

ஜைன மதத்தில் இல்லறத்தாருக்கு ஏழு முக்கியக் கடமைகள் வகுக்கப்பட்டிருக்கின்றன. கொல்லாமை, பொய்யாமை, ஆசையின்மை, மிகுபொருள் சேர்க்காமை, கள்ளாமை, கள்ளும் மாமிசமும் உண்ணாதிருத்தல், இரவு உணவைத் தவிர்த்தல் ஆகியவை அவை. தவிரவும் மோட்சத்துக்கு வழி காட்டும் ஆசாரியரையும் அறிவு விருத்திக்குச் சொல்லித்தரும் ஆசிரியர்களையும் வணங்குவது என்பதை தீர்த்தங்கரர்களை [அருகர் என்பார்கள்.] வணங்குவது, பிறவா நிலை அடைந்த ஆன்ம

புருஷர்களை [சித்தர்கள்] வணங்குவதற்கு அடுத்த நிலையில் ஜைன மதம் வைத்திருப்பதும் ஹிந்துக்கள் பின்பற்றத் தொடங்கிய நெறிமுறைகளுக்கு நெருக்கமாகவே இருந்தன.

கிட்டத்தட்ட சம காலத்தில் தழைத்த மதங்கள் என்றபடியால் இரண்டு மதங்களின் பல விஷயங்களும் தேவைக்கேற்ப ஒன்றுடன் ஒன்று கலந்துகொள்ளப்பட்டன. பின்னாளில் பவுத்தம் தழைக்கத் தொடங்கியதும் மரக்கறி உணவின் மகத்துவம் இன்னும் பெரிதாகிப் போனது.

ஒரே பிரச்னை, ஜைன மதமும் சரி, பவுத்த மதமும் சரி. கடவுள் என்னும் கருத்தாக்கத்தை ஒப்புக்கொள்ளாதபடியால் இந்திய மண்ணில் வசித்துவந்தவர்களுக்கு அந்த மதங்கள் சரிப்பட்டு வரவில்லை. அவை பரவலாகாமல் போனதற்கு அதுதான் முதன்மையான காரணம். ஏராளமான கடவுள்களுக்கு இடம் கொடுத்தபடியாலேயே ஹிந்து மதம் வலுவானதொன்றாக ஆகிப்போனது.

வேறு எந்த தேசத்திலும் சாப்பாட்டை மதம் தீர்மானிக்காதபடியால், இந்தப் பின்னணி விவரங்களுடன்தான் நாம் இந்திய உணவுக்குள் நுழைந்தாக வேண்டியிருக்கிறது. தவிரவும், இந்தியா ஒரு வந்தேறிகளின் தேசம். உலகில் தோன்றிய முதல் குரங்கு இந்தியக் குரங்கு என்று நாம் சொல்லிக்கொண்டாலும், மண்ணின் மைந்தர்களைக் காட்டிலும் வெளியிலிருந்து வந்து செட்டில் ஆனவர்கள்தாம் இங்கே அதிகம். பீச்சாங்கைப் பக்கத்திலிருந்து ஆரியர்கள் என்றால் சோத்தாங்கைப் பக்கத்திலிருந்து மங்கோலியர்கள், சீனர்கள், வேறு வேறு இனக்குழுவினர். பின்னாளில் துருக்கியர்கள், ஆப்கானியர்கள், போர்த்துகீசியர்கள், டச்சுக்காரர்கள், பிரெஞ்சுக்காரர்கள், பிரிட்டிஷ்காரர்கள் என்று ஒரு அட்டண்டன்ஸ் ரிஜிஸ்டர் முழுக்க எழுதிக்கொண்டே போகலாம்.

இப்படி வெளியிலிருந்து வந்தவர்கள் மூலம் பல்வேறு நிலப்பரப்புகளைச் சேர்ந்த பல்வேறு உணவு வகைகள் இந்தியாவுக்குள் பல்வேறு காலக்கட்டங்களில் வந்து சேர்ந்து இரண்டறக் கலந்திருக்கின்றன.

இன்னொரு விசேஷமும் உண்டு. இந்தியாவுக்குள்ளேயே ஊருக்கொரு காலநிலை, வீதிக்கொரு மண் வகை. ஒவ்வொரு

பிராந்தியத்திலும் ஒவ்வொரு விதமான பயிர்கள். இந்த அம்சமும் இந்திய உணவுக்குப் புதிய பரிமாணம் அளித்த ஒன்று. கிடைக்கிற பொருளைக் கொண்டு சமைக்கப்படும் உணவு என்பதுடன் இங்கே மட்டும்தான் மத ஆசார முறைகளைச் சாப்பாட்டில் கலப்பது என்னும் வழக்கமும் உற்பத்தி ஆனபடியால் ஒவ்வோர் இடத்திலும் ஒவ்வொரு விதமான ருசியை உணவில் சேர்க்க முடிந்தது.

கிறிஸ்துவுக்கு அதிசுமார் ஏழாயிரம் வருஷங்களுக்கு முன்னால் உலகிலேயே முதல் முதலாகத் தென்னிந்தியாவில்தான் *[ஆந்திரமா, தமிழகமா, கேரளமா, கர்நாடகமா என்று கேட்காதீர். தெரியாது.]* இரண்டு முக்கியமான உணவுப் பொருள்கள் விளைந்திருக்கின்றன. எள்ளும் கத்திரிக்காயும். பின்னால், இவை முறைப்படி பயிரிடப்பட்டு, அறுவடை செய்யப்பட்டதும் இங்கேதான். சிந்துவெளி நாகரிக மக்கள் மஞ்சள், ஏலக்காய், மிளகு, ஜாதிக்காய், லவங்கம் என்று கண்ட கண்ட வாசனாதி வஸ்துக்களைப் பயிரிட்டு கமகமவென்று வாழத் தொடங்கவும்தான் பல பேருக்கு இந்தியக் கனவு பீறிட்டு குதிரை ஏறிப் புறப்படும் உத்வேகத்தையே அளித்திருக்கிறது.

அதற்கு முன்னால் இங்கும் முக்கிய உணவு என்று பார்த்தால் பழங்கள், மாமிசம், பால், கறிகாய்கள், தேன் ஆகியவைதான். ஆரியர்களுக்கு சோம பானமென்றால் திராவிடர்களுக்கு சுரா பானம். வெறும் கத்திரிக்காயை நெருப்பில் இட்டு வாட்டி எடுத்து வைத்து வாரக்கணக்கில் சாப்பிடும் வழக்கமெல்லாம் இருந்திருக்கிறது. மாமிசம் சாப்பிடுவோரிலேயே பசுவைக் கொல்லக்கூடாது, பன்றிக்கறி ஆகாது, கோழி அடித்தாலும் வாத்தை அடிக்காதே *[அது அன்ன ஜாதி!]*, எருமையைச் சாப்பிடாதே, வேண்டுமானால் எருதுக்கறி முயற்சி செய்து பார் என்று ஏகப்பட்ட தேர்ந்தெடுப்புகள் - நிராகரிப்புகள் ஆதியிலேயே இருந்திருக்கின்றன.

ஆதி இந்தியா வளமான மண் தான். பெரும்பாலும் காடுகளாகவும் கொஞ்சம் போல் நிலப்பரப்புமாகத்தான் இருந்திருக்கிறது. ஏராளமான ஆறுகள், நிறைய மழை, வசதி, சொகுசுக்கு ஒன்றும் குறைச்சலில்லைதான். ஆனாலும் பயிர்த்தொழிலில் புதிய முயற்சிகள் பெரிய அளவில் செய்து பார்க்கப்பட்டதாகத் தெரியவில்லை.

மேற்கத்திய மக்கள் தக்காளி, கேரட், பீட்ரூட், வெங்காயம், உருளைக்கிழங்கு, முட்டைக் கோஸ், காலி ஃப்ளவர் என்று ரவுண்டு கட்டி அடித்துக்கொண்டிருந்த காலத்தில்கூட நம்மவர்கள் கத்திரிக்காயை விட்டு நகராமல்தான் இருந்திருக்கிறார்கள். அதிகம் போனால் வாழைக்காய். அங்கே இங்கே முருங்கைக்காய். மற்றபடி விசேஷமாக அப்போது ஒன்றும் கிடையாது.

ஆனால் உலகமே மூக்கில் விரல் வைக்குமளவுக்குப் பின்னாளில் உணவின் சகல விதமான ருசிகளையும் இந்தியாதான் அறிமுகப்படுத்தியது. மெயின் ஐட்டங்கள் அங்கே தோன்றினாலும் மீனாட்சியம்மாள்கள் இங்கேதான் பிறந்தார்கள்!

11. புதுநெல்லு புது நாத்து

இந்திய உணவுகளைப் பற்றிப் பேச ஆரம்பித்தோம். அரிசியில் தொடங்குவதுதானே முறை? கொண்டைக்கடலையும் பட்டாணியும் கத்திரிக்காயும் முந்திக்கொண்டாலும் சோறில்லாமல் நமக்கு வாழ்வேது?

ஆனாலும் பாருங்கள். அரிசி இங்கேதான் தோன்றியது என்றெல்லாம் தடாலடியாகச் சொல்லிவிட முடியாது. இந்தப் பக்கம் தோன்றியது என்று வேண்டுமானால் சொல்லலாம். இந்தியாவோ, சீனாவோ, ஜப்பானோ, தாய்லாந்தோ. ஆனால் கண்டிப்பாக ஆசியா. சர்வ நிச்சயமாகக் கிழக்காசியா. ஆத்தா சத்தியமாகத் தென் கிழக்காசியா. எனவே இந்தியாவாகவும் இருக்கலாம்.

ஐயாயிரம் வருடங்களுக்கு முன்னால் முதல் அரிசிப் பயிரை நட்டு, வளர்த்து, அறுவடை செய்த புண்ணியவானைப் பிரபலப்படுத்த அந்நாளில் பேப்பரோ, டிவியோ இல்லை. கல்வெட்டு வழக்கம் கூட இருந்திருக்கவில்லை.

ஆனால் அரிசி தோன்றிய விதம் குறித்து ஊருக்கு ஊர் ஒரு கதை வைத்திருக்கிறார்கள்.

தெற்கு சீனாவில் ஒரு விவசாயி, தான் உண்டு தன் நிலமுண்டு என்று நாளெல்லாம் என்னென்னவோ பயிரிட்டு வளர்த்துக் கொண்டிருக்க, ஒருநாள் அவரது கனவில் யாரோ ஒரு கடவுள் தோன்றித் தட்டியெழுப்பி கையில் ஒரு மூட்டை விதை நெல்லைக் கொடுத்தார்.

ஆண்டவா இதை நான் என்ன செய்யவேண்டும்? சுட்டு சாப்பிடட்டுமா என்று விவசாயி அப்பாவியாகக் கேட்க, ‘அடேய்

கோவிந்தசாமி! இதைக் கொண்டுபோய் விதை. நாளை முதல் உன் நிலத்தில் நல்ல மழை பெய்யும். காலக்கிரமத்தில் பாக்டம்பாஸ் உரம் ஒரு மூட்டை இதே மாதிரி கனவில் வந்து கொடுத்து விட்டுப் போகிறேன். அதையும் போடு. அறுவடை செய்து ஆனை கட்டிப் போரடித்துக் கூடியிருந்து குளிர்ந்தேலோரெம்பாவாய்' என்று சொல்லிவிட்டுப் போனார்.

அவரும் அவ்வண்ணமே மூட்டை விதை நெல்லைக் கொண்டுபோய் விதைக்க, மழையே காணாத அந்த மண்ணில் மறுநாள் முதல் கனமழை பிடித்துக்கொண்டது. அரிசிப் பயிர் செழித்து வளர்ந்தது. பக்த விவசாயி அதனை அறுவடை செய்து, உமி நீக்கி அரிசியை மூட்டை கட்டி எடுத்துச் சென்று ஊருக்கு நடுவே மொத்தமாகச் சமைத்து மக்களுக்கு அரிசியின் அறிமுகத்தைக் கொடுத்தார்.

இது ஒரு கதை. இன்னொரு கதை, அமெரிக்கக் கதை.

பதினெட்டாம் நூற்றாண்டு வரைக்கும் அமெரிக்காவுக்குள் அரிசி நுழையவில்லை. கோதுமைதான் அங்கே முக்கிய உணவு. 1726ம் வருடம் எங்கிருந்தோ, எங்கோ போய்க்கொண்டிருந்த ஒரு கப்பல், தெற்குக் கரோலினா பகுதியைக் கடக்கும் பொழுதில் சரியான பேய்ப்புயல் பிடித்துக்கொண்டது.

கப்பல் கேப்டனுக்கு என்ன செய்வதென்று தெரியவில்லை. உயிர் பிழைப்பதே பெரிய விஷயம் என்று தோன்றியது. அவர் கையில் ஒரு மூட்டை விதைநெல் இருந்தது. அவர் ஜப்பானில் அதைப் பிடித்திருந்தார். 'இது ஒரு நல்ல உணவுப்பயிர். கொண்டு போய் விதைத்துப் பார்.' என்று சொல்லிக் கொடுத்துவிட்டிருந்தார்கள்.

பிரேசிலுக்கோ, சிலிக்கோ போய்க்கொண்டிருந்த அந்தக் கப்பல் தெற்கு கரோலினாவில் ஜலசமாதி ஆகாதிருக்குமானால், என்னப்பனே, இந்த விதைநெல்லை இந்த ஊருக்கு நான் அன்பளிப்பாகக் கொடுத்துவிட்டுப் போய்விடுகிறேன் என்று கேப்டனாகப்பட்டவர் வேண்டிக்கொண்டாராம்.

அவ்வண்ணமே புயலில் சிக்கிச் சீரழியாமல் கப்பல் நல்லபடியாகக் கரோலினா துறைமுகத்தில் ஒதுங்க, சொன்ன சொல் காக்கும் உத்தம புத்திரனான அந்தக் கப்பல் கேப்டன், தன்னிடமிருந்த ஒரு மூட்டை விதை நெல்லை தெற்கு கரோலினாவிலுள்ள சார்ல்ஸ்டன்

நகரில் ஒரு விவசாயியிடம் ஒப்படைத்து, விவரம் சொல்லி, இதனை இங்கே பயிரிட்டுக்கொள்ளுங்கள், கொள்ளை வளம் செழிக்கும் என்று ஆசீர்வாதம் பண்ணிவிட்டு ஊர் போய்ச் சேர்ந்தார்.

இன்றைக்கு சார்ல்ஸ்டன், வருடத்துக்கு அதிசுமார் ஐயாயிரம் டன் அரிசி ஏற்றுமதி செய்துகொண்டிருக்கிறது என்பது இன்னொரு தகவல்.

ஆச்சா? மூன்றாவதாக இன்னொரு கதை. இது இந்தோனேஷியக் கதை.

இந்தோனேஷியாவில் பெரும்பாலான பயிர்கள் மலைப்பகுதிகளிலேயே விளைகின்றன. அரிசியும். நம்மூர் மாதிரி பாத்திகட்டி, மாடு கட்டிப் போரடிக்கும் விஷயமெல்லாம் இல்லை. நல்ல மழை. அருமையான சீதோஷணம். அரிசி அங்கே மலைப்பயிராகவே பெரும்பாலும் விளைகிறது.

இதனைத் தொடங்கிவைத்தவராக ஒரு மூதாட்டியைச் சொல்கிறது ஒரு இந்தோனேஷிய நாடோடிக்கதை. அந்த மூதாட்டியின் பேரெல்லாம் தெரியவில்லை. இயேசுநாதருக்கு ஆயிரம் வருஷங்களுக்கு முன்னால் வாழ்ந்தவர் என்கிறார்கள். அவர் மலையில் கிழங்கு தோண்டி எடுப்பதைப் பிழைப்பாகக் கொண்டிருந்தவர்.

அப்படியொருநாள் அவர் கிழங்கு அறுவடைக்குப் போயிருந்த போது ஒரு பகுதியில் உயர உயரமாகப் புற்கள் வளர்ந்திருப்பதைப் பார்த்தார். புற்களின் நுனியில் மணி மணியாக பிரவுன் கலரில் என்னவோ தொங்கிக்கொண்டிருந்தது. நிறைய பறவைகள் அங்கே பறந்துகொண்டிருந்தன. கீழே சிதறிக்கிடக்கும் தானியங்களையும் பயிரிலேயே முத்திக்கிடந்த தானியங்களையும் அவை ஆசை ஆசையாகச் சாப்பிடுவதைப் பார்த்தார்.

சரி என்னவோ புது ஐட்டம் போலிருக்கிறது என்று அவரும் போய் ஒரு பிடி நெல்லை உருவி எடுத்து மடியில் கட்டிக்கொண்டு வந்து ஒரு மரநிழலில் உட்கார்ந்தார். அதன் பெயர் நெல் என்பதோ, அதனுள்ளே அரிசி இருக்குமென்பதோ அவருக்குத் தெரியாது. அப்படியே நெல்லை ஒரு பிடி எடுத்து வாயில் போட்டு மெல்லத் தொடங்கிவிட்டார்.

வயசான பாட்டி. அவசர ஆத்திரத்துக்குக் கையில் மினரல் வாட்டர் பாட்டில் எதுவும் அவர் கொண்டுபோயிருக்கவில்லை. நீர்நிலை தேடி எழுந்து போவதென்றாலும் சிரமமே.

அவசரஅவசரமாக ஒருபிடி நெல்லை வாயில் போட்டு மென்றவரின் தொண்டைல் நெல் மணிகள் சில சிக்கிக்கொண்டன. பாட்டியின் விதி நெல் முனையில் இருந்திருக்கிறது போலிருக்கிறது, பாவம்.

பாட்டி இறந்துவிட்டார்.

கிழங்கு பொறுக்கி வருகிறேன் என்று போன கிழவியைக் காணவில்லையே என்று இஷ்டமித்திர பந்துக்கள் தேடிக்கொண்டு போயிருக்கிறார்கள். நாலைந்து நாள் கழித்து பாட்டி இறந்து கிடந்த இடத்தைக் கண்டுபிடித்தார்கள். அடக்கஷ்டமே, இந்தக் கிழம் என்னத்தைத் தின்று இப்படிப் பிராணனை விட்டதோ என்று கவலைப்பட்டபடி சுற்றுமுற்றும் பார்த்தார்கள்.

பாட்டியின் உடலருகே சிதறிக்கிடந்த நெல் மணிகளும், தொலைவில் செழித்து வளர்ந்திருந்த வயலும் அவர்கள் கண்ணில் தென்பட்டன. ஆஹா, இந்த விஷப்பயிரா நமது கிழவியைக் கொன்றது? இனி பொறுப்பதில்லை தம்பீ, எரிதழல் கொண்டுவா என்று ஆவேசமாக, வயலுக்கு நெருப்பு வைத்துவிட்டார்கள்.

என்ன ஆச்சர்யம்? நிலம் எரியவில்லை! மாறாக, நாலு நாள் முன்னால் செத்துப் போன பாட்டி, அதற்குள் அசரீரியாகி அவர்கள் காதுகளில் ஒலித்தாள்.

என்னருமைக் குழந்தைகளே, இந்தப் பயிரை எரிக்காதீர்கள். இது அமிர்தம். நாந்தான் சாப்பிடத் தெரியாமல் சாப்பிட்டு உயிரை விட்டேன். இந்த நெல் மணிகளை இடித்து உள்ளே இருக்கும் அரிசியை எடுத்து வேகவைத்துச் சாப்பிடுங்கள். இதுவே அமிர்தம். இதுவே பசிக்குச் சரியான உணவு. இதுவே சக்தி. இதுவே உயிர்களின் ஒப்பற்ற உணவு என்று சொல்லிவிட்டுப் போய்விட்டார்.

கொஞ்சம் நிறுத்திக்கொள்வோமா? அரிசியின் தோற்றுவாய் தெரியாத காரணத்தால் ஊருக்கு ஊர் இம்மாதிரி அரிசிக் கதைகள் ஏராளமாக இருக்கின்றன. கட்டக் கடைசியாக இருபதாம் நூற்றாண்டின் தொடக்க வருடங்களில் அரிசி பயிரிடத் தொடங்கிய

ஆஸ்திரேலியாவில் (வடக்குப் பகுதியில் மட்டும்) கூட அரிசிக் கதைகள் உண்டு என்றால் பார்த்துக்கொள்ளுங்கள்.

அரிசி புல்வகையைச் சேர்ந்ததுதான். அமெரிக்கா, ஐரோப்பா, ரஷ்யா, ஆஸ்திரேலியா நீங்கலாக அநேகமாக உலகின் அனைத்துப் பகுதிகளிலும் கிட்டத்தட்ட சம காலத்தில் இது உற்பத்தியாகியிருக்கிறது. ஆனால் ஆசியாவில் மட்டும்தான் அரிசிக்கு மிகப்பெரிய மவுசு. உலக அரிசி உற்பத்தியில் தொண்ணூறு சதவீதம் இங்கேதான். அந்தத் தொண்ணூறு சத உற்பத்தியையும் சாப்பிட்டுத் தீர்ப்பதும் இங்கேதான். பாவ்பாஜி, பானிபூரி, சீரியல் ஃபுட், நூடுல்ஸ் என்று கண்ட கசுமாலங்கள் வருவதற்கு முன்னால் இந்தியாவைப் போல மற்ற பல ஆசிய நாடுகளிலும் மூன்று வேளை விசுவாசமாகச் சோறுதான் தின்றுவந்தார்கள். இதில் ப்ரோட்டீன் அதிகம் என்று ஆதியில் ஒரு தப்பான நம்பிக்கை மக்களிடையே இருந்திருக்கிறது.

அரிசியில் ப்ரோட்டீன் இல்லாமல் இல்லை. ஆனால் அவர்கள் நினைத்த அளவுக்கு அது ஒன்றும் ப்ரோட்டீன் புதையல் அல்ல. சுலப செரிமானம், கொஞ்சம் சாப்பிட்டாலே வயிறு நிறையும் உணர்வு, நிறைய சாப்பிட்டாலும் பெரிய பிரச்னைகள் இல்லாமல் இருப்பது ஆகியவையே ஆசியர்களை அரிசிப் பிரியர்களாக்கியவை.

ஆதிகாலத்து விவசாயிகளுக்கு அரிசியில் இருந்த ஒரே பிரச்னை, அதற்கு எத்தனை தண்ணீர் வேண்டும் என்று தெரியாதிருந்ததுதான். ரொம்பக் கஷ்டப்பட்டு ஒரு கிலோ அரிசி உற்பத்திக்கு ஐயாயிரம் லிட்டர் தண்ணீர் தேவை என்று ஒரு சீன விவசாய வல்லுநர் கி.பி. 12ம் நூற்றாண்டில் கண்டுபிடித்துச் சொன்னார்.

அடக்கடவுளே, இதெல்லாம் ஊற்றி வளர்க்கிற பயிரே அல்ல, எம்பெருமான் மழையாக மாறிப் பொழிந்தால்தான் உண்டு என்று அதனால்தான் உலகெங்கும் பல தேசங்களில் அரிசியை முன்வைத்துத் திருவிழாக்களும் பண்டிகைகளும் படையல்களும் உற்சவங்களும் உற்பத்தி செய்யப்பட்டன.

நம் ஊர் பொங்கல் பண்டிகைக்குச் சமமாக உலகெங்கும் விவசாயப் பண்டிகைகள் பல உண்டு. சீனாவிலும் இந்தோனேஷியாவிலும் தாய்லந்திலும் வியட்நாமிலும் இது பொங்கலைவிட அமர்க்களமாகக் கொண்டாடப்படும்.

அரிசியை அதிகபட்சம் கலை நயத்துடன் உணவாக்கிய பெருமை இந்தியர்களுடையது. சாதம், இட்லி, பொங்கல், தோசை என்று ஆரம்பித்து நமது மெனு கார்ட் மற்ற தேசத்தவர்களுடையதைக் காட்டிலும் மிக நீண்டது. இதற்குக் காரணம் உண்டு.

மற்ற தேசங்களைக் காட்டிலும் இங்கேதான் வந்தேறியவர்கள் அதிகமென்பதால் ஏகப்பட்ட உப உணவுகள், சேர்மான உணவுகள், பக்கவாட்டு உணவுகள் இங்கே வந்துவிட்டன. அரிசிதான் பிரதான உணவு என்று முடிவான பிறகு ஒவ்வொரு வந்தேறி உணவையும் அதற்கேற்ற சைட் டிஷ்ஷாக மாற்றுகிற பணியில் இந்தியர்கள் தீவிரமாகிவிட்டார்கள்.

அட, மிளகாய்ப் பொடிக்காகத்தான் இட்லியே கண்டு பிடிக்கப்பட்டது என்று சொன்னால் நம்பவா போகிறீர்கள்?

12. இட்லியாக இருங்கள்!

கோவிந்தசாமி தனது ஐந்தாவது வயதிலிருந்து தினசரி காலை டிபனாக இட்லி சாப்பிட ஆரம்பித்தான். சராசரியாக ஒரு நாளைக்கு மூன்று இட்லிகள் என்று வைத்துக்கொள்வோம். தோசை சாப்பிட்ட நாள்கள், பட்டினி கிடந்த நாள்கள் எல்லாம் குறுக்கே வருமல்லவா? அதனால் சராசரி மூன்று. ஆக, வருடத்துக்கு ஆயிரத்துக்குக் குறையாது.

ஐந்து வயதில் இட்லி சாப்பிட ஆரம்பித்த கோவிந்தசாமி தனது எழுபத்தி ஐந்து வயதில் மரணப்படுக்கையில் படுக்கப்போகுமுன் கடைசியாகச் சாப்பிட்ட கைமா இட்லியுடன் சேர்த்து அநேகமாகத் தன் வாழ்நாளில் சுமார் எண்பதாயிரம் முதல் ஒரு லட்சம் இட்லிகள் சாப்பிட்டிருப்பான் என்று வைத்துக்கொள்ளலாமா?

என்னையும் சேர்த்து ஆறு கோடி கோவிந்தசாமிகள் உள்ள தமிழ்கூறும் நல்லுலகில் இவ்வகையில் இதுநாள் வரை எத்தனை இட்லிகள் சாப்பிடப்பட்டிருக்கும்? நமக்கு முந்தைய தலைமுறையினர் சாப்பிட்ட இட்லிகள்? அதற்கு முன்னால்? அதற்கும் முன்னால்? நமக்கடுத்த தலைமுறை? அதற்கடுத்து?

தமிழர்களின் தனிப்பெரும் அடையாளம் என்று ரூம் போட்டு உட்கார்ந்து யோசித்து நிறைய எழுதலாம். ஆனால் யோசிக்காமல் சொல்லக்கூடியது இட்லி. இட்லி இல்லாத ஒரு புலர்காலைப் பொழுதை நம்மால் சிந்திக்க முடியுமா? பூரியும் பரோட்டாவும் உப்புமாவும் மற்றவையும் சப்ஸ்டிட்யூட்டாக வரலாமே தவிர, காலைப் பலகாரம் என்றால் இட்லியே அல்லவா?

இதில் வியப்புக்குரிய விஷயம் ஒன்று உள்ளது. பத்தாம் நூற்றாண்டுக்கு முன்னர் தமிழர்கள் காலையில் என்ன

சாப்பிட்டிருப்பார்கள்? எது இட்லியின் இடத்தை நிரப்பியிருக்கும்? கூழ் இருந்தது. கஞ்சி இருந்தது. பழைய சோறு இருக்கவே இருக்கிறது. வேறு பல டிபன் ஐட்டங்களும் உண்டென்றாலும் டீஃபால்டாகக் காலை சமைக்கிற டிபன் என்று அதற்கு முன்னால் இன்னொன்று இருந்திருக்க வாய்ப்பில்லை என்றே தோன்றுகிறது.

ஆம். இட்லி காலத்தால் மிகவும் பிந்தையது. அதனுடைய சூப்பர் ஸ்டார் அந்தஸ்து அதன் சுவையற்ற சுவையினாலும் வயிற்றைக் கெடுக்காது என்னும் சமர்த்து குணத்தாலும் அரிசி – உளுந்து காம்பினேஷனில் கிடைக்கக்கூடிய சத்துகளினாலும் உண்டானது.

யார் கண்டுபிடித்தார்கள் என்று சரியாகச் சொல்ல முடியாது. ஆனால் நம் நாட்டில் இட்லி புழக்கத்துக்கு வரத் தொடங்கிய அதே காலத்தில் (கி.பி. பத்தாம் நூற்றாண்டு) இந்தோனேஷியாவில் கெட்லி என்று ஒரு உணவு இருந்திருக்கிறது என்று தெரிகிறது. தோல் உரிக்காத உளுத்தம்பருப்பை மோரில் ஊறவைத்து எடுத்து அரைத்து, வடை மாதிரி தட்டி, ஆவியில் வேகவைத்து எடுத்துச் சாப்பிடுவார்கள்.

இந்தியாவிலும் கூட ஆதியில் அரிசி, உளுந்து காம்பினேஷன் இட்லி இருந்திருப்பதாகத் தெரியவில்லை. வெறும் உளுத்தம்பருப்பை அரைத்துத் தான் இட்லி செய்திருக்கிறார்கள். பிறகு ஏதோ ஒரு கட்டத்தில் அரிசியைச் சேர்த்து அரைத்துப் பார்த்ததில் கிடைத்த வெண்மையும் மென்மையும் ருசியும் பிடித்துப் போய்விட, இன்றைய இட்லி தற்செயலாகவே பிறந்திருக்கிறது.

எத்தனை முக்கியமான உணவு! இட்லி இல்லாத வாழ்க்கையுண்டா நமக்கு? ஆனால், நமது இலக்கியங்களில் எந்த இடத்திலும் யாரும் இட்லியைப் பற்றி மூச்சுக்கூட விடவில்லை என்பது ஓர் ஆச்சர்யம். பால்சோறு மூட நெய்பெய்து முழங்கை வழிவாரச் சொன்ன ஆண்டாள் காலத்திலேயே இட்லி கிடையாது என்னும்போது சங்க இலக்கியம், தங்க இலக்கியமென்றெல்லாம் தேடிப்போவது வெறும் நேர விரயம்.

ஆனால் உளுந்தை மையமாக வைத்துத் தயாரிக்கப்படும் பல்வேறு உணவு வகைகள் - வடை உள்பட - பல இலக்கியங்களில் குறிப்பிடப்பட்டிருக்கின்றன. ஒரு காலத்தில் உளுத்தம்பருப்பை அப்படிக் கொண்டாடியிருக்கிறார்கள்.

வெறுமுளுந்திற் செய்வடைக்கு மேன்மேலும் -வாதம்
உறும்பித்தம் சற்றே யொடுங்கும்-நறுந்தீ
பனம்போம் புசிப்பியு பருகநன்றாம் வாலி
யனம்போ னடையாயறி - என்கிறது அகத்தியர் குணபாடம்.

படிக்கக் கொஞ்சம் கடாமுடாவென்று நாயர் கடை மசால்வடை போலிருந்தாலும் வார்த்தைகளைப் பிரித்துப் பிரித்துப் படித்தால் சுலபமாகப் புரிந்துவிடும் பாடல்தான். வாதம், பித்தமெல்லாம் உளுந்து சாப்பிட்டால் போய்விடும் என்கிறார் முனிவர். வேறொன்றுமில்லை.

இது போதாமல்,

செய்ய உருந்திற்குச் சிலேத்மவனி லற்பிறக்கும்
வெய்யபித்தம் போமந்தம் வீறுங்காண் -மெய்யதனில்
என்புருக்கி தீரும் இடுப்புக் கடுபலமாம்
முன்பு விருத்தியுண்டாய் முன் - என்று இன்னொரு பாட்டில்வேறு உளுந்து புராணம் இருக்கிறது. காசநோய்க்கே உளுந்து கைகண்ட மருந்து என்று சிபாரிசு செய்கிறார் அகத்தியர்.

எப்படி ஆனாலும் இட்லிக்கு முன்னால் வடை பிறந்துவிட்டது! இட்லி பிறந்த கதைதான் தொங்கலில் இருக்கிறது.

கி.பி. 920ல் எழுதப்பட்ட ‘வட்டாராதனே’ என்னும் கன்னட நூல் ஒன்றில் குருகுலம் சென்று படித்துவிட்டு வீடு திரும்பும் பிரம்மச்சாரிகளுக்குப் படைக்கப்படும் பதினெட்டு விதமான உணவுப் பொருள்களுள் (பதினெட்டு என்னவென்று கேட்காதீர்கள். எனக்குத் தெரியாது.) இட்லியும் ஒன்று என்று குறிப்பிடப்பட்டிருப்பதாகச் சொல்லப்படுகிறது.

ஆனால் வட்டாராதனே குறிப்பிடும் இட்லியின் தயாரிப்பு முறையே வேறு. உளுத்தம்பருப்பைச் சற்றே புளித்த தயிரில் ஊறவைத்து, நன்றாக அரைத்துக்கொள்ள வேண்டும். பிறகு அதில் சீரகம், பெருங்காயம், கொத்தமல்லி ஆகியவற்றைச் சேர்த்து இடித்துப் போட்டு நன்றாகக் கலக்க வேண்டும். இந்தக் கலவையை வடை மாதிரி தட்டி எடுத்துக்கொண்டு நெய்யில் போட்டுப் பொறித்துவிட வேண்டும்!

அடக்கடவுளே! நெய்யில் பொறிக்கிற ஐட்டம் எப்படி இட்லியாகும் என்றால், இந்தப் புத்தகத்தை எழுதிய சிவகோத்யாசாரியாவிடம்தான் கேட்க வேண்டும். பத்தாம் நூற்றாண்டு ஜீவாத்மாவை இப்போது எங்கே போய்ப் பிடிப்பது?

ஆனால் இதே உள்ளடக்கத்தில் சிற்சில மாறுதல்களுடன் - ஆனால் நெய்யில் பொறிக்காமல், நெய் சேர்த்து வேகவைக்கும் இன்னொரு விதமான இட்லி இன்றைக்கும் புழக்கத்தில் இருப்பதை இங்கே நினைவுகூரலாம். அதன்பெயர் காஞ்சீபுரம் இட்லி.

காஞ்சீபுரம் வரதராஜர் பெருமாள் கோயிலில் பிரசாதமாகக் கிடைக்கும் இந்த இட்லி சற்று விசேஷமானது. சீரகம், மிளகு, பெருங்காய ஐட்டங்கள் சேர்ந்தது. ஏராளமான நெய் சேர்மானமும் உண்டு. பருப்பின் அளவு அதிகமாகவும் அரிசியின் அளவு சற்றே குறைந்தும் இருக்கும். ஆனால் பொறிக்கிற வழக்கமில்லை. நீராவித் தயாரிப்புதான்.

விஷயமென்னவென்றால், பதினோராம் நூற்றாண்டில் (கி.பி. 1053) கட்டப்படத் தொடங்கி, முதலாம் குலோத்துங்க சோழன் காலத்தில் (இன்னொரு இருபத்தி ஐந்து வருஷங்கள் கழித்து) மிகத் தீவிரமாகப் பணிகள் நடந்து பிரம்மாண்டமாகக் கட்டி முடிக்கப்பட்ட இந்த வரதராஜ பெருமாள் கோயிலில், இட்லி ஒரு முக்கியப் பிரசாதமாக ஆனது எப்போதிலிருந்து என்று சரியாகத் தெரியவில்லை.

அதே சமயம் கி.பி. 15ம் நூற்றாண்டிலிருந்து திருப்பதி வெங்கடாசலபதிக்கு இட்லியும் தோசையும் (வித்தவுட் சட்னி, சாம்பார்) அமுது செய்விக்கப்பட்டிருப்பதாக அந்தக் கோயிலின் வரலாறு சொல்கிறது.

முன்பே சொன்னது போல, இந்தியாவைப் பொருத்தவரை சமயங்களும் சம்பிரதாயங்களும் நமது உணவு முறையினை மிகவும் தீர்மானித்திருக்கின்றன. திருப்பதி வெங்கடாசலபதியும் காஞ்சீபுரம் வரதராஜரும் சிபாரிசு செய்தபடியால்தான் இட்லி நமது அன்றாட உணவானது என்று யாராவது சமயஸ்தர்கள் சொன்னால் இல்லை என்று சுத்தமாக மறுத்துவிட முடியாது!

அதனுடனே, நீராவியில் வேகவைக்கும் கலை இந்தியர்களுக்கு வெகு காலம் வரை தெரியாமலிருந்ததும் இட்லி தயாரிப்பை

இங்கே தாமதப்படுத்தியது என்பதையும் மறுக்க முடியாது. இந்தியாவில் பயணம் மேற்கொண்டு ஆய்வு செய்ய வந்து போன சீனப்பயணி யுவான் சுவாங் தனது குறிப்பேட்டில் 'இந்தியாவில் எதையும் நீராவியில் வேகவைக்க ஒரு பாத்திரம் கிடையாது' என்று சொல்கிறார்.

யுவான் சுவாங் வந்து போனது கி.பி. ஏழாம் நூற்றாண்டு. ஆக, அதற்கு முன்பே சீனாவில் மக்கள் அவித்து உண்ணத் தொடங்கிவிட்டார்கள் என்று கொள்ளவேண்டியிருக்கிறது. இட்டு அவிக்கும் (அல்லது அளிக்கும்) பொருளான இட்டவி இங்கே இட்டலியாகி, இட்லியாகி வரதராஜ பெருமாளுக்காக நெய்யும் மிளகும் சேர்த்துத் தயாராகிற காலம் வரை அவிக்கும் முறை இங்கே கண்டுபிடிக்கப்பட, அல்லது கடைப்பிடிக்கப்படவில்லை என்பது ஆச்சர்யம்.

கிடைக்கிற ஆதாரங்களின் அடிப்படையில் இட்லியின் தோற்றுவாயைச் சுருக்கமாகச் சொல்லவேண்டுமென்றால் இப்படிச் சொல்லலாம்:

இந்தோனேஷிய வர்த்தகர்கள் அல்லது மன்னர்கள் மூலம் அது தென்னிந்தியாவுக்கு அறிமுகப்படுத்தப்பட்டிருக்கிறது. (அந்நாளில் இந்தோனேஷியர்கள் இந்தப்பக்கம் நிறையப் பெண் எடுத்து மணம் புரிந்திருக்கிறார்கள்.) அறிமுகப்படுத்தப்பட்ட காலத்தில் இட்லியில் அரிசி கிடையாது. வெறும் உளுந்துதான்.

அதைக்கூட அவர்கள் அவித்துச் சாப்பிடவில்லை. பொரித்துத் தான் சாப்பிட்டிருக்கிறார்கள். பிறகு எதிலும் அரிசி என்னும் புரட்சி மனப்பான்மையின் விளைவாக உளுந்துடன் அரிசியைச் சேர்த்து அரைத்துப் பார்த்திருக்கிறார்கள். பத்தாம் நூற்றாண்டுக்குப் பிறகு இட்லிப் பானை கண்டுபிடிக்கப்பட்டிருக்கக்கூடும். நீராவியில் வேகவைக்கும் தொழில்நுட்பம் பிடிபட்ட பிறகு நெய்யில் பொரித்துச் சாப்பிட்டு கொலஸ்டிரால் வந்து அவஸ்தைப் படுவதிலிருந்து தப்பித்தார்கள். வரதராஜரும் வெங்கடாசலபதியும் இட்லியின் பிராண்ட் அம்பாசிடர்களான பிறபாடு அது தென்னிந்தியாவின் தேசிய உணவானது.

கன்னடர்களுக்கு எதையும் எண்ணெயில் பொறித்தால்தான் திருப்தி. ஆந்திரர்களுக்குக் காரமிருந்தால்தான் திருப்தி. கேரளர்களுக்கு எதிலும் கொஞ்சம் இனிப்பு வேண்டும்.

எனவே மிச்சமிருந்த தமிழன் இட்லியைத் தன் அடையாளமாக்கிக் கொண்டான்!

13. ஸ்ஸ்ஸ்ஸ்ஸ்ஸ்ஸ்ஸ்ஸ்….

இந்தியாவைக் கண்டுபிடிக்கிறேன் பேர்வழி என்று புறப்பட்டார் அந்த மகானுபாவர். மூன்று கப்பல்கள். ஏகப்பட்ட மாலுமிகள். எக்கச்சக்க போர் வீரர்கள், வழிச்செலவுக்கு ராஜபணம், பந்தா, பதவி, ஜபர்தஸ்து. கடைசியில் திசைமாறிப் போய் வரைபடத்தின் மேற்கு எல்லையில் இறங்கி, கொஞ்சம் முன்னப்பின்ன நடந்து பார்த்து, 'ஆ! இதுதான் இந்தியா!' என்று சொல்லிவிட்டார்.

அப்புறம் அது அமெரிக்கக் கண்டமென அறியப்பட்டது. கொலம்பஸை அமெரிக்காவைக் கண்டுபிடித்தவர் என்று சொல்லிவிட்டார்கள்.

அதே மாதிரிதான் மிளகுப் பயிரைக் கண்டெடுத்துக்கொண்டு ஸ்பெயினுக்குத் திரும்பியே தீருவேன் என்றொரு துணைச் சபதம் போட்டுவிட்டுப் புறப்பட்டார். கரீபியன் தீவுப் பகுதிகளில் அதற்காகவே ஒரு மாபெரும் தேடுதல் வேட்டை நிகழ்த்தி, இறுதியில் கண்ணில் நீர் வரச்செய்யும் காரமான பயிரொன்றைக் கண்டுபிடித்தார்.

ஆஹா, கிடைத்துவிட்டது மிளகு என்று குதியாட்டம் போட்டுவிட்டு எடுத்துக்கொண்டு ஊர் திரும்பினார்.

அந்தோ பரிதாபம், அது பச்சை மிளகாய்.

பதினைந்தாம் நூற்றாண்டு கோவிந்தசாமிகளில் மிகுபுகழ் பெற்றவரும், மாபெரும் கண்டுபிடிப்பாளரெனப் புகழப் படுபவருமான கிறிஸ்டோபர் கொலம்பஸ் கடைசிவரை இந்தியாவையும் கண்டுபிடிக்கவில்லை, மிளகையும்

கண்டுபிடிக்கவில்லை. அமெரிக்காவையும் பச்சை மிளகாயையும் ஐரோப்பாவுக்கு அறிமுகம் செய்துவிட்டு எம்பெருமான் திருவடிக்குப் போய்ச் சேர்ந்தார்.

கொலம்பஸுக்குத் தெரியாது. கி.மு. ஏழாயிரத்திலிருந்து இந்தியாவில் மிளகாய் உண்டு. இந்தியாவில் மட்டுமல்ல. தென் அமெரிக்கப் பகுதிகளிலும். கி.மு. 3500லிருந்தே மனிதன் மிளகாயைப் பயிரிடத் தொடங்கிவிட்டான். அந்த வகையில் ஐரோப்பியர்கள் கொஞ்சம் தத்திதான். ஜிவ்வென்று நாக்கில் தொட்டு இழுத்துக்கொள்ள ஒரு பாக்கெட் ஊறுகாய் இல்லாமல் எத்தனை சரக்கு கண்டுபிடித்து, குடம் குடமாய்க் குடித்து என்ன பயன்? பதினான்காம் லூயி ஸ்காட்சுக்கு சைட் டிஷ்ஷாகப் பயன்படுத்திய பட்டாணி சுண்டலில்கூட மிளகாய் கிடையாது என்பது எப்பேர்ப்பட்ட துர்ப்பாக்கியம்! அந்தோ பரிதாபம்.

கி.மு. 3500க்குக் கொஞ்சம் முன்பிருந்தே மெக்சிகோவில் மிளகாய் பயிரிடத் தொடங்கப்பட்டுவிட்டது. அந்நாளைய மெக்சிகர்களுக்கு எதிலும் மிளகாய் இருந்தாகவேண்டும். மிளகாயின் காரத்தால் கண்ணிலிருந்து வடியும் நீரை அவர்கள் ஒருவித ஆன்ம சுத்திகரிப்பாகவே கருதியிருந்தார்கள். உள்ளுக்குள் இருக்கும் மாசுகள் (அழுக்காறு, அவா, வெகுளியெல்லாம் இல்லை. வைரஸ், பாக்டீரியா வகையறா எனக் கொள்ளவும்.) மிளகாய் சாப்பிட்டால் நீர் வடிவில் கண்ணிலிருந்தும் மூக்கிலிருந்தும் வெளியேறிவிடும் என்பது பண்டைய மெக்சிகர்களின் நம்பிக்கை.

இந்தப் பைத்தியம் முற்றிப்போக, தேசத்தில் பலபேருக்கு கண்ணைத் தவிர இன்னொரு இந்திரிய பாகத்திலிருந்து ரத்தம் வடிய, கொஞ்சம் பயம் பிடித்துக்கொண்டுவிட்டது. ஓஹோ, இது ஔஷதம் போலிருக்கிறது. ரொம்ப சாப்பிட்டால் பிடுங்கிக்கொண்டுவிடும் என்று முடிவு செய்து, அதன்பிறகு மிளகாயை ஹார்லிக்ஸ் போல் அப்படியே சாப்பிடும் வழக்கத்தை விடுத்து, சமையலுக்கு மட்டும் பயன்படுத்தத் தொடங்கினார்கள்.

மெக்சிகோவிலிருந்து இன்றைய அமெரிக்க தேசம் ரொம்ப தூரமில்லை. பக்கத்து தேசம்தான். ஆனாலும் கொலம்பஸ் வந்து மிளகாயை எடுத்துக்கொண்டு ஐரோப்பாவுக்குப் போய் அறிமுகப்படுத்தி வைத்து, அதன்பின் அங்கிருந்துதான்

அமெரிக்காவுக்கு மிளகாய் வந்து சேர்ந்தது. என்ன ஒரே வித்தியாசம் என்றால், மிளகாயை வைத்துக்கொண்டு ஆராய்ச்சி என்று முதல் முதலில் இறங்கியவர்கள் அமெரிக்கர்கள்தாம். மற்றவர்கள் எல்லாம் வெறுமனே அழுது தின்றது அல்லது உழுது தின்றதுதான் மிச்சம்.

1888ம் ஆண்டு அமெரிக்காவில் முதல் முதலில் மிளகாய் ஆராய்ச்சிகள் தொடங்கப்பட்டன. பல்வேறு விதமான மிளகாய் விதைகளை வைத்துக்கொண்டு கலப்பினங்கள் உருவாக்க முயற்சி மேற்கொள்ளப்பட்டன.

ஏற்கெனவே மிளகாயில் அதிசுமார் இருநூறு விதங்கள் அப்போது இருந்தன. வானவில் மாதிரி கலர் கலராக ஊருக்கொரு மிளகாய் முளைத்துக்கொண்டிருந்தது. பெரும்பாலும் பச்சை, மஞ்சள், சிவப்பு. சில இடங்களில் ஆரஞ்சு, வெளிர் நீல மிளகாயும் உண்டு.

மேற்கத்தியர்களுக்கு அப்போது தெரியாத ஒரு விஷயம் என்னவென்றால் மேற்படி இருநூறு வித மிளகாயும் இந்தியாவில் விளையும் என்பதே. மெக்சிகர்கள், மிளகாயை ஆன்ம சுத்திகரிப்பு ஔஷதம் என்று நினைத்த காலத்திலிருந்தே இந்தியாவில் மிளகாயைச் சமையலுக்குப் பயன்படுத்தத் தொடங்கிவிட்டார்கள். காரத்தை ஒரு ருசியாக, அளவாகப் பயன்படுத்துவது என்னும் வழக்கம் இந்தியாவில்தான் தோன்றியது. தேன் கலந்த மிளகாய் ஜூஸ் ஒரு காலத்தில் இங்கே குளூக்கோஸ் மாதிரி இன்ஸ்டண்ட் சத்து பானமாகப் பயன்படுத்தப்பட்டிருக்கிறது.

ஆனால் ஆராய்ச்சி என்று அநாவசியமாக நாம் இதிலெல்லாம் நமது மூளையைச் செலவழித்துக்கொண்டிருக்கவில்லை. அதெல்லாம் அமெரிக்கர் வேலை. இல்லையா?

1912ம் ஆண்டு வில்பர் ஸ்காவிலி (Wilbur L. Scoville) என்னும் மருந்தியல் நிபுணர் பல்வேறு விதமான மிளகாய்களை எடுத்து வைத்துக்கொண்டு, ஒவ்வொரு மிளகாய் ரகத்தின் காரத்தையும் எப்படி அளப்பது என்று ஆராய்ச்சி செய்து, அதற்கொரு வழி கண்டுபிடித்தார். அவரது பரிசோதனைகளுக்கு Scoville Organoleptic Test என்று பெயர்.

ஸ்காவிலிக்கு முன்னாலேயே சில பேர் இம்மாதிரி கார ஆராய்ச்சியில் இறங்கியிருக்கிறார்கள் என்றாலும் அவை

எதுவும் அத்தனை துல்லியமானதல்ல. ஸ்ஸ்ஸ், இது ரொம்ப காரம், ஸ்ஸ்ஸ்ஸ்ஸ்ஸ்ஸ்ஸ், இது பயங்கரக் காரம், ஸ்ஸ்ஸ்ஸ்ஸ்ஸ்ஸ்ஸ்ஸ்ஸ்ஸ்ஸ்ஸ்ஸ், இது தாங்க முடியாத காரம் என்று குண்ஸாகத்தான் அவர்களால் சொல்ல முடிந்தது. ஆனால் ஸ்காவிலி, மிளகாய் விதைகளில் உள்ள அமிலச் சத்துகளின் அளவைக் கொண்டு அதன் காரத்தன்மையை நிர்ணயிக்கச் சொல்லிக்கொடுத்தார். இதனைக் கொண்டே நீரிழிவு நோய்க்கும் உடம்பில் ஏகத்துக்குச் சேர்ந்துவிடும் கெட்ட கொழுப்பை அகற்றுவதற்கும் மிளகாயிலுள்ள *Capsaicin* (இதையெல்லாம் தமிழில் எழுதி என்னத்துக்கு மிளகாய் இல்லாமல் கண்ணீர் வரவழைக்க வேண்டும்?) என்னும் *(CH3)2CHCH=CH(CH2)4CONHCH2C6H3-4-(OH)-3-(OCH3))* சேர்மம் உதவும் என்று விஞ்ஞானிகள் கண்டடைய முடிந்தது.

ஆதி இருநூறு வித மிளகாய் ரகங்களுக்குப் பிறகு ஆராய்ச்சி ரகங்கள் பல இணைந்து இன்றைக்கு மொத்தம் சுமார் நாநூறு வித மிளகாய்கள் புழக்கத்தில் இருக்கின்றன. அனைத்திலும் அதி பயங்கரக் காரமான மிளகாய் என்பது நாகா ஜோலோக்கியா *(Naga Jolokia)* என்னும் ரகம். அஸ்ஸாம் மாநிலத்தில் தேஜ்பூர் என்னும் கிராமம் இதன் தாயகம். நம்ப முடியாத காரம். விவரிக்கவே முடியாத காரம். ஆனால் இதையும் ஐஸ் க்ரீம் மாதிரி அஸ்ஸாமியர்கள் ரசித்துச் சாப்பிடுவார்கள்.

இந்த நாகா ஜோலோக்கியாவை வைத்துத்தான் இந்திய ஆயுர்வேத மருத்துவர்கள், ஆதிகாலத்தில் ஏகப்பட்ட ஆராய்ச்சிகள் செய்திருக்கிறார்கள். மிளகாயை ஒரு வலி நிவாரணியாகவும், ஜீரணோபாய வஸ்துவாகவும் ஆயுர்வேதம் பலமாக சிபாரிசு செய்கிறது.

இனி மிளகாய்ப் பொடிக்கு வருவோம். 1890ம் ஆண்டு *DeWitt Clinton* என்னும் அமெரிக்கர், மிளகாயைக் காயவைத்துப் பொடியாக்கி உபயோகிக்கும் முறையைக் கண்டுபிடித்தார். அதற்கு முன்னால் மக்கள் குச்சி ஐஸ் மாதிரிதான் சாப்பிட்டிருக்கிறார்கள், அல்லது அப்படியே கசக்கிப் போட்டு சமைத்திருக்கிறார்கள். மிளகாய்ப் பொடி என்கிற கான்செப்ட் அதற்கு முன்னால் கிடையாது.

பிறகு 1902ம் வருஷம் *William Gebhardt* என்னும் இன்னொரு அமெரிக்கர் இந்த மிளகாய்ப் பொடிக்குச் சில அலங்காரங்கள்

செய்து பார்த்தார். அதாவது, வெறுமனே மிளகாயைக் காயவைத்துப் பொடி பண்ணுவதில் என்ன இருக்கிறது? அதில் வேறு சில வஸ்துக்களைச் சேர்க்கலாம்.

கொஞ்சம் தனியா. கொஞ்சம் துவரம்பருப்பு. கடலைப்பருப்பு. மஞ்சள் தூள் கொஞ்சம்.

அடடே, ஜோராக இருக்கிறதே! சாப்பிட்டுப் பார்த்துவிட்டு உலகுக்கு அந்த ரெசிபியை அளித்தார்.

அதற்கு முன்னாலும் இந்த காம்பினேஷனில் மக்கள் பல வித ஐட்டங்களைச் சாப்பிட்டே இருந்தார்கள் என்றாலும் முறைப்படி மிளகாய்ப் பொடி என்ற ஒன்றை உருவாக்கி உலகுக்கு அளித்த உத்தமர் அவர்தான்.

இந்த மிளகாய்ப் பொடிதான் இன்றைக்கு நாம் உபயோகிக்கும் சாம்பார் பொடி, ரசப்பொடியின் ஆதி வடிவம்.

இதை இன்னும் கொஞ்சம் எடிட் செய்து கொஞ்சம் உளுத்தம்பருப்பு, கொஞ்சம் கடலைப்பருப்பு, கொஞ்சம் வெள்ளைப் பூண்டு, மஞ்சள் கொஞ்சம், தேவையான அளவு (எவ்வளவு தேவை?) உப்பு. இத்தனையையும் சேர்த்துப் போட்டு அரைத்து இன்னொரு விதமான மிளகாய்ப் பொடியை இந்தியப் பெண்மணிகள் தயாரித்தார்கள். அதுவே இட்லி மிளகாய்ப் பொடி.

இதன் ருசி அபாரமாக இருந்தாலும் எதற்கு இதனை சைட் டிஷ்ஷாக உபயோகிக்கலாம் என்று யாருக்கும் சரியாகத் தெரியவில்லை. அநேகமாகப் பத்தாம் நூற்றாண்டின் தொடக்க வருடங்களில் இந்த நவீன இட்லி மிளகாய்ப்பொடி தயாரிக்கப்பட்டுவிட்டது. ஆரம்பத்தில் சாதத்தில் பிசைந்தே இதனைச் சாப்பிட்டு வந்திருக்கிறார்கள். காரத்தைக் குறைக்க இதில் ஒரு கை வெண்ணெயை அள்ளிப் போட்டுப் பிசைந்து சாப்பிடும் வழக்கம் இருந்திருக்கிறது.

பிறகு இந்தோனேஷியர்கள் மூலம் இட்லி அறிமுகமானதும் ஆஹாவென்றெழுந்தது பார் யுகப்புரட்சி! சாதமாகப் பிசைந்து சாப்பிடுவதைக் காட்டிலும் இட்லிக்கு சைட் டிஷ்ஷாக இதனை உபயோகித்தால் இன்னும் ருசிக்கிறதே என்று பரவசப்பட்டுப்

போனார்கள் தமிழ் மக்கள். கூழ், களி, உப்புமா, பொங்கல் என்று அதுநாள் வரை அரிசியை சாத்தியமான அத்தனை வகையிலும் போட்டுப் புரட்டி நுங்கெடுத்துக்கொண்டிருந்தவர்கள், ஆவியில் வேகவைக்கும் கலையை ஆர்வமுடன் கற்றுத் தேர்ந்ததே, மிளகாய்ப் பொடிக்குச் சரியான ஜோடியொன்றைப் பிடித்துவிட்ட சந்தோஷத்தால்தான்! அன்று முதல் இட்லி – மிளகாய்ப்பொடி ஜோடி தமிழர் உணவில் தவிர்க்க முடியாத அம்சமாகிப் போனது.

14. மிஷ்டி தோய்

இட்லி பிரசாதம் பற்றிய உன் கட்டுரை நன்றாக இருந்தது. அடுத்த அத்தியாயத்தில் மறக்காமல் லட்டு பிரசாதம் பற்றியும் எழுதிவிடு என்று திருப்பதியிலிருந்து வெங்கடாசலபதி எஸ்டிடி போட்டு சொன்னார். இனிப்புப் பக்கம் போவதென்றால் சர்க்கரையைப் பற்றிச் சொல்லாமல் முடியாது. வெங்கடாசலபதி கொஞ்சம் காத்திருக்க வேண்டியதுதான்.

இன்றைக்கு நூற்றுப்பத்து நாடுகளில், வருஷத்துக்கு அதிசுமார் இரண்டாயிரம் மில்லியன் மெட்ரிக் டன் சர்க்கரை ஒரு வருஷத்துக்கு உற்பத்தி செய்யப்படுகிறது. பிரேசிலுக்கு முதல் இடம். இந்தியாவுக்கு அடுத்த இடம். எடை போட்டுப் பார்த்தால் விளையும் கரும்பின் அளவைக் காட்டிலும் இது ஏழெட்டு மடங்கு அதிகம். தவிரவும் இந்தத் தொழிலின் உப வெளியீடுகளாக மின்சாரம் எடுப்பது, பேப்பர் தயாரிப்பது, அட்டைகள் தயாரிப்பது என்று வேறு சில தொழில்களும் செழிக்கின்றன. சோறு தின்னாமல், ரொட்டி தின்றே ஜீவிக்கிற ஜீவாத்மாக்கள் உலகில் உண்டு. ஆனால் சர்க்கரை உபயோகிக்காத பிரகஸ்பதிகள் யாருமில்லை. தண்ணீருக்கு அடுத்தபடி, பேதமில்லாமல் உலகம் உபயோகிக்கிற ஒரே பொருள் சர்க்கரைதான்.

இதுவும் காலம் குறிப்பிட்டுச் சொல்ல முடியாத சரக்குதான். ஐயாயிரம் வருடங்களுக்கு முன்னால் இந்தியாவில் சர்க்கரை பயன்பாடு இருந்திருக்கிறது. இந்தியாவுக்குக் கொஞ்சம் முன்னால், புவியின் தெற்குக் கடல் பகுதித் தீவுகள் பலவற்றில் கரும்பு விளைச்சல் இருந்திருக்கிறது. ஆனால் சரியான ஆதாரங்கள் இருப்பது இந்தியாவில்தான். சிந்துவெளி நாகரிகம் தழைத்த

காலத்துக்கு முன்பிருந்தே ஆதி இந்தியர்கள் கரும்பு ஜூஸ் சாப்பிட்டிருக்கிறார்கள். அதனைக் கடவுள்களின் பானம் என்று கருதியிருக்கிறார்கள்.

கி.மு. 510ம் ஆண்டு மத்தியக் கிழக்குப் பகுதியில் இருந்து [பெர்ஷியா என்று அந்நாளில் சொல்லப்பட்ட இன்றைய இரானைச் சுற்றிய பகுதிகள்] இந்தியாவுக்குப் படையெடுத்த டேரியஸ் என்னும் மன்னன், வாழ்விலே முதல்முறையாக இந்தியாவின் பஞ்சாப் பகுதியில் கரும்புப் பயிரைப் பார்த்துவிட்டு அசந்து போய் நின்றுவிட்டான். 'மாமன்னா, கடித்துப் பாருங்கள்' என்று யாரோ அடிப்பொடி ஒரு கரும்புத் தண்டை வெட்டி, தோல் சீவிக் கொடுக்க, சாப்பிட்டுப் பார்த்து, சப்புக்கொட்டிய டேரியஸ், 'தேனி இல்லாமல் தேன்!' என்று புல்லரித்துப் போயிருக்கிறான்.

உண்மை என்னவென்றால் கரும்பின் ருசி அறிந்த ஆதி மனிதர்கள் வெகு காலம் வரை அதனை ரகசியமாகவே வைத்திருந்திருக்கிறார்கள். மற்ற உணவுப் பொருள்கள் பரவிய வேகத்துக்குக் கரும்பின் வேகம் உறை போடக் காணாது. டேரியஸ் வருவதற்கு முன்னால் கரும்பு இந்தியாவைத் தாண்டவில்லை என்றால் பார்த்துக்கொள்ளுங்கள்.

அவன் பஞ்சாபில் பார்த்த கரும்பை எடுத்துச் சென்று தன் நாட்டில் பயிரிட வைத்தான். இரானில் கரும்பு விளைந்தது. அமோகமாக விளைந்தது. இதற்காகச் சில நதிகளின் பாதையையே மாற்றுகிற முயற்சியெல்லாம் செய்து பார்த்திருக்கிறான். ஆனபோதிலும் அவனும் கரும்பைத் தனி உடைமையாக வைத்துக்கொள்ளவே விரும்பியிருக்கிறான். அபார ருசி. தேனி இல்லாத தேன். யாருக்கும் சொல்லிவிடாதீர்கள்.

வேறு பல அராபியக் குழுக்கள் கி.பி. 642ல் துணிந்து பெர்ஷியாவின்மீது படையெடுத்ததன் விளைவாகத்தான் கரும்பு என்கிற வஸ்துவைப் பற்றி உலகம் பரவலாகத் தெரிந்துகொள்ள ஆரம்பித்தது. அவர்கள் தம் வசமிருந்த ஸ்பெயினின் சில பகுதிகளுக்கும் வடக்கு ஆப்பிரிக்க நாடுகளுக்கும் கரும்பைக் கொண்டு போனார்கள்.

ஆனபோதிலும் இது ஐரோப்பாவுக்கு முழுமையாக அறிமுகமாக மேலும் ஐந்து நூற்றாண்டுகள் ஆகிவிட்டன. பதினோறாம்

நூற்றாண்டு ஐரோப்பிய சிலுவைப் போர் வீரர்கள் மத்தியக் கிழக்கில் சண்டை போட்டு ஓழிந்த நேரத்தில் ஊர் சுற்றிப் பார்த்து கரும்பைக் கண்டுபிடித்தார்கள். திரும்பும்போது எடுத்துச் சென்று தத்தம் தேசங்களுக்கு அறிமுகப்படுத்திவைக்க, ஐரோப்பாவும் அதன் தொடர்ச்சியாக மிச்சமிருந்த அத்தனை தேசங்களும் ஆசை ஆசையாக சர்க்கரை சாப்பிட ஆரம்பித்தன.

இங்கிலாந்தில் முதல் முதலாக சர்க்கரை உபயோகிக்கப்பட்டதே 1099ல்தான். நம்மிடம் இருக்கும் இனிப்புப் பலகார வெரைட்டிகளுக்கும் மேற்கத்தியர்களின் வெறும் சாக்லெட் சந்தோஷங்களுக்கும் உள்ள இடைவெளி இதிலிருந்தே புரிகிறதல்லவா?

ஐயாயிரம் வருடங்களுக்கு முன்னால் இந்தியாவில் சர்க்கரை உபயோகிக்கப்பட்டிருக்கிறது. எனில், அதற்குப் பல காலம் முன்பே கரும்பு உற்பத்தி இருந்திருக்கிறது என்றாகிறது. ஆதியில் எப்படிக் கரும்பைச் சாறு பிழிந்து சர்க்கரை ஆக்கியிருப்பார்கள் என்பது பற்றிய தகவல்கள் இல்லை. சிந்து வெளி மக்கள்கூட சர்க்கரை சாப்பிட்ட ஆதாரம் இருக்கிறதே தவிர, எப்படி அவர்கள் அதைத் தயாரித்தார்கள் என்பது பற்றிய விரிவான குறிப்புகள் கிடையாது.

கி.பி. பதினேழாம் நூற்றாண்டு முதல் ஐரோப்பாவில் பல கரும்பு வயல்களை ஒட்டி 'கொதிவீடுகள்' கட்டப்பட்டன *[Boiling Houses]*. ஐரோப்பாவில் மட்டுமல்லாமல், ஐரோப்பிய தேசங்களின் காலனிகள் எங்கெல்லாம் இருந்தனவோ, எங்கெல்லாம் கரும்பு உற்பத்தி செய்யப்பட்டதோ, அங்கெல்லாம் வயல் - வயல் சார்ந்த கொதி வீடு என்பது கட்டாயமாக இருந்தது.

கரும்பைச் சாறெடுத்து சர்க்கரையாக்கும் பணிகளில் அவர்கள் ஆத்மசுத்தியுடன் ஆப்பிரிக்க அடிமைகளை ஈடுபடுத்தினார்கள். வெகு சொற்பமான கூலி. பல இடங்களில் சாப்பாடே கூலி. வேறு பல இடங்களில் அடி உதை மட்டுமே கூலி. இப்படிப்பட்ட சர்க்கரை ஆலைகளில் வேலை பார்க்கும் அடிமைகள், ஒரு ஆசைக்கு ஒரு சிட்டிகை எடுத்து வாயில் போட்டுக் கொண்டால் உடனே சொத்து பறிபோய்விட்டது மாதிரி குதிப்பார்கள் பண்ணையார்கள். வடக்கு ஆப்பிரிக்காவில் கரும்புக் கொதி வீடுகளில் வேலை பார்த்த அடிமைகள் சிலர், சும்மா எடுத்துச் சாப்பிட்டுப் பார்த்த

குற்றத்துக்காக அப்படியே மரத்தில் கட்டி வைக்கப்பட்டு அடித்து அடித்தே தோல் உரிக்கப்பட்டு, கரும்புச் சக்கைகளால் கட்டி எரிக்கப்பட்டிருக்கிறார்கள்.

கொதித்த கரும்புச் சாறைப் பெரிய பெரிய பாளங்களில் கொட்டி, அதன் கசடுகளை அகற்ற முதலில் எலுமிச்சை ஜூஸ் சேர்ப்பது அந்நாளைய வழக்கம். பிறகு நீண்ட செவ்வக வடிவ இனிப்புப் பாளங்களாக உருவாக்குவார்கள். அதன்பிறகு மேலும் பல சாமக்கிரியைகள் செய்யப்பட்டு இறுதி சர்க்கரை வடிவத்துக்கு அது கொண்டுவரப்படுவதற்குள், ஆலை ஊழியர்கள் பட்ட பாடு கொஞ்சநஞ்சமல்ல.

பதினைந்து, பதினாறு, பதினேழாம் நூற்றாண்டுகளில் பல குட்டித் தீவுகளின் பொருளாதாரம் சர்க்கரை உற்பத்தியால் மட்டுமே தீர்மானிக்கப்பட்டிருக்கிறது. குறிப்பாக ஹவாய், ஃபிஜி போன்ற தீவுகள். வருஷத்துக்கு சுமார் அறுபது செண்டிமீட்டர் மழை பொழியக்கூடிய எந்த இடத்திலும் கரும்பு விளையும். எனவே இந்தியா, பெரு, பிரேசில், ஈக்வடார், பொலிவியா, கொலம்பியா, பிலிப்பைன்ஸ், க்யூபா போன்ற தேசங்களில் சகட்டு மேனிக்கு சர்க்கரை விளைகிறது.

மேற்கத்திய மக்கள் காப்பியில் சேர்க்க ஒரு ஷோக்கான வஸ்து கிடைத்துவிட்ட பரவசத்தில் மூழ்கியிருந்தபோது இந்தியர்கள் சர்க்கரையை வைத்து என்னென்ன தின்பண்டங்கள் செய்யலாம் என்று ரூம் போட்டு யோசிக்கத் தொடங்கிவிட்டார்கள். குறிப்பாக, பஞ்சாப், குஜராத், ராஜஸ்தான் பகுதிகள்தாம் இந்திய இனிப்பு வகைகளின் தாயகம் என்று சொல்லவேண்டும்.

அரிசி - பருப்பு என்கிற இரண்டு விஷயங்களும் அடிப்படை. இந்த இரண்டின் மாவுகளை விதவிதமான பெர்முடேஷன் காம்பினேஷனில் சேர்த்துச் சேர்த்து சர்க்கரையில் தோய்த்து, ஒரு பரோட்டா மாஸ்டர் வீசியடிக்கும் வேகத்தில் அவர்கள் இனிப்பு ரெசிபிக்களை இந்தியத் துணைக்கண்டத்துக்கு அறிமுகப்படுத்திக் கொண்டே இருந்தார்கள்.

இன்னொரு பக்கம் வங்காளிகள் தமக்கு அறிமுகமான சீன, பர்மிய, தாய்லாந்து கலாசார இன்ஃப்ளுயன்ஸூடன் வேறு விதமான

இனிப்புப் பொருள்களை உற்பத்தி செய்ய ஆரம்பித்தார்கள். இன்றைய சர்க்கரைப் பொங்கலின் ஆதி வடிவமான இனிப்பு சாதம் என்பது வங்காளிகளின் ரெசிபிதான். அரிசியைத் தண்ணீர் சேர்த்து வேகவைக்கும்போதே பிடி சர்க்கரை அள்ளிப் போட்டுவிடுவது. அது சாதமாகும்போதே இனிப்புச் சாதமாகிவிடும். பிறகு அதில் குழம்பு, ரசம் என்று என்னவும் கலந்து சாப்பிடலாம். எல்லாமே அசட்டுத் தித்திப்புடன் இருந்தாலும் அவர்களுக்கு அது பிடித்திருந்தது.

பிறகு தயிருக்கு உறை ஊற்றும்போதும் சர்க்கரைக் கரைசலைக் கலந்துவிடுவார்கள். காலை கண் விழித்து எழுந்ததும் பல் விளக்கிவிட்டு இரண்டு மூன்று லார்ஜ் இந்த இனிப்புத் தயிர் சாப்பிட்டு விட்டுத்தான் அவர்கள் வேலை தொடங்குவார்கள்.

இந்த இனிப்புத் தயிர் [மிஷ்டி தோய்] இன்றைக்கும் வங்காளத்தில் உண்டு. ஆனால் சற்றே மாறுபட்ட வடிவத்தில். சர்க்கரைக்கு பதில் பனங்கல்கண்டு.

முதலில் வெண்ணெய் எடுக்காத பாலைத் தனியே காய்ச்சிக்கொள்ள வேண்டியது. ஜோராக சுண்டக் காய்ச்சவேண்டும். மிதமான தீ. அடி பிடித்து விடாமல் பால்கோவாவுக்குக் கிளறுவது மாதிரி கிளறிக் கிளறிக் காய்ச்சவேண்டும். வெள்ளைப் பால் லேசான மஞ்சள் நிறமடையும் வரை காய்ச்சவேண்டுமென்பது கணக்கு.

அப்புறம் சர்க்கரையைத் தனியே பாகாக்கிக்கொள்ள வேண்டும். நல்ல பிரவுன் கலருக்கு வரும் வரை அதுவும் அடுப்பில் இருக்கவேண்டும். பிறகு சுண்டக்காய்ச்சிய பாலை எடுத்து இந்த சர்க்கரைக் கரைசலில் கொட்டிவிட வேண்டும். மீண்டும் குழம்பக் குழம்பக் கிளறவேண்டும். புலிகள் விஷயத்தில் கலைஞர் எப்படிக் குழம்புகிறாரோ அத்தனை குழம்பவேண்டும் இந்தக் கரைசல்.

பிறகு கொஞ்சம் ஏலக்காய் சேர்க்கலாம். குங்குமப்பூ சேர்க்கலாம். எல்லாம் சேர்த்து நன்றாக ஆறவைத்துவிட வேண்டியது. அடுத்து வருவதுதான் முக்கியம். எவர்சில்வர், பித்தளை, தங்கம், வெள்ளிப் பாத்திரங்களெல்லாம் மிஷ்டி தோய்க்கு ஆகவே ஆகாது. அருமையான மண் கலயம்தான் இதற்குச் சரி.

இன்றைக்கும் கல்கத்தாவில் சிறு சிறு மண் குடுவைகளில் இந்தக் கலவையை ஊற்றி அதில்தான் உறை ஊற்றி வைப்பார்கள்.

மண் சட்டியில்தான் இந்தத் தயிர் தோயவேண்டும். ருசியே அப்போதுதான்.

தயிர் நன்கு தோய்ந்ததும் எடுத்து மூன்று மணிநேரம் ஃப்ரிட்ஜில் வைத்துவிட வேண்டும். [ஃப்ரிட்ஜ் இல்லாத காலங்களில் குடுவையின் வாயை இறுகக் கட்டி எடுத்து தண்ணீர்த் தொட்டிகளில் வைத்துவிடுவார்கள்.] அதன்பின் வயிற்றுக்கு ஈயப்படும்.

வார்த்தைகளால் வருணிக்க முடியாத ருசி கொண்டது மிஷ்டி தோய். அநேகமாக இந்தியாவில் தயாரிக்கப்பட்ட முதல் இனிப்புப் பலகாரம் இதுவாகவே இருக்கலாம் என்று கருதப்படுகிறது.

இதனோடு ஒப்பிட்டால் திருப்பதி வெங்கடாசலபதியின் லட்டு கிட்டத்தட்ட இரண்டாயிரத்தி ஐந்நூறு வருடங்கள் ஜூனியர்!

15. லட்டென்று எதனைச் சொல்வீர்?

ஆதியிலே புல் இருந்தது. புல்லிலிருந்து கரும்பு தோன்றியது. கரும்பு, ஜூஸைப் பிறப்பித்தது. ஜூஸ் சர்க்கரை தந்தது. பிறகு வெல்லம் வந்தது. வெல்லம் பனையிலிருந்தும் பிறந்தது. உலகம் இனிப்பாயிருக்கக் கடவது என்று தேவன் சொன்னான். ஆமென் என்று மிஷ்டி தோய் அவதரித்தது.

மிஷ்டி தோய்க்குப் பிறகு என்ன ஸ்வீட் என்று அத்தனை எளிதில் சொல்லிவிட முடியாது. அரிசி, பருப்பு, பால், சர்க்கரை இந்த நான்கு ஐட்டங்களை வைத்துக்கொண்டு கி.மு.வில் என்னென்ன முயற்சி செய்திருப்பார்கள் என்று குத்துமதிப்பாகக் கூடக் கதை விட முடியாது. சர்க்கரைப் பொங்கலின் மூதாதை வடிவம் எதையாவது சமைத்துச் சாப்பிட்டு ரசித்திருப்பார்கள். தமிழ் நாட்டைப் பொருத்தவரை பாலும் தெளிதேனும் பாகும் (தேனோடு சர்க்கரைப் பாகு! என்ன ஒரு காம்பினேஷன்!) பருப்பும் கலந்து பிள்ளையாருக்குக் கொடுத்த இரண்டாம் குலோத்துங்க சோழன் காலத்து ஔவையார் (இவருக்கு முன்னால் இரண்டு ஔவையார்கள் இருந்திருக்கிறார்கள் என்கிறார்கள். ஆனால் அவர்கள் இத்தகைய அருமையான சமையல் குறிப்புகள் எதுவும் தந்ததாகத் தெரியவில்லை.)தான் முதல் ஸ்வீட் ரெசிபி உற்பத்தியாளர்.

என்ன பிரச்னை என்றால் இந்த ஔவையாரின் காலம் அநேகமாக கி.பி. பன்னிரண்டாம் நூற்றாண்டு. கம்பரும் அந்தக்காலக்கட்டத்துக் கவிஞர்தான் என்கிறார்கள். (ஒன்பதாம் நூற்றாண்டு என்போரும் உண்டு.) இவர்கள் பயன்படுத்திய தமிழின் எளிமையை முன்வைத்து இதனை ஒப்புக்கொள்ள வேண்டியிருக்கிறது. ஔவையார் அசால்டாகப் பயன்படுத்தும் வெண்பா வடிவம்

நமது சங்க இலக்கியத்திலெல்லாம் கிடையாது என்பதையும் (திருக்குறள் விவகாரத்துக்குப் போக விரும்பவில்லை. இந்த சாப்பாட்டுத் தொடர் பிறகு சண்டைத் தொடராகிவிடும்.) கி.பி. எட்டாம் நூற்றாண்டுக்குப் பிறகுதான் வெண்பா சகட்டு மேனிக்கு உலா வரத் தொடங்கியது என்பதையும் கருத்தில் கொண்டால் - ஔவையாரை விட்டுவிடுவோம். பால்+தேன்+சர்க்கரைப் பாகு+பருப்பு காம்பினேஷனில் உருவான முதல் தமிழ் இனிப்பு டிஷ் குறித்த குறிப்புக்கு மிஞ்சிப்போனால் 1200 வயசு.

வட இந்தியாவிலும் கூட நவீன இனிப்பு வகைகளின் குறிப்புகள் கிட்டத்தட்ட இதே காலகட்டத்தைச் சேர்ந்ததாகத்தான் இருக்கிறது. ஜிலேபி, குல்ஃபி, பால் பேடா, சோன் பப்டி, கேரட் ஹல்வா, ஜாஜாரியா (சோளமாவைக் கொண்டு செய்யப்படும் ஒருவகை பர்ஃபி), பீர்ணி (நூடுல்ஸ் மாதிரி இருக்கும்), பால் மித்தாய், சிங்கூரி, கீர் (பாயசத்தின் தாத்தா), ரசமலாய், லடிகேணி போன்ற பண்டங்கள் குஜராத், ராஜஸ்தான், பஞ்சாப் பகுதிகளிலிருந்தும், ரசகுல்லா, பண்டுவா (கொண்டைக்கடலை,நெய், சர்க்கரை சேர்ந்ததொரு சூப்பர் ஐட்டம்), மிஹிதானா (கடலைப்பருப்பு, சர்க்கரை, நெய்), லயஞ்சா, ஜல்போரா, அபர் கபா, ரசபாளி, சென்னா கஜா, சென்னா போடா, சென்னா கீரி போன்றவை (இந்த கஜா, போடா, கீரிகளின் இன்க்ரேடியண்ட்ஸ் தெரியவில்லை.) கிழக்கிந்தியாவிலிருந்தும் - அதாவது பெரும்பாலும் வங்காளத்திலிருந்து - வந்திருக்கின்றன.

குலோப் ஜாமூன் விழுங்காத ஜீவாத்மா உண்டா நம்மில்? அது முகலாய மன்னர்கள் மூலம் வந்து சேர்ந்த வஸ்து. அரேபியக் கண்டுபிடிப்பு. சுல்தான்கள் பெரிய பெரிய பானைகளில் குலோப் ஜாமூன் ஊறவைத்து சாப்பிடுவார்கள். அந்தப்புரத்தில் இருக்கும் கணக்கற்ற ராணிகளுள், அன்றைக்கு சுல்தான் யாருடன் குடித்தனம் நடத்த விரும்புகிறாரோ, அன்னாருக்கு மட்டும் இரவு உணவில் குலாப் ஜாமூன் இருக்கும். மற்ற ராணிகள் சுக்கா ரொட்டி சாப்பிட்டுப் போய் சமர்த்தாகத் தாச்சிக்கொண்டுவிட வேண்டியது.

இப்படியொரு நடைமுறை இருந்திருக்கிறது. ஹுமாயூன் கடைப்பிடித்திருக்கிறார். உத்தமோத்தமரான அவரது தகப்பனார் பாபர் இப்படியெல்லாம் செய்ததாகத் தெரியவில்லை.

அது அங்ஙனம் இருக்க, தெற்கே வருவோம். தென்னிந்திய இனிப்பு வகைகள்தாம் இன்று பெரும்பாலும் உலகை ஆள்கின்றன.

இன்றைக்குப் புழக்கத்தில் இருக்கும் இனிப்புகள் எதுவொன்றும் ஆதி இனிப்பு என்று சொல்லிவிட முடியாது. எல்லாம் பாதியில் வந்த இனிப்புகள்தாம். தேடிப்பிடித்துப் பார்த்தால் அனைத்திலும் மூத்தது என்று தேங்காய் பர்பியைச் சொல்லலாம். அதற்குச் சம காலத்து இனிப்பு வகை போளி. பணியாரம். உண்ணியப்பம். புட்டு. உடனே சிவபெருமான் கதையை எடுத்துக்கொண்டு கச்சை கட்டிக்கொண்டு வந்துவிடாதீர். சேக்கிழார்காலத்தில் பிட்டு உண்டு என்றே இதனைக் கொள்ள வேண்டும். என்ன விசேஷம் என்றால் சேக்கிழாரும் பன்னிரண்டாம் நூற்றாண்டு!

ஒரு காலத்தில் தமிழகத்தில் பருப்பைக் கொண்டு அடை என்னும் உணவைச் சமைக்கத் தொடங்கியபோது முதலில் அது ஒரு இனிப்புப் பண்டமாகத்தான் இருந்தது. அடை மாவில் வெல்லம் அல்லது சர்க்கரை கலந்தே சுடுவார்கள். இது கர்னாடக மாநிலத்திலிருந்து வந்த வழக்கமாக இருக்கலாம் என்று தெரிகிறது. இன்றைக்கும் அடைக்கு வெல்லம் தொட்டுக்கொண்டு சாப்பிடுகிற வழக்கம் சிலரிடையே உண்டு என்பதை இங்கே நினைவுகூரலாம். அடையைத் தேனில் ஊறவைத்தும் சாப்பிட்டிருக்கிறார்கள் - இங்கல்ல, ஆந்திரத்தில்.

நெய்யப்பம், சீரா, கேசரி, அச்சப்பம், குழலப்பம் என்று என்னப்பன் இட்டமுடன் நம் நாவில் சேர்த்து வைத்த ருசியெல்லாம் கேரளத்துச் சரக்குகள்.

இவையும் இவைபோன்ற இன்னும் ஒரு நூறு இனிப்புப் பண்டங்களும் மூத்தவர்களாகக் காத்திருக்க, எம்பெருமான் வெங்கடாசலபதி வேலை மெனக்கெட்டு திருப்பதியிலிருந்து எஸ். டி.டி. போட்டுக் கேட்டபடியால், காலத்தால் மிகவும் பிந்தைய அவரது லட்டுவைப் பற்றிக் கொஞ்சம் சொல்லிவிடுவோம்.

லட்டு, தென்னகத்துப் பண்டமல்ல. அதுவும் வட இந்தியச் சரக்குதான். குஜராத் அதன் தாயகம். அங்கே அதனை மோத்திசூர் லட்டு என்பார்கள். ஆதி லட்டு பற்றிய இலக்கியக் குறிப்பு, பன்னிரண்டாம் நூற்றாண்டு குஜராத்தி செய்யுள்களில் வருவதாகத் தெரிகிறது. கடலைப்பருப்பு பிரதான பொருள். அப்புறம் சர்க்கரைக் கரைசல். கம்பிப் பாகு முக்கியம். தாராளமாக நெய். மேலுக்கு திராட்சை, ஏலம், முந்திரி. எளிய ஃபார்முலாதான். ஆனால் செய்வது அத்தனை சுலபமல்ல.

இந்தக் கம்பிப் பாகு என்கிற பதத்துக்கு ஒரு விசேஷம் இருக்கிறது. கொஞ்சம் முன்னப்போனால் ஒட்டாது. ஒரு செகண்ட் தாமதித்துவிட்டாலும் லட்டுவின் மீது சர்க்கரைப் படிவம், உப்பளம் மாதிரி படிந்துவிடும். காணச் சகியாது. அது என்னவோ மெல்லிய பிரவுன் நிறத்துக்கும் தங்க நிறத்துக்கும் நடுவாலே ஒரு கலர் உண்டாம். அந்தக் கலர் வரும்வரை சர்க்கரைக் கரைசலை மிதமான தீயில் கரைத்துக்கொண்டே இருக்க வேண்டுமாம். எதற்கு வம்பு? சமைத்தலினும் சாப்பிடுதல் இனிது.

திருப்பதியில் கிபி 1700க்குப் பிறகுதான் லட்டு பிரசாதம் வழங்கும் முறை வந்திருக்கிறது. அதற்கு முன்னால்வரை பிரம்மாண்டமான வடையும் வெண் பொங்கலும் சர்க்கரைப் பொங்கலும்தான் பக்தர்களுக்குக் கிடைத்துவந்தன. இன்றைக்கும் இவை உண்டு என்றாலும் லட்டு முதலிடம் பெற்றதற்குக் காரணம் அதன் ருசியும் அதனைப் பற்றிய கதைகளும்.

அநேகமாக ஒரு நாளைக்கு ஒரு லட்சத்தி ஐம்பதாயிரம் லட்டுகள் திருப்பதியில் செய்யப்படுகின்றன. முன்பெல்லாம் ஆயிரம் கரங்கள் நீட்டி லட்டுபிடிக்கின்ற ஆள்களே போற்றி என்றிருந்தது. பிறகு மெஷின் வந்துவிட்டது. ஒரே அமுக்கு. லட்டு தயார்! அதன் உருளை வடிவம்தான் கொஞ்சம் முன்னப்பின்ன சிதையுமே தவிர ருசிக்குக் கேடில்லை.

இந்த ஒரு லட்சத்து ஐம்பதாயிரம் லட்டுகளில் மூன்றிலொரு பகுதி அனைத்து பக்தர்களுக்கும் இலவசமாக வினியோகிக்கப்படும். மிச்சம் விலைக்குப் போய்விடும். இந்த வகையில் தேவஸ்தானத்தின் லட்டு வருமானம் மட்டும் சுமார் இரண்டரைக் கோடிக்குக் குறையாது.

ஒரு காலத்தில் ஒரே குடும்பத்தைச் சேர்ந்த சிலர் இந்த லட்டுவைத் தயாரித்தார்கள். திருப்பதி கோயிலில் ‘பொட்டு’ என்று லட்டு பிடிக்கவே தனியொரு கிச்சன் உண்டு. உத்தரவின்றி உள்ளே வராதீர்! ரொம்பப் பாதுகாப்பான, பரம சுத்தமாகப் பராமரிக்கப்படும் இடம் (என்று சொல்லக்கேள்வி.)

தினமொன்றுக்கு சுமார் ஐயாயிரம் கிலோ கடலை மாவு. பத்தாயிரம் கிலோ சர்க்கரை. அறுநூறு கிலோ முந்திரிப் பருப்பு. நூற்றைம்பது

கிலோ ஏலக்காய். முன்னூறு லிட்டர் நெய். உலர் திராட்சை 540 கிலோ. (போன வருஷம் வரைக்கும் இந்த அளவு. இப்போது இன்னும் ஏறியிருக்கக் கூடும்.)

இவற்றைச் சும்மா, கிடைக்கிற கடைகளில் - சந்தைகளில் கொள்முதல் செய்வதில்லை. கொச்சியிலுள்ள பண்டம் மற்றும் வாசனாதி திரவிய மாற்றுக் கழகத்தில் *(Commodities and Spices Exchange Board)* மொத்தமாக வாங்குவார்கள். தேவஸ்தான போர்டில் இதற்குத் தனிக்குழு உண்டு. தரக்கட்டுப்பாடுகள் உண்டு. கெடுபிடிகள் மிகவுமே உண்டு.

ஆனால் திருப்பதி லட்டுவின் ருசி என்பது பொருள்களின் தரத்தினால் மட்டும் வருவதல்ல. செய்முறை மற்றும் செய்நேர்த்தி சார்ந்தது அது.

பூந்தியை எண்ணெயில் பொறித்து சர்க்கரைப் பாகில் போடுவதில்லை அங்கே. மாறாக, பூந்தி பொறிக்கப்படுவதே நெய்யில்தான். தவிரவும் ஒருமுறை பயன்படுத்திய நெய்யை மறு பூந்திக்குப் பயன்படுத்தமாட்டார்கள். அப்படியே எடுத்துக் கீழே கொட்டு! ஏனென்றால், ஓரளவுக்கு மேல் சூடாகிவிட்ட நெய்க்கு வேறு ஒரு வாசனை வந்துவிடும். ஒரிஜினல் வாசனை காணாமல் போய்விடும்.

*1996*க்கு முன்புவரை - முன்பே சொன்னதுபோல், திருப்பதி லட்டு தயாரிப்பு என்பது வம்சாவழிப் பெருமையாக இருந்தது. ஐந்து குடும்பங்களைச் சேர்ந்தவர்கள் இதற்குப் பொறுப்பாளர்களாக இருந்தார்கள். அவர்களை அங்கே லட்டு மிராசுதாரர் என்று அழைப்பார்கள். அந்த ஐவரும் சேர்ந்து கல்யாணம் ஐயங்கார் என்பவரை லட்டு ஏஜெண்டாக நியமித்து இருந்தார்கள். அவர் தமது உறவுக்காரர்கள் ஒரு சிலருக்குப் பொறுப்பைப் பகிர்ந்து கொடுத்து கோயிலுக்குள்ளேயே லட்டுலகம் கட்டினார்கள்.

*1996*ல் திருப்பதி தேவஸ்தானத்தில் இந்த மிராசுதாரர் முறை ஒழிக்கப்பட்டது. ஆந்திர அரசு லட்டு தயாரிப்பை தேவஸ்தான போர்டே பொறுப்பேற்றுச் செய்யச் சொல்லி உத்தரவிட்டது. வேறு வழி?

*1996*ம் ஆண்டு முதல் மேற்படி லட்டு மிராசுதாரர்கள் சங்காத்தமே இல்லாமல் தேவஸ்தானம் பலப்பல பணியாளர்களை நியமித்து

தானே லட்டு தயாரிக்கத் தொடங்கியது. ஆனால் வருடம் தோறும் திருப்பதிக்கு வருகிற கூட்டம் கட்டுக்கடங்காமல் போனதும், ஒவ்வொரு பக்தரின் லட்டுத் தேவையும் எக்கச்சக்கமாக எகிறியதும், கல்யாண உற்சவம் போன்ற சிறப்பு சமாசாரங்களுக்கென சுவை மாறாத - அதே சமயம் ராட்சச சைஸ் லட்டுகள் பிடிக்க வேண்டியிருந்ததும் தேவஸ்தானத்துக்குப் பெரும் பிரச்னையாகப் போனது.

ஆள்பலம், இயந்திர உதவி எல்லாம் சரி. ஆனால் அடிப்படை ருசி என்ற ஒன்று இருக்கிறதல்லவா? எனவே திருப்பதி லட்டு ஃபார்முலாவை நன்கறிந்த கல்யாணம் ஐயங்கார் குடும்பத்தைச் சேர்ந்த ரமேஷ் என்கிற லட்டு எக்ஸ்பர்ட்டைத் திரும்பச் சென்று அழைத்து வந்து பணியில் உட்கார வைத்தது தேவஸ்தானம். இன்றைக்கும் லட்டு ரமேஷ் என்றால் திருப்பதியில் தெரியாதவர்கள் கிடையாது.

16. இரண்டில் ஒன்று

இரண்டு வஸ்துக்களை ருசிக்காத மனிதர்கள் உலகில் கிடையாது. இன்று நேற்றாக அல்ல. மனித குலம் தோன்றிய நாளாக. மேற்கே அமெரிக்கா தொடங்கி கிழக்கே ஜப்பான் வரை. வடக்கே ரஷ்யா தொடங்கி தெற்கே ஆஸ்திரேலியா வரை. பூமிப்பந்தில் இன்றுவரை உதித்த அனைத்து மனிதர்களுக்கும் இந்த இரண்டின் ருசி தெரியும். ஒன்று தண்ணீர். இன்னொன்று? அடுத்த வரியைப் படிக்குமுன் கண்மூடி ஒரு கணம் யோசித்துப் பாருங்கள்.

அரிசியே சாப்பிடாத ஜீவாத்மாக்கள் இருந்திருக்க முடியும். கோதுமை தொடாத பிறவிகளும் இருந்திருக்கலாம். எனக்கு இட்லிதான் பிடிக்கும். உங்களுக்கு போண்டாதான் பிடிக்கும். அவருக்கு பீட்சாதான் ஒத்துக்கொள்ளும். நீங்கள் மாம்பழப் பிரியர். அவருக்கு அதைக் கண்டாலே ஆகாது. இன்னொருத்தர் கம்பு, சோளம், கேழ்வரகு என்கிற பெயர்களைக் கூடக் கேட்டிருக்க மாட்டார். வேறொருத்தரோ மூன்று வேளையும் அதை மட்டுமே சாப்பிடுபவராக இருக்கலாம்.

கிடைப்பது, கிடைக்காமல் போவது, பிடித்தது, பிடிக்காதது, இருப்பது, இல்லாதது, தெரிந்தது, தெரியாதது, சகாய விலை, அநியாய விலை, ருசியுள்ளது, ருசியற்றது – இன்னும் எத்தனை விதமான சாத்தியங்கள் உண்டோ, அனைத்தையும் இட்டு நிரப்பிக்கொள்ளலாம். எல்லா உணவுப் பொருள்களுக்கும் இவையெல்லாம் பொருந்தும்.

ஆனால், உலகிலுள்ள - உலகில் இருந்த - உலகில் வாழப்போகிற அத்தனை பேருக்குமான பொதுவான ஐட்டங்கள் இரண்டு. ஒன்று, தண்ணீர். இன்னொன்று?

சந்தேகமில்லாமல் வாழைப்பழம்!

வாழைப்பழத்தைப் பற்றி ஓர் அத்தியாயம் அல்ல. ஒரு தனித் தொடரே எழுத முடியும். ஆதி அந்தமில்லாத அருட்பெரும் கனி அது. இன்ன இடத்தில், இந்தக் காலக்கட்டத்தில் தோன்றியது என்று வரலாறு சொல்வது கஷ்டம். அது பரமாத்மா மாதிரி. எங்கும் இருக்கும். எல்லா மண்ணிலும் விளையும். எல்லா காலக்கட்டத்திலும் விளையும். உரம் வேண்டாம். பராமரிப்பு வேண்டாம். பூச்சி மருந்து வேண்டாம். புண்ணாக்கு, பருத்திக் கொட்டை ஒன்றும் வேண்டாம். வேண்டியது தண்ணீர். சதுப்பு நிலம். அல்லது சதுப்பாக்கப்பட்ட நிலம். போதும்.

யோசித்துப் பார்த்தால் கொஞ்சம் வியப்பாகவே இருக்கிறது. நம்மில் எத்தனை பேர் வாழைப்பழத்தை மதிக்கிறோம்? பசிக்கு இரண்டு பழம் வாங்கிச் சாப்பிடுவது தவிர, அதை ஒரு காதலுடன் பார்ப்பவர்கள் உண்டா? ஆசை ஆசையாக வாங்கி ரசித்துத் தின்பவர்கள் உண்டா? கல்யாண வீடுகளில் ஸ்டோர் ரூமில் கொசு பறக்க, கறுப்படித்து அழுக விடுகிறோம். அழுகியதும் எடுத்து பிளாஸ்டிக் கவரில் போட்டு, வெற்றிலை பாக்குடன் தலையில் கட்டுகிறோம். எடுத்துச் செல்பவர்களும் மறக்காமல் பசு மாட்டுக்குப் போடுகிறார்கள். அல்லது குப்பைத் தொட்டிகளில்.

இயற்கையின் படைப்பில் விவரிக்க முடியாத வியப்புகளின் தொகுப்பு வாழைப்பழம். அதன் முக்கியத்துவம் நமக்கு விளங்கவேண்டுமானால், வாழையற்று சிலகாலம் வாழ்ந்து பார்த்தால்தான் புரியும்! அந்த வகையில் ஒரு கவுண்டமணியும் செந்திலும் மதித்த அளவுக்குக் கூட மனித குலத்தில் வேறு யாரும் வாழையை மதித்ததாக / மதிப்பதாகத் தெரியவில்லை. வேறு வழியில்லாமல் இந்த அத்தியாயத்தை அந்த இரு நகைச்சுவை நாயகர்களுக்கே சமர்ப்பணம் செய்ய வேண்டியதாகிறது.

கிறிஸ்து பிறப்பதற்குச்சுமார் ஐயாயிரம், ஆறாயிரம் வருடங்களுக்கு முன்னர் மனிதன் ஆசையுடன் பயிரிட்டு வளர்த்த மிகச் சில தாவரங்களுள் ஒன்று வாழை. என்றால், பயிரிடாமல் வாழை தானாக விளையத் தொடங்கிய காலம் எதுவாக இருக்கலாம் என்று ஒரு கணம் யோசித்துப் பாருங்கள். அது தேனுக்குத் தம்பி அல்லது அண்ணன். புராதனமானது. பசி போக்குவது என்பது

தவிர ஏராளமான மருத்துவ குணங்களை உள்ளடக்கியது. வாழை ஒன்றைத்தவிர, வேறெந்தப்பயிரின்அனைத்து பாகங்களும் மனிதப் பயன்பாட்டுக்கு முழுமையாக உதவக்கூடியதில்லை. வேர், தண்டு, இலை, பூ, காய், கனி - நார் வரைக்கும் நாம் நாரடித்துவிடுகிறோம். ஆனால் பொருட்படுத்துவதில்லை! என்ன விசித்திரம்!

மலேசியா, பிலிப்பைன்ஸ், தாய்லந்து, இந்தோனேஷியா, பாபுவா நியூ கினியா ஆகிய ஐந்து நாடுகளில் இன்றைக்கு ஏழாயிரத்தி ஐந்நூறு ஆண்டுகளுக்கு முன்னர் வாழை பயிரிடப்பட்டிருப்பதற்கான ஆதாரங்கள் கிடைத்திருக்கின்றன. ஊருக்கு ஒரு ரகம். ரகத்துக்கு ஒரு ருசி. கிட்டத்தட்ட ஆயிரம் விதமான வாழைப்பழங்கள் இன்றைக்குப் புழக்கத்தில் உள்ளன. ஒரு காலத்தில் இதுவே மூவாயிரத்தி முன்னூறு ரகங்களாக இருந்திருக்கிறது. எப்படி மற்றவை காணாமல் போனது என்று தெரியவில்லை. நியூ கினியாவில் மட்டுமே சுமார் எண்ணூறு விதமான வாழைகள் பயிரிடப்பட்டிருக்கின்றன, இன்றைக்கும் ஏராளமான வெரைட்டி வாழை என்றால் அந்த மண் தான்.

நமக்குத் தெரிந்த பேயன் பழம், பூவன் பழம், மலைப்பழம், கற்பூர வல்லி, பச்சைப்பழம், நேந்திரன் பழமெல்லாம் மிகப் பிற்காலத்தில் உற்பத்தி ஆனவைதான். நமது மண்ணுக்கு ஒரு பிரதிநிதி கொடுத்தே தீரவேண்டுமென்றால் செவ்வாழையைச் சொல்லிக்கொள்ளலாம். காலம் கடந்த பழசு ரகம். ஒரு காலத்தில் ஆப்பிரிக்காவில் ஒரு மனிதக் கை அளவு நீளமும் பருமனும் கொண்ட வாழைப்பழமெல்லாம் இருந்திருக்கிறது. பாதி பழம் சாப்பிட்டுவிட்டு மீதியை மறுநாளுக்கு வைத்துக்கொள்ளலாம் போலிருக்கிறது. அதே சமயம், சுண்டுவிரலில் பாதியளவு வாழையும் உண்டு. சாத்துக்குடிக்குத் தம்பி மாதிரி – ஆரஞ்சுக்கு அண்ணன் சைஸில் ஒரு ரகம் உருளையாகக் கூட இருந்திருக்கிறது. ஏடன் தோட்டத்தில் நமது ஆதித்தாய் ஏவாள் ஆப்பிள் என்று சொல்லிச் சாப்பிட்டதுகூட அந்த வாழைப்பழம்தான் என்று ஒரு சிலர் பழக்கரடி விடுகிறார்கள். (இது ஏவாள் ஆதாமின் காலத்தை இன்னும் கூட்டிக் காட்டுவதற்கு - ஏனென்றால் ஆப்பிள் மிகவும் பிற்காலத்துப் பயிர்- என்று எதிர்வாதம் செய்வோரும் உண்டு. அந்த விவகாரங்கள் நமக்கு இங்கே வேண்டாம்.)

பாலைவன மண் என்று பரவலாக அறியப்படும் மத்தியக் கிழக்கில்கூட வாழை பயிரிடல் உண்டு என்பது மட்டும் உறுதி.

முஹம்மது நபி பேரீச்சம்பழம்தான் நிறைய சாப்பிட்டிருக்கிறார் என்றாலும், வாழைப்பழமும் சாப்பிட்டிருக்கிறார் என்று சிலர் சொல்கிறார்கள். அது சரிதானா என்று ஹதீஸ்களைப் புரட்டிவிட்டு அடுத்த அத்தியாயத்தில் சொல்கிறேன். கி.பி. ஒன்பதாம் நூற்றாண்டில் எழுதப்பட்ட பல மத்தியக் கிழக்கு இலக்கியங்களில் வாழை குறிப்பிடப்பட்டிருக்கிறது. பத்தாம் நூற்றாண்டுக்குப் பிறகு எகிப்து, பாலஸ்தீன், சிரியா போன்ற மேற்கு ஓரத்து மத்தியக் கிழக்கு தேசங்கள்வரை வாழை விளைந்திருக்கிறது. இதை இன்னொரு விதமாகச் சொல்வதென்றால், இஸ்லாம் பரவியபோது, பரவிய இடங்களிலெல்லாம் வாழைப்பழமும் பரவியிருக்கிறது!

வியப்புக்குரிய விஷயமென்னவென்றால், அமெரிக்காவுக்கு மட்டும் வாழைப்பழம் மிகத் தாமதமாகத்தான் போயிருக்கிறது! ஆப்பிரிக்கக் கண்டத்தைத் தேடிச் சென்ற சில போர்த்துகீசிய மாலுமிகள், மேற்கு ஆப்பிரிக்காவில் வாழையை ருசித்துவிட்டு, கையோடு எடுத்துக்கொண்டு அமெரிக்காவுக்கு வந்து இறங்கி அறிமுகப்படுத்தியிருக்கிறார்கள். இது நடந்தது கி.பி. 1500ல்.

அதற்கு முன்னால் அமெரிக்காவில் வாழையே கிடையாதா என்றால், அப்படியல்ல! வாழை அங்கும் விளைந்திருக்கிறது. செவ்விந்தியர்கள் சாப்பிட்டிருக்கிறார்கள். ஆனால் அதைப் பயிரிட்டு உற்பத்தி செய்யும் முறை அங்கு அதுவரை அறிமுகமாகவில்லை.

ஆசியாவிலிருந்து அமெரிக்காவரை மெல்ல மெல்ல ஒவ்வொரு காலக்கட்டமாகப் பரவிய அந்தப் பழைய காட்டு வாழை இன்றைக்கு அநேகமாகக் கிடையாது. ஆராய்ச்சியாளர்கள் சுட்டிக்காட்டும் ஆதி காலத்துக் காட்டு வாழைகளில் விதைகள் இருந்திருக்கின்றன. தானே பழுத்து, வெடித்து உதிரும் அந்த வாழைப் பழ விதைகள் முளைத்து அருகருகே, அருகருகே, அருகருகே பலப்பலப்பல தோப்புகளை உருவாக்கிக்கொண்டே போயிருக்கிறது!

நமக்கிருக்கும் பரிணாம வளர்ச்சி மாதிரி வாழைகளுக்கும் இருந்திருக்கும் போலிருக்கிறது. வாழையின் உருவம், உள்ளடக்கம், ருசி அனைத்தும் கொஞ்சம் கொஞ்சமாக - ஆனால் நிறையவே இன்றைக்கு மாறிவிட்டது. மாறாதது ஒன்றுதான்! அதன் குணம்.

உபயோகம். அதனால்தான் இன்றைக்கும் அரிசி, கோதுமை, சோளத்துக்கு அடுத்தபடி வாழையைத்தான் மனிதர்கள் அதிகம் பயிரிட்டுக்கொண்டிருக்கிறார்கள்.

மிகத் தாமதமாகப் பயிரிடும் முறையைத் தெரிந்துகொண்டாலும், இன்றைக்கு மிக அதிகமாக வாழைப்பழம் சாப்பிடுவது அமெரிக்கர்கள்தாம். ஒருகாலத்தில் ஆப்பிள்தான் அமெரிக்கர்களின் ஆசைப்பழமாக இருந்தது. இப்போது இல்லை. நூறு வருடங்களாக ஆப்பிளின் இடத்தை வாழை அபகரித்துக்கொண்டுவிட்டது. தினமொரு வாழைப்பழமாவது சாப்பிடாத அமெரிக்கர்கள் கிடையாது என்கிறார், வாழைப்பழத்தைப் பற்றி ஆராய்ச்சி செய்து ஒரு தலையணை அளவு புத்தகம் எழுதியிருக்கும் அமெரிக்கரான டேன் கொப்பல் *(Dan Koeppel)*.

அவரது வாழைப்பழ ஆராய்ச்சியில் இன்னும் பல சுவாரசியங்கள் உண்டு. ஆதி ஆப்பிரிக்கர்கள் பேசிய ஸ்வாஹிலி மொழியில் உணவு என்னும் சொல்லும் வாழைப்பழம் என்னும் சொல்லும் ஒன்றேதானாம். அதாவது வாழையைத்தான் அவர்கள் முதல் உணவாகவே கொண்டிருக்கிறார்கள் என்பது கொப்பலின் வாதம்.

மத்திய அமெரிக்காவிலும் வாழைச் சரித்திரம் வெகு பழமையானது. இருபதாம் நூற்றாண்டில் அமெரிக்க உளவுத்துறை மத்திய அமெரிக்க தேசங்களில் நிகழ்த்திய அனைத்துத் திருவிளையாடல்களும் வாழைத் தோட்டங்களை முன்வைத்துத்தான் ஆரம்பமாயின. வாழையடி வாழையாக அது மெக்சிகோ, கவுதமாலா, வெனிசூலா, க்யூபா, ஹோண்டுராஸ் என்று சுத்துப்பட்டு பதினெட்டுப் பட்டிகளிலும் பரவி ரத்தக்களறியானதை வேறெப்போதாவது சந்தர்ப்பம் கிடைத்தால் பார்க்கலாம்.

வாழையைப் பற்றி மட்டுமே தெரிந்துகொள்வதற்கு இன்னும் ஏராளம் இருக்கிறது!

17. இன்னும் கொஞ்சம் பனானா

வாழைப்பழத்தைவிட அதிகம் உற்பத்தி செய்யப்படும் உணவுப் பொருள்கள் உலகில் உண்டு. ஆனால் வாழையைவிட விலை மலிவான இன்னொரு பண்டம் எந்த தேசத்திலும் கிடையாது. எதனால் இப்படி என்று குறிப்பிட்டுச் சொல்ல முடியவில்லை. இயற்கையாகவே, அனைத்து ஊட்டச்சத்துகளும் நிறைந்த ஓர் உணவுப் பொருள் விலை மலிவாகவே எக்காலத்திலும் இருக்கக் கடவது என்று எம்பெருமான் என்றைக்கோ விதித்திருக்க வேண்டும்.

இது உங்களுக்குச் சற்று மிகையாகத் தோன்றலாம். ஆனால் கணக்குப் போட்டுப் பார்த்தால் சரிதான் என்று தோன்றிவிடும். நமது ஒருவேளை சாப்பாட்டை எடுத்து வைத்துக்கொண்டு அகழ்வாராய்ச்சி செய்து பார்த்தால், அதில் என்னென்ன ஊட்டச் சத்துகள் உண்டோ, அவை அனைத்தும் ஒரு வாழைப்பழத்தில் உண்டு.

இன்றைக்கு ஹோட்டலுக்குப் போய் ஒரு ஃபுல் மீல்ஸ் அடித்தால் குறைந்தது நாற்பது ரூபாய். ஒரு வாழைப்பழம் நாலு ரூபாய்க்கும் குறைவு. இல்லையா?

தோராயமாக ஒரு நூறு கிராம் எடையுள்ள ஒரு வாழைப்பழத்தில் சுமார் இருபத்தி மூன்று கிராம் கார்போஹைட்ரேட் இருக்கிறது. 12.5 கிராம் சர்க்கரை. நார்ச்சத்து 2.6 கிராம். ப்ரோட்டீன் ஒரு கிராம். இதற்கப்புறம் வைட்டமின் ஏ, பி, சி, டி என்று இஸட் வரை நீட்டிப் போட்டு, அப்புறம் அ, ஆ, இ என்று ஆரம்பித்து ஃ வரை என்னென்ன இருக்கிறது என்று டெஸ்டு பண்ணிப் பார்த்தால் அநேகமாக எல்லாமே வாழையில் உண்டு. இரும்பு, மக்னீசியம், பாஸ்பரஸ், பொட்டாசியம் என்று மினரல்கள் தனி.

அறிவியல் உலகம், வாழை தவிர வேறெந்தப் பழமும் இப்படியொரு நூறு பர்சண்ட் சக்திமானாக இல்லை என்று அடித்துச் சொல்கிறது.

இன்றைக்கு வழக்கொழிந்து போன சில புராதன வாழை வகைகளில் இதனைக் காட்டிலும் மேம்பட்ட சத்துகள் இருந்திருக்கின்றன என்று ஆராய்ச்சியாளர்கள் சொல்கிறார்கள். மனித உடலுக்கு ஒருவாரத்துக்குத் தேவையான சக்தியை ஒரே ஒரு காட்டு வாழை கொடுத்துவிடும் என்று தெரிய வந்திருக்கிறது.

அதென்ன காட்டு வாழை? பெயர் தெரியவில்லை. ஒரு ராட்சச வாழை ரகம் என்று வைத்துக்கொள்வோம். இன்றைக்குச் சுமார் தொள்ளாயிரம் வருடங்களுக்கு முன்னர் ஃபிஜித் தீவுகளில் இந்தப் பழம் விளைந்திருக்கிறது. வெளிர் மஞ்சள் நிறத்தில் கறுப்புப் புள்ளிகளோடு இதன் மேல் தோல் இருக்கும். நல்ல கனமாக, ஓரடி நீளத்துக்கு, கட்டை குட்டையாக இருக்கும். தோலை அத்தனை எளிதில் உரிக்க முடியாது. கத்தி வைத்துத்தான் சீவ வேண்டும். ருசி கொஞ்சம் மட்டுத்தான். அவ்வளவாகத் தித்திக்காது. ஆனால் ஒரு மனிதனுக்கு என்னென்ன சத்துகள் தேவையோ அத்தனையும் அந்தப் பழத்தில் அபரிமிதமாக இருந்திருக்கிறது என்கிறார்கள் ஆராய்ச்சியாளர்கள். வாரத்துக்கு ஒரு பழம். மாசம் நாலு. போதும். அதை மட்டும் சாப்பிட்டுவிட்டு அக்கடாவென்று இருந்து விடலாம். சோறு, காப்பி, டிபன், நொறுக்குத் தீனி, பானிபூரி, பேல்பூரி, ஐஸ்க்ரீம் ஒன்றும் வேண்டாம். நல்ல தெம்பாக, புஷ்டியாக, ஆரோக்கியமாக இருக்கலாம்!

இருந்திருக்கிறார்கள்! ஃபிஜி ஆதி வாசிகளுள் ஒரு சில குழுவினர் இந்தவாழை தவிர வேறு எதையுமே வாழ்நாளில் தொட்டதில்லை.

காலப்போக்கில் பல பயிர்கள் காணாமல் போவதும் புதிய பயிர்கள் வருவதுமாக இருந்ததில், இந்தக் காட்டு வாழை ரகங்கள் இல்லாமலேயே போய்விட்டது. மேற்கு ஆப்பிரிக்காவிலும் இதே மாதிரி ஒரு பீமபுஷ்டி வாழை ரகம் இருந்திருக்கிறது. இதேதானா என்று சரியாகத் தெரியவில்லை. அதுவும் இப்போது வழக்கில் இல்லை.

வாழைப்பழம் ரெகுலராக சாப்பிடுகிறவர்களுக்கு கேன்சர் அபாயம் குறைவு. குறிப்பாக, பெண்கள் தினமும் வாழைப்பழம் சாப்பிடுவது

மார்பகப் புற்று நோயைத் தவிர்க்க - தடுக்க ஓரெல்லை வரை உதவும் என்று நவீன மருத்துவம் கண்டுபிடித்திருக்கிறது. என்ன ரகம் என்பது முக்கியமில்லை. எல்லா விதமான வாழைகளிலும் இருக்கிற சத்து அநேகமாக ஒரேமாதிரிதான்.

ஆதி காலத்தில் வாழைப்பழம் மனித குலத்துக்கு சிநேகமாக இருந்த அளவுக்கு வாழைக்காய் அத்தனை நெருக்கமில்லை. இது ஏனென்று தெரியவில்லை. அதன் கனம், முரட்டுத்தனத்தை எப்படிச் சமாளிப்பது என்று தெரியவில்லை போலிருக்கிறது. வெகு காலம் வரை வாழைக்காயை வேகவைத்துச் சாப்பிடுவது என்கிற வழக்கம் இல்லாமலேயே இருந்து வந்திருக்கிறது. மனிதன் வாழையின் காய் ஒன்றைத் தவிர மற்ற அனைத்து பாகங்களையும் பயன்படுத்த ஆரம்பித்து, குறைந்தது முன்னூறு ஆண்டுகளுக்குப் பிறகுதான் வாழைக்காயின் மகத்துவத்தைப் புரிந்துகொண்டிருக்கிறான்.

ருசி என்பது தவிர, வாழைக்காய்க்குத் தனியே சில சிறப்பம்சங்கள் இருக்கின்றன. உடனே வாயு என்று சொல்லிவிடாதீர்கள். குழந்தைகளுக்கு உடம்பு சரியில்லை என்று எந்தக் குழந்தை மருத்துவரிடம் போனாலும் சாப்பிடக் கொடுங்கள் என்று அவர்கள் தரும் பட்டியலில் அவசியம் வாழைக்காய்ப் பொறியல் இருக்கும். வைட்டமின் ஏ, கால்சியம் இரண்டும் வாழைக்காயில் மிகுதி. தவிரவும் அபாரமான நார்ச்சத்து. நோய் எதிர்ப்புச் சக்தியைக் கொடுப்பதில் வாழைக்காய் ஒரு வீரன்.

இதில் உள்ள ஒரே பிரச்னை, வாழைக்காய் கொடுக்கிற கலோரிகளின் பெருமளவு அதிலுள்ள சர்க்கரையின் மூலம் வருவது. (கால் கிலோ எடையுள்ள ஒரு காயில் சுமாராக முப்பது கிராம் சர்க்கரை இருக்கும்.)

எனவே, பெரிசுகள் கொஞ்சம் அளவோடு சாப்பிட்டுக்கொண்டு, குழந்தைகளுக்கு நிறைய வாழைக்காய் சமைத்துப் போடுவதன் மூலம் அத்தனை பேரும் அர்ஜுன் அம்மா ஆகலாம்.

சே. பொதுவாக சரித்திரம் மட்டுமே பேசுவோம். ஒரு நல்ல உணவுப் பொருள் கிடைத்துவிட்டால் நம்மையறியாமல் மருத்துவ குண விசேஷங்களுக்குப் போய்விடுகிறோம் பார்த்தீர்களா? அதுதான் விஷயம். ஆரியர்கள் மத்திய ஆசியாவில் இருந்து இந்தியாவுக்கு

வந்து சேர்ந்த காலத்தில் முதல் முதலில் வாழைப்பழத்தை ருசித்துவிட்டு அதனைக் ‘கல்பதரு’ என்று அழைத்தார்கள். அற்புதத் தாவரம் என்று தமிழில் சொல்லலாம்.

ஆரியர்கள் மட்டுமல்ல. அதுநாள் வரை வாழையைச் சுவைக்காத ஜீவாத்மாக்கள் யார் இந்தியாவுக்கு வந்தாலும், சாப்பிட்ட கணத்தில் தங்களை மறந்து டான்ஸ் ஆடியிருக்கிறார்கள். நமக்கு நன்கு தெரிந்த ஓர் உதாரண புருஷர், அலெக்சாண்டர்.

பஞ்சாப் ஏரியாவில் அவர் சண்டை போட்டுக் களைத்து உட்கார்ந்து தண்ணி அடிக்கத் தொடங்கிய ஒரு நாளில் (கி.மு. 327) யாரோ ஒரு வீரன், ‘மகாராஜா இன்றைக்குக் களைப்பு போக சாராயம் அருந்தாதீர்கள். மாறாக இந்தப் பழத்தைச் சுவைத்துப் பாருங்கள். ருசிக்கு ருசி, தெம்புக்குத் தெம்பு’ என்று ஒரு சீப்பு வாழைப்பழத்தைக் கொண்டு எதிரில் வைத்திருக்கிறான்.

‘என்ன இது?’ என்று அலெக்சாண்டர் கேட்டார்.

‘வாழைப்பழம் என்று சொல்கிறார்கள். பல வெரைட்டி இதில் இருக்கிறது. அபாரமான ருசி. ஏகப்பட்ட மருத்துவ குணங்கள் இதில் இருப்பதாக இந்திய மருத்துவர்கள் சர்டிபிகேட் கொடுத்திருக்கிறார்கள் மன்னா.’

ஒரு வாழைப்பழத்தை எடுத்துச் சுவைத்துப் பார்த்த அலெக்சாண்டர் சொக்கிப் போனார். அதற்குமுன்னால் அவர் வாழையை அறிந்ததில்லை. உடனே, யாரங்கே.

அலெக்சாண்டர் ஊர் திரும்பிக் கொஞ்ச காலத்திலேயே (அநியாயம், வெறும் 32 வயசு.) பரலோகப் பிராப்தியடைந்துவிட்டாலும் இந்திய வாழைக் கன்றுகள் அவர் பேரைச் சொல்லிக்கொண்டு க்ரீஸ் முழுதும் பரவிச் செழிக்கத் தொடங்கின.

இயற்கையின் அற்புதப் பரிசு என்று இந்திய வாழைப்பழ ஆராய்ச்சிக் கழகத்தின் இயக்குநர் பழனியாண்டி சுந்தர்ராஜு வருணிக்கும் (ஆமாமாம், இதற்கெல்லாம் ஆராய்ச்சிக் கழகம் இல்லாமல் வேறெதற்குத் தேவை?) வாழை உற்பத்தியில் இன்றைக்கு இந்தியா மிக முக்கியப் பங்களிக்கும் தேசம். மொத்த உலக உற்பத்தியில் இருபது சதவீதம் இங்கேதான். வருடத்துக்கு 170 லட்சம் டன் என்றால் இன்னும் எளிதாகப் புரியுமா?

இந்தியாவுக்கு அடுத்தபடி ஈக்வடார் வாழை உற்பத்தியில் சாதனை படைத்துக்கொண்டிருக்கிற தேசம். என்ன பெரிய வித்தியாசம் என்றால், ஈக்வடாரில் உற்பத்தியாகிற வாழைப்பழங்கள், காய்கள், தண்டு எல்லாம் பரம சுத்தமாக ஒரு துண்டு பாக்கியில்லாமல் அப்படியே ஏற்றுமதியாகிவிடுகிறது.

இந்தியர்கள் உற்பத்தியில் தொண்ணூற்றொன்பதே முக்கால் சதவீதம் தின்று கபளீகரம் செய்துவிடுகிறார்கள்!

இன்னொரு விஷயம் தெரியுமா? வாழைப்பழத்தை மூலப்பொருளாக வைத்துக்கொண்டு நிறைய ஸ்வீட் ஐட்டம்ஸ் செய்யலாம். இந்த வாழைப்பழ இனிப்பு விவகாரத்தின் தாயகம் இந்தியாதான். மேற்கு நாடுகள் பெருமைப் பட்டுக்கொள்ள வாழைப்பழ மில்க் ஷேக் ஒன்றுதான் உண்டு. நம் ஊரில்தான் கிட்டத்தட்ட தொண்ணூறு விதமான வாழைப்பழ இனிப்புகள் கண்டுபிடிக்கப்பட்டிருக்கின்றன.

அதிலும் கொஞ்சம் பார்த்துவிட்டு அடுத்த விஷயத்துக்குப் போகலாம்.

18. அஞ்சு ஐட்டம்

வாழைப்பழத்தை வைத்துக்கொண்டு என்ன செய்யலாம்? உரித்து வாயில் போட்டால் தீர்ந்தது விஷயம் என்று விட்டுவிட முடியாது. அது தமிழர்களின் தனிச்சிறப்புக்கு அவமானம். தவிரவும் ஏதோ பெருத்த உபயோகங்கள் இல்லாமல் ஆண்டவன் இத்தனை ஏராளமாக ஒரு வஸ்துவைப் படைத்திருக்க மாட்டான். என்னவாக இருக்கும் அது?

சீப்பு சீப்பாக அர்ச்சனைக்கு வரும் வாழைப்பழங்களில் சாமி பங்காகக் குவிந்தவற்றின் எதிரே உட்கார்ந்து தமிழ்நாட்டு அர்ச்சகர்கள் யோசிக்க ஆரம்பித்தார்கள்.

இதெல்லாம் இப்போதல்ல. கி.பி. நான்கு அல்லது ஐந்தாம் நூற்றாண்டுக் காலத்தில்! வாழைப்பழத்தை வைத்து என்னவாவது ஒரு ரெசிபி தயாரித்துவிட வேண்டும் என்று முதல் முதலில் யோசித்தவர்கள் அவர்கள்தாம். கடும் ஆராய்ச்சிக்குப் பிறகு, வேத காலத்தில் இறைவனுக்கு ஆகுதியாகப் படைக்கப்பட்ட பல்வேறு பட்சணங்களையும் பரிசீலித்து, ஒன்றிரண்டைத் தேர்ந்தெடுத்து, கொஞ்சம் எடிட் செய்து அவர்கள் உருவாக்கியதுதான் பஞ்சாமிர்தம்!

தமிழரின் வழிபாட்டு முறைகளுள் கோயில் வழிபாடு ஒன்றே மிக முக்கியத்துவம் பெற்று விளங்கிய காலத்தில், அபிஷேகம் என்பது அதன் முக்கியமானதொரு அங்கமாகக் கருதப்பட்டது. இப்போதும் தொடர்வதுதான் என்றாலும், ஆதிகாலத்தில் அதற்கான முக்கியத்துவம் அபாரமானது. நீரும் இளநீரும் தேனும் பாலும் தயிரும் சந்தனமும் அபிஷேகத்தின் முக்கியப் பொருள்களாக அப்போது விளங்கின.

காலப்போக்கில், தேனைப் போல் சுவையும் தேனைப் போல் மருத்துவ குணங்களும் கொண்ட வாழைப்பழத்தைப் பிசைந்து அதையும் அபிஷேகத்துக்குப் பயன்படுத்த ஆரம்பித்தார்கள்.

வாழை ஒரு முக்கிய அபிஷேகப் பொருளான பிறகு, மற்ற இரண்டு முக்கியக் கனிகளான மாவும் பலாவும் என்ன பாவம் செய்தன என்று யோசித்ததன் விளைவு, மூன்றையும் சேர்த்துப் போட்டுக் கலக்கி மூல விக்கிரகங்களைக் குளிப்பாட்டத் தொடங்கினார்கள்.

இப்படி அபிஷேகம் செய்யப்பட்ட முக்கனிகளும் அபிஷேக தீர்த்தத்தில் சேர்க்கப்பட்டு, பக்தர்களுக்கு வழங்கப்பட்டபோது, அடடா என்ன ருசி என்று பக்தியை மீறி சப்புக் கொட்டினார்கள் பக்தர்கள். அதன் விளைவாகவே பஞ்சாமிர்தம் என்னும் பண்டம் தோன்றியிருக்க முடியும் என்று ரூம் போட்டு உட்கார்ந்து யோசிக்காமல் யாரும் சொல்லிவிட முடியும்.

பஞ்சாமிர்தம் என்றால் ஐந்து பொருள்களின் சேர்க்கையில் உருவாகும் அமிர்தம் போன்ற ருசி மிக்க பண்டம் என்று பொருள். பஞ்ச அமுதம் என்று சொல்லிக்கொண்டிருந்தது, காலப்போக்கில் பஞ்சாமிர்தமாகி, இன்றைக்குப் பேடண்ட் வரை வந்துவிட்டது.

முதல் முதலில் வாழைப்பழம், மாம்பழம், பலாப்பழக் கலவையில் கணிசமாக நெய்யும் தேனும் சேர்த்துப் பிசைந்து பஞ்சாமிர்தத்தை உருவாக்கினார்கள். வெகு காலம் வரை– அதாவது பத்தொன்பதாம் நூற்றாண்டு வரை, தமிழகத்தில் பஞ்சாமிர்தம் என்றால் இதுதான்.

கோயில்களில் மட்டுமே இது கிடைக்கும். அதுவும் பிரசாதமாக மட்டும். வீடுகளில் பஞ்சாமிர்தம் செய்து பாத்திரத்தில் வைத்துக்கொண்டு அள்ளிச் சாப்பிடும் வழக்கமெல்லாம் ஏனோ வரவில்லை.

பிறகு சகல துறைகளிலும் நுழையத் தொடங்கிய நவீனத்துவம், பஞ்சாமிர்தத்துக்குள்ளேயும் நுழைய ஆரம்பித்தது. வாழைப் பழம் பிரதானம். மற்றபடி மிச்ச நாலு பொருள்களை மாற்றிப் போட்டு காக்டெயில் செய்து பார்த்தால் என்ன?

எனவே வாழை + மா + பலா + மாதுளை + தேங்காய்த் துருவல் என்றொரு காக்டெயில் முதலில் உருவாக்கிப் பார்க்கப்பட்டது. அடடே, இதுவும் அபாரமாக ருசிக்கிறதே?

பிறகு வாழை + பலா + ஆப்பிள் + தேன் + நெய் என்று மாற்றிப் பார்த்தார்கள். அதுவும் ஜோராகவே இருந்தது.

மேற்கொண்ட பல்வேறு முயற்சிகளில் வாழை தவிர மற்ற நான்கு ஐட்டங்களையும் பல்வேறு பெர்முடேஷன் காம்பினேஷனில் மாற்றி மாற்றிப் பார்க்க, பஞ்சாமிர்தம் பல்வேறு வடிவங்கள் எடுக்கத் தொடங்கின.

பஞ்சாமிர்தம் என்றால் அஞ்சு ஐட்டங்கள்தான் இருக்க வேண்டுமென்று என்ன கட்டாயம்? கொசுறாக இன்னும் கொஞ்சம் சேர்த்தால் என்ன தப்பு? இப்படி யோசிக்கத் தொடங்கிய பிறகு பஞ்சாமிர்தத்தில் ஆறாவது வஸ்துவாகப் பன்னீர் சேர்ந்தது. ஏழாவதாக ஏலக்காய் சேர்ந்தது. அப்படியே ஒவ்வொன்றாகச் சேரச் சேர ஒரிஜினல் பஞ்சாமிர்தம் என்பது என்னவென்பதே மறக்கத் தொடங்கிவிட்டது. வெல்லப்பாகெல்லாம் கரைத்து ஊற்றி இன்றைக்குப் பஞ்சாமிர்தத்தைப் பஞ்சராக்கிவிட்டார்கள்.

பஞ்சாமிர்தத்தில் முக்கனி என்பதே பிற்காலச் சேர்க்கைதான்; ஆக்சுவலாக தேன், நெய், பால், வாழைப்பழம், உலர் திராட்சை கலந்த வஸ்துவே பஞ்சாமிர்தம் எனப்படும் என்றும் ஒரு சாரார் சொல்கிறார்கள்.

இந்த பஞ்ச ஆராய்ச்சிகள் ஒருபுறமிருக்க, பஞ்சாமிர்த சூப்பர் ஸ்டார் என்று சொல்லப்படும் பழனியில் அதை எப்படித் தயாரிக்கிறார்கள் என்று தெரிந்துகொள்ள வேண்டாமா?

காங்கேயம் பகுதியில் விளையும் கண்டசாரி சர்க்கரை, சவூதி அரேபியாவில் (குறிப்பாக மதினாவில்) விளையும் உயர் ரக பேரீச்சம்பழங்கள், கிஸ்மிஸ், கல்கண்டு, ஏலக்காய் மற்றும் நெய். இவைதான் பழனி பஞ்சாமிர்தத்தின் முக்கிய இன்க்ரேடியண்ட்ஸ். இவை அனைத்தையும் விருப்பாச்சி வாழைப்பழப் பிசையலில் சேர்ப்பது தயாரிப்பின் முக்கிய அங்கம். எது எது எத்தனை அளவு என்பது பழனியாண்டிக்கும் தயாரிப்பாளர்களுக்கும் மட்டுமே தெரிந்த தொழில் ரகசியம்.

இவற்றில் வாழைப்பழத்தை முதலில் ஜாம் மாதிரி அரைத்துக் கொள்ள வேண்டியது. அதன்பிறகு சர்க்கரையைத் தனியாக

மிக்ஸியில் ஒரு ஓட்டு ஓட்டி அதில் சேர்த்துக் கலப்பது இரண்டாவது கட்டம். மற்ற ஐட்டங்களைச் சேர்த்துப் பிசைவது இறுதிக் கட்டம்.

வாழைப்பழத்தைக் கொண்டு உருவாக்கப்பட்ட முதல் ரெசிபி பஞ்சாமிர்தம்தான். அதன் ஒரிஜினல் வடிவம் இன்றைக்கு எங்கும் கிடையாது. மூன்று பழங்கள், தேன், நெய் என்பதுதான் ஒரிஜினல் பஞ்சாமிர்தத்தின் சுவை. ஆனால் அதை அடிப்படையாக வைத்து நூற்றுக்கணக்கான வாழைப்பழ ரெசிபிகள் பிற்காலத்தில் உருவாகிவிட்டன.

வாழைப்பழ அல்வா, வாழைப்பழ பர்பி, வாழைப்பழ புட்டிங், வாழைப்பழ கேக், வாழைப்பழ ரைத்தா, வாழைப்பழ சட்னி, வாழைப்பழ அப்பம் என்று ஆரம்பித்து மக்கள் புகுந்து விளையாடி விட்டார்கள். பெரிய பெரிய நேந்திரன் பழங்களை அப்படியே ஆவியில் வேகவைத்துக் காலை உணவாகச் சாப்பிடும் பழக்கம் இன்றைக்கும் வட கர்நாடகத்திலும் கேரளத்தில் சில பகுதிகளிலும் இருக்கிறது. வேகவைப்பதில் வாழைப்பழத்தின் முழு இனிப்பில் பாதி போய்விடும். ஒரு மாதிரி அசட்டுத் தித்திப்புத்தான். ஆனாலும் அது ஓர் அருமையான உணவு. உடம்புக்கு ஒன்றும் பண்ணாது. அதே சமயம் இரண்டு பழங்கள் இப்படிச் சாப்பிட்டால் குறைந்தது ஐந்தாறு மணி நேரங்களுக்குப் பசிக்காது. ஒரு சில வகை மலைப்பழங்களைத் தோலோடு வேகவைத்து அப்படியே சாப்பிடும் வழக்கமும் கர்நாடக மாநிலத்தில் உண்டு. வாழைப்பழத் தோலின் உட்புறம் இருக்கும் மாவுச் சத்து வேறெதில் இருப்பதைக் காட்டிலும் அதிகமானது.

இத்தனை பேசிவிட்டு வாழைக்காய் சிப்ஸ் பற்றி ஒருவார்த்தை சொல்லாவிட்டால் மனித குலம் நம்மை மன்னிக்காது அல்லவா? எனவே, அதையும் சொல்லிவிடுவோம்.

வாழைக்காய் சிப்ஸ் பத்தொன்பதாம் நூற்றாண்டின் இறுதியில் தோன்றிய ஒரு பண்டம். முதலில் சிப்ஸ் என்பதே பத்தொன்பதாம் நூற்றாண்டு ப்ராடக்ட்தான்.

1853ம் ஆண்டு அமெரிக்காவில் உள்ள நியூ யார்க் நகரில் புகழ் பெற்ற ஒரு ஹோட்டலில் ஜார்ஜ் க்ரம் (George Crum) என்றொரு செவ்விந்தியர் சமையல்காரராக உத்தியோகம்

பார்த்துக்கொண்டிருந்தார். ஒரு நாள் ஹோட்டலுக்கு வந்த கஸ்டமர், ஃப்ரெஞ்ச் ஃப்ரை ஆர்டர் செய்துவிட்டுக் காத்திருக்க, ஜார்ஜ் க்ரம் பொறித்துக் கொடுத்த ஃப்ரெஞ்ச் ஃப்ரையின் அளவைப் பார்த்து அவருக்குக் கடும் கோபம் வந்துவிட்டது.

'இதென்ன ஃப்ரெஞ்ச் ஃப்ரையா? உன் கட்டை விரலா? இத்தனை தடியாக இருப்பதை மனுஷன் சாப்பிடுவானா?' என்று ஒரு ப்ளேட் ஃப்ரெஞ்ச் ஃப்ரையையும் ஜார்ஜ் க்ரம் தலையில் கொட்டிவிட்டார்.

செவ்விந்தியரான ஜார்ஜுக்கு செம கோபம் வந்துவிட்டது. அவர் அந்தக் கஸ்டமர் மீது விஷ அம்பு விடாத குறை. ஆத்திரத்தை அடக்கிக்கொண்டு விறுவிறுவென்று சமையலறைக்குச் சென்றார். உனக்கென்ன? உருளைக் கிழங்குத் துண்டுகள் ஒல்லியாக இருக்கவேண்டும். அவ்வளவுதானே என்று சக் சக் சக் சக் என்று கிழங்கைப் படு ஒல்லியாக வட்ட வடிவில் சீவிச் சீவி அப்படியே கொதிக்கும் எண்ணெயில் போட்டார். அவை சிவக்கும்வரை காத்திருந்து மொறுமொறுவென்று ஆனபிறகு எடுத்து, கஸ்டமரைக் கண்ணீர் விட வைக்கும் உத்தேசத்துடன் அதன் தலையில் ஒரு பிடி மிளகாய்ப் பொடியையும் உப்பையும் கொட்டினார்.

இந்தா கொட்டிக்கோ என்று ஒரு பிளேட் நிறைய அந்தப் பதார்த்தத்தை எடுத்துச் சென்று அவர் வைக்க, சுவைத்துப் பார்த்த அந்த கஸ்டமர் சொக்கிப் போனார். அடே, படுபாவி! இத்தனை காலமாக நான் ருசித்துவந்த ஃப்ரெஞ்சு ஃப்ரையெல்லாம் இதன் முன்னால் பிச்சை வாங்கவேண்டும். இது என்ன? இதன் பெயர் என்ன? இதன் சமையல் குறிப்பென்ன? என்று கொண்டாடத் தொடங்கிவிட்டார்.

அப்படிப் பிறந்ததுதான் சிப்ஸ். உருளைக் கிழங்கு சிப்ஸ் உதயமான பிறபாடு வேறு பல கிழங்குகளின் சிப்ஸ் பரீட்சை செய்து பார்க்கப்பட்டது. அந்த வரிசையில் கிழங்கல்லாத, காய் வகையைச் சேர்ந்த வாழையை சிப்ஸ் போட்ட பெருமை தமிழருக்கே உரியது!

19. தாய்க்குலம் தந்த வரம்

மகாராஜா ஜாம்ஷித்துக்கு அவர் எத்தனையாவது ராணி என்று சரியாகத் தெரியாது. நமக்கல்ல. அவருக்கே. கல்யாணம் பண்ணிக்கொள்ளும்வரை கண்ணே மணியே என்றுதான் கொஞ்சிக் கொண்டிருந்தார். ஆனால் பெண்டாட்டியாக்கி, அந்தப்புரத்தில் அவருக்கு ஒரு குவார்ட்டர்ஸ் ஒதுக்கிக் கொடுத்துவிட்ட பிறகு இருக்கியா செத்தியா என்றுகூடக் கேட்க வரமாட்டேனென்கிறார் மன்னர். சே, என்ன வாழ்க்கை.

அந்த ராணியாகப்பட்டவர் ரொம்ப மனசு வருத்தப்பட்டுக் கொண்டபடிக்கு சரியாகச் சாப்பிடாமல், தூங்காமல் உடம்பைக் கெடுத்துக் குட்டிச்சுவராக்கிக்கொண்டார். இன்றைய நவீன மருத்துவர்கள் அன்றைக்கு இருந்திருந்தால் அவருக்கு டிப்ரஷன் என்று கண்டுபிடித்து என்னவாவது கவுன்சிலிங், மாத்திரை, மருந்து என்று கொடுத்து சரி பண்ணியிருப்பார்கள். அந்தக் காலத்தில் இரானிய ராஜ வைத்தியர்களுக்கு அத்தனை சமர்த்து போதவில்லை.

எனவே நாலைந்து குளிகைகளை உருட்டிக்கொடுத்து, சாப்பிடுங்கள் சுல்தானி, சரியாகிவிடும் என்று சொல்லிவிட்டுப் பின்பக்கமாக நடந்து போயேவிட்டார்கள்.

ராணிக்குக் காலக்கிரமத்தில் உடம்புக்கு ரொம்ப முடியாமல் போய்விட்டது. என்னென்னவோ கோளாறுகள் வந்து சேர்ந்தன. உட்கார்ந்தால் எழுந்திருக்க முடியாது. எழுந்தால் உட்கார முடியாது. எப்போதும் தலை சுற்றல், வாந்தி, மயக்கம். அதெல்லாம்கூடப் பரவாயில்லை. சமாளித்துவிட முடிந்தது. ஆனால் எப்போதாவது ஒரு பேய்த் தலைவலி வரும்பாருங்கள், மரண அவஸ்தை!

ஐயோ அம்மா என்று ராணி எத்தனை கதறினாலும் யாராலும் ஒன்றும் செய்ய முடியாதபடிக்கு ஒரு தலைவலி அது. ஒரு பக்கம் மட்டும் வலிக்கும். உயிரே போய்விடும். பத்தியம் போட்டுப் பார்த்தார்கள், பச்சிலைகள் அரைத்துத் தேய்த்தார்கள், சாப்பிடக் கொடுத்தார்கள், மந்திரித்துப் பார்த்தார்கள், தாயத்துக் கட்டினார்கள் – ம்ஹூம்.

மைக்ரைன் என்கிற பெயர் அந்தக் காலத்தில் (கி.மு. 5000க்குக் கொஞ்சம் முன்னால் எப்போதோ. சரியாகத் தெரியாது.) கிடையாது. ஆனால் ராணி அந்தத் தலைவலியில் என்ன மாதிரி துடிப்பார், வலி எப்படியெல்லாம் அவரை வாட்டியது என்ற வருணனைகளை வைத்து அதுதான் என்கிற முடிவுக்கு வரவேண்டி இருக்கிறது.

ஆச்சா? ராணிக்குத் தலைவலி. தீராத தலைவலி. ஆனால் இந்த விஷயம் மகாராஜா ஜாம்ஷித்துக்குத் தெரியாது. அவருக்கு அதற்கெல்லாம் நேரம் கிடையாது. சமஸ்தான விஸ்தரிப்பு விவகாரங்கள், அந்தப்புர விஸ்தரிப்பு விவகாரங்களில் அவர் மிகவும் பிசியாக இருந்தார். மேற்படி ராணிக்குப் பிறகு அவர் பத்துப் பன்னிரண்டு பேரை ராணியாக்கிக்கொண்டுவிட்டார். அவர்களுக்கெல்லாம் குவார்ட்டர்ஸ் கட்டிக்கொடுத்து, குடி வைத்து, அடுத்த ராணிக்கு – சே. அடுத்த வேலைக்குப் போகவேண்டாமா?

இந்தத் தலைவலி ராணி பலமுறை ராஜாவுக்குத் தகவல் சொல்லி அனுப்பி அனுப்பிப் பார்த்தார். கண்ணாளனே, என்னைக் கொஞ்சம் கவனிக்கக் கூடாதா?

இந்தா வாரேன், அந்தா வாரேன் என்று சொல்லிக்கொண்டிருந்தாரே தவிர, ராஜா வருகிறவராக இல்லை. எனவே ராணி ஒரு முடிவு செய்தார். ஒருநாள் அரசவை நடக்கும்போது நேரே போய்விடுவது. நாலு பெரிய மனிதர்கள் எதிரில் சட்டையைப் பிடித்து நாக்கைப் பிடுங்கிக்கொள்வது மாதிரி நாலு கேள்வி கேட்பது. நீதி கிடைத்தால் சரி. தலையைச் சீவினார் என்றாலும் சரி. இரண்டுமில்லாமல் திருப்பி அனுப்பினால், வேறு வழியே இல்லை. குவார்ட்டர்ஸுக்குத் திரும்பித் தற்கொலை செய்துகொண்டு விடுவது! இடும்பைகூர் மைக்ரேனே, உன்னோடும் என் புருஷனோடும் வாழ்தல் அரிது.

இவ்வாறு முடிவு செய்துகொண்டு அந்த ராணியாகப்பட்ட அபலைப் பெண் மறுநாள் காலை அரசவை கூடும் நேரத்துக்குச்

சற்று முன்னதாக அந்தப்புரத்திலிருந்து புறப்பட்டு மகாராஜாவின் அரசவைக்குச் செல்லும் பாதையில் நடக்கத் தொடங்கினார்.

அடடே, என்ன அதிர்ஷ்டம்! மகாராஜாவும் அந்தப்புரத்தில்தான் இருக்கிறாரா? ஆனால் யாருடைய குவார்ட்டர்ஸ் என்று தெரியவில்லை. அது ஒரு பிரச்னையில்லை. என் பிரச்னைக்கு ஒரு தீர்வு கிடைத்தால் தேவலை.

'பிராணநாதா...' என்று காதலுடன் கூப்பிட்டார் தலைவலி ராணி.

பிராணநாதன் திரும்பிப் பார்த்தார். ஆனால் கண்டுகொள்ளவில்லை. அவர் கையில் ஒரு பெரிய குடுவை இருந்தது. முகத்தில் மகாப்பெரிய கோபம் இருந்தது. 'யாரங்கே... அந்தப்புரத்தில் ஒரு சேடிப்பெண் கூட இல்லையா? இந்த திராட்சைப் பழங்கள் அனைத்தும் அழுகிப் போய் விஷமாகிவிட்டதை யாருமே கவனிக்கவில்லையா? எத்தனை காலமாக இது இங்கே கிடக்கிறது? எதற்கு நீங்களெல்லாம் சம்பளம் வாங்குகிறீர்கள்?' என்று பொதுவில் சேடிகளையும் மற்றவர்களையும் திட்டிக்கொண்டே வந்தவர், பதறி ஓடிவந்த நமது தலைவலி ராணியின் முகத்துக்கு நேரே அந்தப் பாத்திரத்தைச் சட்டென்று கோபமாக நீட்டினார்.

குப்பென்று அடித்த அந்த வாசனையில் ராணிக்கு மயக்கமே வந்துவிட்டது. ஐயோ, என்ன இது திராட்சைதானா!

'பின்னே உன் தலையா? அப்படியே விஷமாகிவிட்டது. கொண்டுபோய்க் கொட்டு. எத்தனை காலமாக இப்படியே கவனிக்காமல் இருந்ததோ தெரியவில்லை.' எரிச்சலுடன் ராஜா போய்விட்டார்.

நீதி கேட்டு நெடும்பயணம் மேற்கொண்ட ராணி, கையில் அந்த 'விஷ'ப் பாத்திரத்துடன் பரிதாபமாகச் சில கணங்கள் நின்றுகொண்டிருந்தார். ம்ஹூம். இந்த மனுஷனிடம் தனக்கு நீதியல்ல, வியாதிக்கொரு தீர்வுகூடக் கிடைக்கப்போவதில்லை. அரண்மனையில் புழு பூச்சிகளுடன் ஒரு ஜந்துவாக வாழ்ந்து தீர்ப்பதைவிட செத்துப் போகலாம்!

முடிவு செய்த ராணி, வேகமாக அந்த அழுகிய திராட்சைக் குடுவையுடன் தன் குவார்ட்டர்ஸுக்குச் சென்று கதவைச்

சாத்திக்கொண்டார். அவருக்கு இயற்கை ஏதோ ஒரு முடிவுடன் தான் தன் கணவர் கையாலேயே தனக்கு விஷத்தைக் கொடுத்தனுப்பியதாகத் தோன்றியது. மனத்தைக் கல்லாக்கிக்கொண்டு அந்த குடுவையில் இருந்த அழுகிய, விஷமாகிவிட்ட, பூஞ்சை பிடித்த, காலம் தெரியாத, பழம்பெரும் பழத்தை - அது கிட்டத்தட்ட சேறு மாதிரி கிடந்தது - அப்படியே வழித்து வழித்துச் சாப்பிட ஆரம்பித்தார்.

முதலில் அந்த நாற்றம் அவருக்கு என்னவோ செய்தது. பழம் செமத்தையாகப் புளித்துப் போய்க் கிடந்தது. உவ்வே பண்ணும் உத்தேசத்துடன் தான் சாப்பிடத் தொடங்கினார். ஆனால் இரண்டு மூன்று கை வழித்து நக்கியபிறகு, அந்தச் சுவை அவருக்கு மெல்ல மெல்லப் பிடிக்க ஆரம்பித்தது. அடக்கடவுளே, இது செம டேஸ்டாக உள்ளதே! அழுகிய பழம், விஷமாகிவிட்ட திராட்சை என்றல்லவா மன்னர் சொன்னார்! ஆனால் இது ஒரு தனி ருசியாக இருக்கிறதே. விஷம் மாதிரி தெரியவில்லையே.

சப்புக்கொட்டிக்கொண்டு மேலும் நாலைந்து கை அள்ளிச் சாப்பிட்டார். ஒரு மாதிரி மப்பாக இருந்தது. சூப்பராக இருந்தது. எனவே இன்னும் ஒரு வாய். தலை லேசாக கிர்ரடிப்பது போல் இருந்தது. ஓ, விஷம் தானோ? வேலை செய்ய ஆரம்பித்துவிட்டதோ?

அந்தப் பெரிய குடுவையில் இருந்த (எத்தனைக் கிலோ என்று தெரியவில்லை) அத்தனை அழுகிப்போன, பூஞ்சை பிடித்த பழத்தையும் அவர் சாப்பிட்டு முடித்த கணத்தில், அது விஷமல்ல, மாறாக ஒரு சூப்பர் சமாசாரம் என்பது ராணிக்குப் புரிந்துவிட்டது. தன் தலைவலியை மறந்தார். புருஷனை மறந்தார். சகலத்தையும் மறந்து நல்ல, உயர்தர திராட்சைகள் வாங்கிவரச் செய்து புளிக்கப் பண்ணி பழம்பானையில் போட்டு ஊறவைத்து ரகசியமாகத் தொடர்ந்து சாப்பிட ஆரம்பித்தார்.

ஏ மனிதனே! இதிலிருந்து நீ தெரிந்துகொள்ளும் நீதி அல்லது அநீதி யாதெனில் உலகில் முதல் முதலில் ஒயினைக் கண்டுபிடித்தது ஒரு பெண்மணி என்று திருக்குறள் முனுசாமி குரலில் ஒயின் தோன்றிய மேற்படி வரலாற்றைச் சொல்கிறது புராதன பெர்ஷியக் காவியமான கில்காமேஷ்.

கதைதான். இதற்கெல்லாம் சரித்திர ஆதாரம் தேடிக்கொண்டு போக முடியாது. ஆனால் புராதனமான கதை. இதே மாதிரி இன்னொரு கதையும் உண்டு. அந்தக் கதை இரானில் நடந்த கதையல்ல. மேற்கு ஆசியாவின் ஓரத்தில் கருங்கடலுக்கும் ரஷ்யப் பெருநிலப்பரப்புக்கும் நடுவே ஸ்ரீரங்கநாதர் மாதிரி காகசஸ் மலைத் தொடர் கால் நீட்டிப் படுத்துக் கிடக்கும் சாகர்ட்வெலோ *(Sakartvelo)* என்கிற இந்நாளைய ஜார்ஜியா பகுதியில் நடந்ததாகச் சொல்லப்படும் கதை. இந்தக் கதைக்கும் வயசு ஐயாயிரத்தி சொச்சம்தான்.

இங்கு ஒரு அழகிய இளம் பெண் மலைச்சாரலில் ஸ்டிராபெரி, பிளாக்பெரி, திராட்சைப் பழங்களைப் பயிரிட்டு வாழ்ந்து வந்தாள். (இந்த மூன்று பழங்களுமே ஏழாயிரம் வருடங்களுக்கு முன்னர் தோன்றியவை. கி.மு. *5500*லிருந்து மனிதர்கள் இதனைப் பயிரிடத் தொடங்கியதாகத் தெரிகிறது.)

ஒருநாள் தான் பறித்துச் சேகரித்து வந்த பழங்களை ஒரு பெரிய குடுவையில் போட்டு வீட்டின் ஒரு மூலையில் வைத்துவிட்டு அடுத்த வேலை பார்க்கப் போய்விட்டாள். பறித்து வைத்த பழங்களை அதோடு அவள் மறந்தும் விட்டாள்.

சில வாரங்கள், சில மாதங்களே ஓடிவிட்ட பிறகு தற்செயலாக அந்தக் குடுவையை அவள் திறந்து பார்க்க, முன்னால் பார்த்த பெர்ஷிய மகாராணிக்கு அடித்த அதே ஸ்மெல் அவளுக்கும் அடித்தது. அதே மாதிரிதான் அவளும் முதலில் முகம் சுளித்தாள். ஆனால், ஐயோ வீணாகிவிட்டதே என்று தூக்கிப் போட மனமில்லாமல் சும்மா கொஞ்சம் எடுத்து வாயில் விட்டுப் பார்த்திருக்கிறாள். ஒயின்!

இந்தக் கதைகள் இவ்வாறாக இருக்க, அது என்னமோ தெரியவில்லை. ஒயினைப் பற்றிய சரித்திரத்தில் எந்தப் பக்கத்தில் தேடினாலும், யாராவது ஒரு பேதை, பெதும்பை, மங்கை, மடந்தை, அரிவை, தெரிவை, பேரிளம்பெண் தான் அதைக் கண்டுபிடித்ததாக எல்லா நாட்டுக் கதைகளும் சாமி சத்தியமாகச் சொல்கின்றன. மருந்துக்குக் கூட ஒரு ஆம்பிளை கண்டுபிடித்த சரக்காக ஒயினை யாரும் வருணிக்கக் காணோம்.

உணவுத் தொடரில் ஒயினுக்கு என்ன வேலை என்று கேட்காதீர். சோறு-தண்ணி என்னும் சொல் வழக்கே சரக்கைச் சேர்த்து

உருவாகியதுதான். ஆதிமனிதன் வெறும் ஒயினைக் குடித்தே வாரக்கணக்கில் பசி மறந்திருக்கிறான். குதூகலம் என்றால் அது ஒயினுடன் தொடர்புடைய ஒன்றாக மட்டுமே பல நாகரிகங்கள் நமக்குச் சுட்டிக்காட்டுகின்றன. ஒயின் என்பது விஸ்கி, பிராந்தி, பீர், ரம், வோட்கா, பட்டை சாராயம், பாக்கெட் சாராயம், டாஸ்மாக் சாராய வகையறா அல்ல. வேண்டுமானால் சாம்பார், ரசம், வத்தக்குழம்பு, மோர்க்குழம்பு, பாயசம், அக்கார அடிசில் வகையறாவில் சேர்த்துக்கொள்ளலாம்.

ஒரு அற்புதமான பானத்தை, அனுபவிக்கத் தெரியாமல் நாம் சாராயக்கடை சமாசாரமாக்கிவிட்டோம். கொஞ்சம் சரித்திரத்தைத் தெரிந்துகொண்டால் வியந்துபோவீர்கள்!

20. புளித்தல் சுகமே

விவசாயம் எனும் கலை அல்லது தொழில்நுட்பம் தோன்றிய காலத்திலேயே ஒயின் கண்டுபிடிக்கப்பட்டிருக்கவேண்டும் என்று ஆராய்ச்சியாளர்கள் கருதுகிறார்கள். மாசிடோனியா என்று பழங்காலத்திலும் கிரீஸ் என்று இப்போதும் சொல்லப்படும் தேசத்தில் மேற்கொள்ளப்பட்ட சில தொல்லியல் ஆராய்ச்சிகளின் விளைவாக, ஐரோப்பாவில் ஒயின் அருந்திய ஆதிமக்கள் குறித்த சில சுவாரசியமான தகவல்கள் தெரியவந்திருக்கின்றன. குறைந்தது கி.மு. 6500க்கு முன்னால் ஒயின் சாப்பிடத்தொடங்கிவிட்டார்கள். இதில் சந்தேகமே இல்லை. அப்போது, பெரிய பெரிய மண் குடுவைகளில் திராட்சைப் பழங்களை உதிர்த்துப் போட்டுப் பிசைந்து, ஊறவைத்ததற்கான ஆதாரங்கள் கிடைத்திருக்கின்றன. தவிரவும் சும்மா தட்டு, தம்ளர் என்று சாப்பாட்டு ஐட்டங்களுக்குப் பயன்படுத்தப்படும் பாத்திரங்கள் போல் அல்லாமல், ஒயின் தயாரிப்பதற்கும், ஒயின் சாப்பிடுவதற்குமாக மட்டுமே உருவாக்கப்பட்ட கோப்பைகளும் குடுவைகளும் ஏனைய அனைத்து உபயோகப்பொருள்களைக் காட்டிலும் கலையழகு சற்றே தூக்கலாக இருந்திருக்கிறது!

எனவே ஒயின் என்பதைக் கொண்டாட்டத்துக்கான ஒரு பானமாகக் கருதும் வழக்கமும் ஆதியிலிருந்து இருந்துவந்திருக்கிறது என்பது தெரிகிறது. என்ன சிறப்பு என்றால், ஒரு குறிப்பிட்ட பகுதி என்று இல்லாமல், அநேகமாக உலகின் பெரும்பாலான பகுதியில் வசித்த மக்கள் இதே முறையைப் பின்பற்றியிருக்கிறார்கள். கிரீஸ், இரான் போன்ற இடங்களில் மேற்கொள்ளப்பட்ட அகழ்வாராய்ச்சிகளிலும் சரி, பண்டைய சீன நாகரிகம் செழித்ததாகச்

சொல்லப்படும் மஞ்சள் நதிக்கரையோரப் பகுதிகளிலும் சரி. எகிப்து, சுமேரிய மண்ணிலும் சரி. ஒரே ரிசல்ட்.

கி.மு. மூவாயிரத்தை ஒட்டிய காலத்தில் எகிப்தில் ஒயின் தயாரிப்பு என்பது ஒரு தொழிலாகவே செய்யப்பட்டிருப்பது தெரிகிறது. அக்கம்பக்கத்து சமஸ்தானங்களுக்கெல்லாம் ஏற்றுமதியும் செய்திருக்கிறார்கள். நைல் நதிப் படுகைகளில் விளைந்த அற்புதமான சுவை கொண்ட பல்வேறு விதமான திராட்சைப் பழங்களைப் பயன்படுத்தி, குறைந்தது ஐந்து விதமான ஒயின்கள் அக்காலத்தில் தயாரிக்கப்பட்டன. பெரும்பாலும் சிவப்பு ஒயின். [ஓர் இடைசெருகல். நாம் ஒயின் என்கிறோம். வைன் என்றும் சிலர் சொல்கிறார்கள். உண்மையில் *Van* என்கிற உச்சரிப்பே சரி என்கிறார்கள், ஒயின் அருந்தும் கலையின் நவீனகால விற்பன்னர்களான பிரெஞ்சுக்காரர்கள்.]

நிறமற்ற ஒயின் [வெள்ளை ஒயின்] தயாரிப்புக்கான முயற்சிகளும் இருந்திருக்கின்றன. ஆனால் திராட்சையைச் சேர்த்தபின் நிறத்தை நீக்குவது எப்படி என்று பெரும்பாலும் ஆதி மனிதர்களுக்குத் தெரிந்திருக்கவில்லை. தவிர, திராட்சைக்கு மாற்றாக, மாதுளம்பழத்தை மூலப்பொருளாக வைத்தும் ஒயின் தயாரிக்க முடியுமா என்று ஆராய்ச்சிகள் செய்யப்பட்டிருக்கின்றன.

கூம்பு வடிவில் உயர உயரமான ஒயின் தயாரிப்பு நிலையங்கள் எகிப்தில் பல இடங்களில் அகழ்ந்தெடுக்கப்பட்டிருக்கின்றன. பிரம்மாண்டமான கொதிகலன்கள், ஊறவைப்பதற்கான பெரிய பெரிய மண் குடுவைகள், டெஸ்ட் பண்ணிப் பார்ப்பதற்கான ப்யூரெட், பிப்பெட் போன்ற டெஸ்ட் ட்யூப்கள் [இதுவும் மண்ணாலானது. சில இடங்களில் செப்பும் பயன்படுத்தப்பட்டிருக்கின்றது.] என்று அகழ்வாய்வில் ஏகப்பட்ட ஆதாரங்கள் கிடைத்துக்கொண்டே இருக்கின்றன.

கிட்டத்தட்ட அதே கி.மு. மூவாயிரத்தை ஒட்டிய காலத்தில் அதே எகிப்து, ஜார்ஜியா போன்ற பகுதிகளில் ஒயினைப் போல பீரும் அமோகமாக உற்பத்தி செய்யப்பட்டிருக்கிறது. [பீர் வரலாறை இன்னொரு சந்தர்ப்பத்தில் பார்க்கலாம்.] ஆனால் எகிப்தைப் பொருத்த அளவில் ஒயின் என்பது மேட்டுக்குடி மக்களின் பானமாகவும், பீர் ஏழை எளியவர்களின் பானமாகவும் இருந்திருக்க வாய்ப்பு இருப்பதாக ஆராய்ச்சியாளர்கள் சொல்கிறார்கள்.

ஒயினைப் பிரபலப்படுத்தியது, பண்டைய ரோமானியர்கள். கி.மு. *270-350* காலக்கட்டங்களில் ரோமை ஆண்ட மன்னர்கள் காணாதது கண்டாற்போல ஒயினிலேயே நாளெல்லாம் மூழ்கி முத்தெடுத்திருக்கிறார்கள். மன்னர்பிரான் இப்படி உருகி உருகிக் குடிக்கிறாரே என்று பார்த்து, மக்களும் ஒயின் அருந்துவதில் தீவிரமாகி, அது அக்கம்பக்கத்தில் எல்லாம் பரவ, ஐரோப்பாவெங்கும் ஒரு கட்டத்தில் தண்ணீருக்கு பதில் ஒயின் என்று சொல்லத்தக்க அளவிலேயே ஒயின் உற்பத்தியும் பயன்பாடும் மிகுந்திருக்கிறது.

ஆதிமனிதர்கள் ஒயினில் போதைக்காக ஆல்கஹாலைத் தனியே சேர்க்கிற வழக்கம் வைத்துக்கொண்டதில்லை. திராட்சையைப் பறித்து, காம்பு நீக்கி குடுவையில் போட்டு நசித்து அப்படியே புளிக்க வைத்துவிடுவார்கள். சிவப்பு அல்லது கருப்பு நிற திராட்சைப் பழத்தைத் தோலோடு ஊறவைக்கும்போது, உருவாகும் ஒயின் சிவப்பு ஒயின். வெள்ளை ஒயின் வேண்டுமென்றால் பச்சை திராட்சையிலிருந்து ஜூஸ் எடுத்து அதைப் புளிக்கச் செய்யவேண்டும். ரோஸ் ஒயின் என்று இன்னொன்று இருக்கிறது. இதில் தோலும் ஜூஸும் பக்கத்துப் பக்கத்தில் தனியே புளிக்கவைக்கப்பட்டுக்கொண்டிருக்கும். ஒரு கட்டுப்பாட்டுடன் இரண்டுக்கும் உறவு கொள்ள அனுமதி இருக்கும். சிவப்புத் தோல் புளித்து வெளியேற்றும் நீர், ஒரு குறிப்பிட்ட அளவோடு இந்தப்பக்கம் புளித்துக்கொண்டிருக்கும் ஜூஸுடன் கலந்து ஒரு மாதிரி பிங்க் நிறம் வரும்வரை காத்திருப்பார்கள். அது வந்ததும் டபக்கென்று தோல் தொடர்பைத் துண்டித்து, ஜூஸை மட்டும் தொடர்ந்து புளிக்க வைப்பார்கள். ரோஸ் ஒயின்!

பத்து முதல் பதினைந்து நாள் வரை இந்தப் புளிக்கவைக்கும் வேலை நடக்கும். இந்தக் காலக்கட்டத்தில், நொதி - காடிச்சத்து - பூஞ்சைக்காளான் - எனப்பலவாகக் குறிப்பிடப்படும் சமாசாரம் திராட்சையில் உருவாகி, அதிலுள்ள சர்க்கரையுடன் வேதிவினை ஆற்றத் தொடங்கிவிடும். திராட்சை சர்க்கரையுடன் பூஞ்சை வினையாற்றும்போது எத்தனாலும் கார்பன் டை ஆக்சைடும் உற்பத்தியாகும்.

இது உருவாவது வரை கணக்கு. இந்தப் பதம் தயாரென்றால் அடிப்படை நொதி நிலையிலிருந்து திரவத்தைத் தூக்கி வேறு

பாத்திரத்தில் கொட்டி, இரண்டாம் கட்ட அக்னிப் பரீட்சைக்கு உட்படுத்துவார்கள். அதே நொதித் திருவிழாதான். ஆனால் திராட்சையில் உள்ள சர்க்கரை முழுவதுமாக எத்தனாலாக மாறுகிறவரை பொறுத்திருக்க வேண்டும். ஒரு சொட்டு சர்க்கரைகூட மிச்சமில்லை, அனைத்தும் எத்தனாலாகிவிட்டது என்றால், ஒயின் தயார் என்று பொருள்.

ஆத்திரக்காரர்கள் அப்படியே எடுத்துக் குடிக்கலாம். கனாய்சியர்கள் அப்படிச் செய்யமாட்டார்கள். ஒயினைத் தயாரித்துவிட்டால் ஆயிற்றா? நொதித்துப் போன திராட்சை ரசத்தை ஹார்லிக்ஸ் மாதிரி அப்படியே சாப்பிடுவது அத்தனை எளிதல்ல. சுவையில் வித்தியாசம் கிடையாது என்றாலும், நாற்றத்துழாய்முடி நாராயணனாலும் சகிக்கமுடியாத ஒருவித நாற்றம் அதிலிருந்து வீசும். குடலைக் குமட்டிவிடும். [எல்லோருக்குமல்ல. பெரும்பாலானவர்களுக்கு.]

எனவே ரா ஒயினின் வீரிய வாடையை மட்டுப்படுத்தி, ஒருவித கவித்துவ வாசனையை அதன்மீது கமழச் செய்வதற்காக இன்னொரு கட்ட நடவடிக்கை மேற்கொள்ளப்படும். இந்த மணமாக்கும் காரியத்துக்குப் பெரிய பெரிய ஓக் மரக் குடுவைகள் பயன்படுத்தப்படும்.

ஓக் மரக் குடுவைகளில் அடைக்கப்பட்டு அப்படியே உருட்டிவிடப்படும் ஒயின், கொஞ்சம் கொஞ்சமாக மரத்திலுள்ள மெத்தோஸைஃபராஸைன், மோனோடெர்பெனஸ், நோரிஸோப் ரெனாய்ட்ஸ், தியோல்ஸ் சல்ஃபர் போன்ற சேர்மங்களுடன் ஊறி ஊறி, அவற்றின் மணத்தைத் தனக்கு எடுத்துக்கொள்ளும். எத்தனை காலம் ஊறுகிறதோ, அத்தனை வாசனை!

நீங்கள் டாஸ்மாக் நீங்கலாக உலகின் எந்த ஒரு நல்ல பாருக்குச் சென்று ஒயின் ஆர்டர் செய்தாலும், எடுத்துவரும் பேரர் பாட்டிலைத் திறந்ததும் அப்படியே கிளாசில் கவிழ்த்துவிட மாட்டார். மாறாக, மரத்துண்டு மூடியால் அடைக்கப்பட்டிருக்கும் பாட்டிலை மெல்லத் திறந்து, லாகவமாக அதை நீங்கள் முகர்ந்து பார்க்கும்படி அருகே கொண்டு வருவார். ஒயினின் வாசனையை முகர்ந்து பார்த்தே அதன் காலத்தை மதிப்பிடக்கூடிய விற்பன்னர்கள் உலகெங்கும் உண்டு.

திராட்சை பறிக்கப்படுவதிலிருந்து அது ஒயினாக அருந்தப்படுவதற்கு இடைப்பட்ட காலம் இரண்டு மாதங்களில் இருந்து இருபது வருடங்கள் வரை பொதுவாக நீளும். பழம்பெரும் ஒயினுக்கு மகத்துவம் அதிகம்.

ஆனால் இதிலும் ஒரு சூட்சுமம் இருக்கிறது. நமக்கு வசதியிருக்கிறது என்று இருபது வருஷத்து ஒயினாக மட்டும் வாங்கி அடுக்கி ஸ்டைலாக எடுத்துக் குடித்துக்கொண்டிருப்போருக்கான முக்கியத் தகவல் இது. எல்லா இருபது வருஷ ஒயினும் அதி பயங்கர மகா ருசியாக இராது. ஊறலில் நாறிப்போகும் ஒயின் நிறைய உண்டு. வாங்கிவிட்ட பாவத்துக்காகக் குடித்துத் தொலைக்க வேண்டியிருக்கும்!

ருசி கெடாத சூப்பர் ஒயின் என்றால் அதிகபட்சம் ஐந்தாண்டு காலப் பழமை போதும்! அதற்குமேல் பழசு என்றால் அது ரெட் ஒயினாக இருக்கும்பட்சத்தில் பத்து சதவீத பாட்டில்கள்தாம் ஒரிஜினல் ருசியுடன் இருக்கும் வாய்ப்பு உள்ளது. வெள்ளை ஒயின் எனில் ஒரு சதவீதம் மட்டுமே!

இது முற்றிலும் திராட்சைகளின் தரம் சார்ந்து தீர்மானிக்கப்படுகிற விஷயம். ஒயினாகிவிட்ட பிறகு எந்த திராட்சை நல்லது, எது கெட்டது என்று யாரும் சொல்ல முடியாது. எப்படியானாலும் ருசிக்கு பங்கம் கூடாது என்றால் ஐந்தாண்டுத் தொன்மை போதும், யதேஷ்டம்.

ஆதிகாலத்தில் அதிக ஊறல் நடவடிக்கைகள் இருந்ததில்லை. ஒயின் தயாரானதுமே எடுத்துக் குடித்துத் தீர்த்துவிடுவார்கள். ஆனால் காலப்போக்கில் ஒயின் ரசனை உருவாகி, ஒயின் அருந்துவது ஒரு கலாசார நடவடிக்கையாகப் பரிமாணம் பெற்றபிறகு, நவீன யுகத்தில் ஒயின் கெடாமல் பாதுகாக்க அதில் இரு விதமான பொருள்கள் சேர்க்கப்படுகின்றன. ஒன்று சல்ஃபர் டை ஆக்சைடு. இரண்டாவது பொட்டாசியம் சார்பேட். இரண்டும் வேதிப் பொருள்கள். இரண்டிலொன்றைப் பயன்படுத்துவார்கள். இது, சரக்கு கெட்டுப்போகாமல் இருக்க உதவும்.

வெள்ளை ஒயின் தயாரிப்பில் பொதுவாக சல்ஃபர் டை ஆக்சைடு பயன்படுத்தப்படும். முதல் முதலில் புளிக்கச் செய்யும்போதே

சேர்த்துவிடுவார்கள். சிவப்பு ஒயினுக்குப் பெரும்பாலும் பொட்டாசியம் சார்பேட்.

நான் எழுதியிருப்பது, ஒயின் தயாரிப்பின் மேலோட்டமான சில அடிப்படைகள் மட்டுமே. இன்னும் பல சூட்சுமங்கள், லாகவங்கள், சேர்மான விகிதங்கள் இதிலுண்டு. இயேசுநாதர் தன் ரத்தத்தையும் சதையையும் திராட்சை ரசமாகவும் அப்பமாகவும் உருவகப்படுத்தி உரையாற்றியதன் லிட்டரல் அர்த்தத்தைக் கிறிஸ்தவம் தோன்றியபிறகு அதை ஏற்றவர்கள் அப்படியே பின்பற்றத் தொடங்கியதன் விளைவு – கிறிஸ்தவப் பண்டிகைகளில் ஒயின் இன்றைக்கு வெகு முக்கிய இடம் பெற்றுவிட்டது. வீடுகளிலேயே ஒயின் தயாரிப்பதும் கூடியிருந்து குளிர்ந்தேலோரெம்பாவாய் என்று குடித்துத் தீர்ப்பதும் கலாசார நிகழ்வுகளாகிவிட்டன.

ஆனால் கிறிஸ்தவத்தோடு மட்டுமல்ல. ஒயின் பல மதங்களுடன் தொடர்புடையது. இஸ்லாத்தில் மது ஹராம் என்றாலும் [தடை செய்யப்பட்டது] ஒயினைப் புகழாத பாரசீகக் கவிஞர்கள் கிடையாது. யூத மதச் சடங்குகளிலும் ஒயினுக்கு ஒரு முக்கிய இடம் உண்டு. ஐரோப்பிய, ஆப்பிரிக்க, பண்டைய சுமேரிய, தூரக்கிழக்காசிய நாகரிகங்கள் அனைத்திலும் பல்வேறு சிறு மதங்கள் கோலோச்சிக்கொண்டிருந்த காலத்தில், அத்தனை மதங்களும் எதை நிராகரித்தாலும் ஒயினை விட்டுக் கொடுத்ததில்லை!

21. ஒயின் கலாசாரம்

உலகம் முழுதும் குடிகாரர்கள் உண்டு. உலகம் முழுதும் மது அருந்துவோரும் உண்டு. ஆனால் இந்தப் பிரிவினை விஸ்கி, பிராந்தி வகையறாக்களுக்குத்தான் பொருந்துமே தவிர, ஒயினுக்கு ஆகாது. ஒயின் எப்படி ஒரு சமர்த்து பானமோ, அதே மாதிரிதான் அதனை அருந்துவோரும். நளினமாக, நாகரிகமாக, அழகாக, அளவோடு மட்டுமே ஒயின் ரசிகர்கள் அதனை அணுகுவார்கள். அருந்தும் கணத்தை அனுபவிப்பது என்பதுதான் முக்கியமே தவிர, எத்தனை அடித்தால் சரக்கு ஜிவ்வென்று மண்டைக்கு ஏறி, வரிந்துகட்டிக்கொண்டு வீதிக்கு வந்து டப்பா டான்ஸ் ஆடலாம் என்று நினைப்பவர்கள், ஒயின் ரசிகர்களாயிருக்க மாட்டார்கள். அவர்களுக்குக் கடா மார்க்தான் சரி.

ஒயினை ஓர் உயர்ந்த பானமாக உலகெங்கும் உணரச் செய்த பெருமை பிரெஞ்சுக்காரர்களுக்கு உரியது. அதனைத் தங்கள் கலாசாரத்தின் ஓர் அங்கமாக அவர்கள் வைத்திருப்பது மட்டுமல்ல காரணம். பகையற்ற, விரோதங்களற்ற, கோபதாபங்களற்ற, நிபந்தனையற்ற பரிசுத்தமான அன்பை வெளிப்படுத்த வேண்டுமா? ஒரு கிளாஸ் ஒயின். ஒரு சியர்ஸ். போதும். சொற்களால் அல்லாமல், மனித குலம் முழுதும் இதனை மனத்தால் உணரச் செய்தது அவர்கள்தாம்.

கல்யாணம், காதுகுத்தல், சீமந்தம், நிச்சயதார்த்தம், பண்டிகை, திருவிழா என்று என்னவானாலும் பிரான்ஸில் ஒயினில்லாமல் கிடையாது என்பது ஒருவேளை உங்களுக்குத் தெரிந்திருக்கும். ஆனால், அவர்களுடைய தினசரி உணவிலேயே ஒயின் ஓரங்கம் என்பது தெரியுமா? பிரான்ஸ் தேசம் முழுதும் வீடுகளில் தண்ணீர் இருந்தாலும் இல்லாவிட்டாலும் ஒயின் இருக்கும். அவசியம். இது இரண்டாயிரத்தி எண்ணூறு வருடப் பழக்கம்.

சாப்பிடுவது அந்த ஊரில் ஒரு கலை. இதில் பணக்காரர், ஏழை பாகுபாடெல்லாம் இல்லை. யாராக இருந்தாலும் உணவில் சில ஒற்றுமைகள் அவசியம் உண்டு. உணவு உண்ணும் முறையிலும். பிரெட் இருக்கும். பாலாடைக் கட்டி இருக்கும். ஒயின் இருக்கும். இந்த மூன்றும் அடிப்படை. பிறகு அவரவர் வசதிக்கேற்ப என்ன வேண்டுமானாலும் உணவில் சேர்த்துக்கொள்வார்கள்.

பொதுவாக யாரும் அள்ளி அடைத்துக்கொண்டு ஓடுகிறவர்களாக இருக்கமாட்டார்கள். நம் ஊர் பள்ளிக்கூடங்களில் அலுவலகங்களில் மதிய உணவுக்கு விடப்படும் அரைமணி, ஒரு மணிநேர இடைவேளையெல்லாம் பிரான்சில் கட்டுப்படியாகாது. இந்தா வாரேன் என்று சாப்பிடக் கிளம்பினால், பொறுக்க இரண்டு மணிநேரமாவது அவசியம் எடுத்துக்கொள்வார்கள். கிராமப்புறங்களிலும் சிறு நகரங்களிலும் இது இன்னுமே அதிகமாக இருக்கும். வேலைக்குப்போகிற பெற்றோர், மதிய உணவுக்குத் தவறாமல் வீட்டுக்கு வந்துவிடுவார்கள். அவரவர் குழந்தைகளும். மேசைமேல் விரிப்பு விரித்து, உணவைக் கொண்டுவந்து ஒரு லயத்துடன் அடுக்கி, கத்தி கபடாக்களைப் பக்கத்தில் வைத்து, பிரார்த்தனை முடித்து, மெல்லத்தான் சாப்பிட ஆரம்பிப்பார்கள்.

ஒயின் அங்கே விலை உயர்ந்த பொருளல்ல. இங்கே பால் எப்படியோ அங்கே அது அப்படி. எளிய, விலை மலிவான ஒயின்கள் தேசமெங்கும் கிட்டும். பண்டிகை மற்றும் விசேஷ காலங்களுக்கென சிறப்பு ஒயின்கள் தனியே தயாரிப்பார்கள். கிராமப்புறங்களில் பெரும்பாலும் வீடுகளிலேயே. நகர்ப்புற மக்கள்தான் வெளியில் வாங்குவார்கள்.

பல்வேறு பிராந்தியக் கலாசாரங்கள் தத்தமது தனித்துவத்தை இழந்துவிடாது புழங்கும் பிரான்ஸ் தேசத்தில் ஒயின் என்பது ஒரு பொதுவான சரடு. வீட்டுக்கு வரும் விருந்தினரை ஒயினில்லாமல் திருப்பி அனுப்பமாட்டார்கள். இதற்காகவே ஒவ்வொரு பிரெஞ்சுக்காரர் வீட்டிலும் நாலைந்து ஒயின் பாட்டில்களை - விருந்தாளிகளுக்கென்றே - தனியே தரையில் குழி தோண்டிப் புதைத்துவைத்திருப்பார்கள். என்ன சாப்பிடுகிறீர்கள் என்ற கேள்வி எல்லாம் அப்புறம்தான். முதலில் வீட்டுக்கு வந்தவர்களுக்கு தாகசாந்திக்கு ஒயின்.

ஒரு சில பகுதிகளில் - குறிப்பாக கிராமப்புறங்களில் இந்த விருந்தினர் ஒயின் விஷயத்தில் சில கடுமையான விதிமுறைகளும் கடைபிடிக்கப்படுகின்றன. புதைத்து வைத்திருக்கும் ஒயின் பாட்டிலின் மேல் மூடி [அதாவது கார்க்]யை மட்டும் லேசாக உருவி எடுத்துவந்து விருந்தினருக்கு முகர்ந்து பார்க்கத் தருவார்கள். அந்தக் கணம் விருந்தினர் முகம் மலர்ந்தால், அது அவரது விருப்பத்துக்குரிய பதத்தில் இருக்கும் ஒயின். அதைக் கொடுக்கலாம். ஒருவேளை அவர் முகம் சுளித்தாலோ, கண்ணில் ஆர்வம் படராமல் போனாலோ, தீர்ந்தது.

அந்த ஒயின் பாட்டிலை அப்படியே தூக்கிப் போட்டுவிட்டு வேறொரு பாட்டிலைத் திறந்துகாட்டுவார்கள். விருந்தினர் நிராகரித்த ஒயினை - அது எத்தனை விலை உயர்ந்ததாக இருந்தாலும் அடுத்தவர்களுக்குக் கொடுக்கமாட்டார்கள், தாமும் அருந்த மாட்டார்கள்.

பிரெஞ்சு மண்ணில் ஒயினுக்கு இப்படியொரு முக்கியத்துவம் வந்ததற்குச் சில காரணங்கள் இருக்கின்றன. கி.பி. எட்டாம் நூற்றாண்டில் பிரெஞ்சு நில உடைமையாளர்களுக்கும் விவசாயிகளுக்கும் இடையே ஒரு மாதிரி அண்டர்ஸ்டாண்டிங் ஒன்று ஏற்பட்டது. எனக்கு விவசாயம் செய்யத் தெரியாது. உன்னிடம் நிலம் கிடையாது. நீ எத்தனை முயற்சி செய்தாலும் பெரிய அளவில் நிலம் வாங்க முடியாது. நான் என்ன குட்டிக்கரணம் போட்டாலும் என் நிலத்தில் என்னால் விவசாயம் செய்ய முடியாது. எனவே நிலம் இருக்கிற பெருமை எனக்கு அநாவசியம். நிலம் இல்லையே என்று நீ வருந்துவதும் அநாவசியம். இரண்டு பேரும் சேர்ந்து ஒரு காரியம் செய்வோம். பலனில் சரிபாதி. சரியா?

இது முதலில் எழுதாத ஒப்பந்தமாகத்தான் ஆரம்பமானது. பிறகு எழுதப்படவும் தொடங்கியது.

இதன்படி, நிலமற்ற விவசாயி, பண்ணையாரிடம் சென்று ஒரு ப்ரப்போசல் வைப்பார். உங்கள் நிலத்தில் ஒரு பகுதி - சுமார் பத்து ஏக்கர் என்று வைத்துக்கொள்வோம். எனக்குக் கொடுங்கள். நான் அதில் விவசாயம் செய்கிறேன். சுமார் மூன்றாண்டு அல்லது ஐந்தாண்டு கால அவகாசம் என்று வைத்துக்கொள்வோம்.

நல்ல விளைச்சலுக்கு நான் கேரண்டி. விளைந்து, அறுவடைக்குத் தயாராகும்போது உங்களுக்கு விளைந்த நிலத்தில் அப்படியே ஒரு பாதி. விளைச்சலோடு சேர்த்து நீங்கள் எடுத்துக்கொண்டுவிடலாம். இன்னொரு பாதில் நிலமும் விளைச்சலும் விவசாயிக்குச் சொந்தமாகிவிடும்.

அதாவது ஐந்தாண்டு காலம் உழுது பயிரிட்டால், உழுத நிலத்தில் சரிபாதி விவசாயிக்கு. ஆனால் மேற்கொண்டு அவர் செய்யும் ஒவ்வொரு சாகுபடியிலும் ஒரு குறிப்பிட்ட சதவீதத்தை மட்டும் பண்ணையாருக்குக் கொடுத்துவிடவேண்டும்.

இதன்மூலம் என்ன லாபமென்றால் நிலமற்ற விவசாயி என்ற பேச்சுக்கே இடமில்லை. அவரவர் உழைப்புக்கேற்ற நிலம் அவசியம் கிடைத்துவிடுகிறது!

இந்த ஏற்பாடு கொடுத்த உத்வேகத்தில்தான் பிரெஞ்சு விவசாயிகள் போட்டி போட்டுக்கொண்டு திராட்சை உற்பத்தியில் ஈடுபட ஆரம்பித்தார்கள். அரிசி, கோதுமை, மக்காச்சோளம், மண்ணாங்கட்டியெல்லாம் பிரான்சில் அத்தனை விலை போகாது அப்போது. நல்ல, உயர் ரக திராட்சைப்பழங்கள் என்றால் அருமையான விலைக்கு அள்ளிக்கொண்டுவிடுவார்கள்.

ஏராளமான விவசாயிகள் திராட்சை பயிரிடத் தொடங்கியதும், முதலாளிகள் ஒவ்வொரு திராட்சைத் தோட்டத்தை ஒட்டியும் ஒரு ஒயின் தொழிற்சாலையை ஆரம்பித்துவிடுவார்கள். நிலத்தைக் கொடுத்து, விளைந்ததை வாங்கிக்கொண்டு விலையும் கொடுத்து, பிறகு நிலத்தில் பாதியையும் விவசாயிக்கே விட்டுக்கொடுக்கும் நல்ல பண்ணையார்கள் அப்போது பிரான்சில் இருந்திருக்கிறார்கள்.

இந்தப் பண்ணையார்கள் ஒருபுறமிருக்க, கி.பி. எட்டாம் நூற்றாண்டு தொடக்கம், பிரான்சில் கிறிஸ்தவ சபைகளின் எண்ணிக்கையும் ஆதிக்கமும் மிக அதிகமாகத் தொடங்கியது. அவர்களுக்கு தேசமெங்கும் கடலளவு பரந்த நிலங்கள் சொந்தமாக இருந்தன. அந்த நிலங்களையெல்லாம் குத்தகைக்கு விட்டு, திராட்சை விளைச்சலில் பாதிரியார்களும் ஈடுபடத் தொடங்க, ஒரு கட்டத்தில் பிரான்ஸ் ஒயின் உற்பத்தியின் முக்கியப் பங்காளிகளாகத் திருச்சபைகளே இருந்தன.

நகர்ப்புறங்களில் இருந்து தொலைதூரத்தில் இருந்த இந்தப் பண்ணைகள் மற்றும் தொழிற்சாலைகளைப் பெருநகரங்களுடனும் பிற தேசங்களுடனும் இணைப்பதற்கென்றே பிரத்தியேகமாகப் புதிய ரயில் பாதைகள் பிரான்ஸ் முழுதும் போடப்பட்டது. திருச்சபைகளுக்கு அன்றைக்கு இருந்த செல்வாக்கு அப்படிப்பட்டது. பாதிரியார்கள் என்ன சொன்னாலும் ஆமென் சொல்வதற்கு ராஜாக்கள் தயாராக இருந்தார்கள். தேசத்தின் ஒயின் உற்பத்தி மூலமான வருமானமும் அதற்குச் சாதகமாக இருந்ததையும் சொல்லவேண்டும்.

உலகத் தரத்திலான ஏற்றுமதி ஒயின்களை இத்திருச்சபைகள் சார்பில் நடத்தப்பட்ட நிறுவனங்கள் உற்பத்தி செய்தன. பத்தாம் நூற்றாண்டு வாக்கில், ஐரோப்பா முழுதும் அருந்தப்பட்ட ஒயின் பிரான்சிலிருந்து ஏற்றுமதி செய்யப்பட்டவைதான். பின்னாளில் பல ஐரோப்பியத் திருச்சபைகள் தங்களுக்குச் சொந்தமான நிலங்களில் திராட்சை உற்பத்தி செய்ய ஆரம்பித்ததே, பிரான்ஸ் சபைகளின் ஒயின் புரட்சியைப் பார்த்த பிறகுதான்.

22. தாய் மண்ணே வணக்கம்!

பூர்வகுடி தமிழ் தேசத்தில் உட்கார்ந்துகொண்டு பிரெஞ்சு நாட்டு ஒயினை சிலாகித்துக்கொண்டிருப்பது அடுக்காது, இங்கில்லாத சரக்கா, உலகில் தோன்றிய முதல் குரங்கு தமிழ்க்குரங்கல்லவா என்று அப்பாவி வாசகர்கள் சிலர் கடிதக் கோபம் காட்டியிருக்கிறார்கள்.

செய்ய ஒன்றுமில்லை. ஏனென்றால் ஒயின் நமக்குக் கொஞ்சம் தூரத்து சொந்தம்தான்! சாராயம்தான் நம்ம சரக்கு.

இத்தனைக்கும் சிந்துவெளி நாகரிக காலத்துக்கு மிக முன்னாலேயே இந்தியப் பகுதிகளில் திராட்சை பயிரிடப்பட்டுவிட்டது. திராட்சை ரசமும் புழக்கத்தில் இருந்திருக்கிறது. ஒயினேகூடத் தயாரிக்கப்பட்டிருக்கிறது. பண்டைய இரானிலிருந்து ஒயின் பேரல்கள் இந்தப் பக்கம் உருட்டிவரப்பட்டிருக்கின்றன. மக்கள் குடித்தும் பார்த்திருக்கிறார்கள்.

ஆனாலும் சுர்ருங்குது கிர்ருங்குது என்று கும்மாங்குத்த முடியாத காரணத்தினாலோ என்னவோ, ஆதிகாலம் முதலே இந்தியர்கள் ஒயினில் ஆர்வம் செலுத்தவில்லை. நமக்குச் சரக்கென்றால் நெஞ்சிலிருந்து மூளைக்கு ஒரு நேஷனல் ஹைவே போட்டு சர்ர்ரென்று ஏறவேண்டும். காரத்தில் கண்கள் நீர் சிந்தவேண்டும். பாக்கெட் ஊறுகாயை நடு நாக்கில் வழித்து வைத்து ஜிவ்வென்று ஓர் உறிஞ்சு உறிஞ்சியாக வேண்டும். அப்புறம் பண்ணுகிற அலப்பறைகளில்தான் ஆதித் தமிழர்கள் ஆர்வம் செலுத்தியிருக்கிறார்கள். எனவே இங்கு ஒயின் அத்தனை மகத்துவம் பெறவில்லை.

ஆனாலும் ஒட்டுமொத்தமாக ஒயினுக்கு இங்கே ரசிகர்கள் இல்லாமல் போகவில்லை. இன்றைய கோல்கொண்டாப்

பிரியர்களின் முன்னோர்களின் சரிதம் கி.பி. பதினைந்தாம் நூற்றாண்டில் ஆரம்பமாகிறது. அப்போதுதான் வாஸ்கோ ட காமா என்கிற போர்த்துகீசிய மாலுமி இந்தியாவுக்கு முதல்முறையாக வருகிறார். வருஷம் கிபி *1498*. கேரள மாநிலம் கோழிக்கோடு துறைமுகத்தில் இறங்கி ஆற அமர அங்கேயே உட்கார்ந்துகொண்டு ஒயின் கோப்பையுடன் சிந்தனைச் சிற்பியாகி, இங்கே எப்படி பிசினஸ் ஆரம்பிக்கலாம் என்று பார்த்தார்.

ஏற்கெனவே அந்தப் பக்கத்தில் அரபு வணிகர்கள் ஆதிக்கம் செலுத்திக்கொண்டிருந்தார்கள். மதன சுந்தர ஜவ்வாது பாகவதர்களிடம் அவர்கள் அத்தர் போன்ற புதிய வாசனாதி திரவியங்களையும் மத்தியக் கிழக்கு பேரீச்சைகளையும் இதர விளைபொருள்களையும் பண்டமாற்று செய்து பிழைப்பு நடத்திக் கொண்டிருந்தார்கள். அவர்களுக்கு வாஸ்கோ ட காமா வந்து சேர்ந்தது பிடிக்கவில்லை.

எனவே கத்தி கபடா காட்டி மிரட்டலாமா, பேச்சுவார்த்தை நடத்தி நல்லெண்ண அடிப்படையில் நயத்தக்க நாகரிகத்துடன் நடையைக் கட்டவைக்கலாமா என்று ஆலோசித்தார்கள்.

வந்த சூட்டில் வாஸ்கோ ட காமாவால் பிசினஸ் தொடங்கிவிட முடியவில்லை. அவர் ஒருதரம் ஊருக்குப் போய்விட்டுத் திரும்பவும் வந்தார். தெற்கே அப்போது சோழ, பாண்டியர்களெல்லாம் சோர்வுற்று ரிடையர் ஆகியிருக்க, விஜய நகரப் பேரரசு கடோத்கஜன் மாதிரி தெம்பாக எழுந்து நின்றுகொண்டிருந்தது. நமது பிரதேசத்தில் நாயக்கர்கள் ஆள வந்திருந்தார்கள். வடக்கே பானிபட்டில் பூஜை முடித்துவிட்டு பாபர் வந்து, அவரது சீமந்த புத்திரன் ஹுமாயூன் வந்து, அக்பர் உற்பத்தியாகி, அகண்ட பெரும் முகலாய சாம்ராஜ்ஜியத்துக்கு அடிக்கல் நாட்டிவிட்டிருந்தார்கள்.

போர்த்துகீசியர்களுக்கு இந்திய மண்ணில் ஒயினை எப்படி ஒரு வெற்றிகரமான விற்பனைப் பொருளாக மாற்றுவது என்று தெரியவில்லை. இரண்டு பிரச்னைகள் அவர்களுக்கு இருந்தன. முதலாவது ஹிந்து மக்கள். அடுத்தது இஸ்லாமிய மதம்.

ஹிந்து மதம் மதுவைத் தடை செய்யவில்லை என்றாலும் மது அருந்துவது ஒழுக்கக் கேடான செயல் என்றொரு புதிய சித்தாந்தத்தை

உயர்சாதி ஹிந்துக்கள் நம்பிக் கடைப்பிடிக்க ஆரம்பித்ததுடன் பொதுவிலும் பிரசாரமும் செய்துகொண்டிருந்தார்கள். இஸ்லாம் இன்னும் சுத்தம். மது அங்கே ஹராம். தொட்டால் பாவம்.

எனவே இந்தியாவில் ஒயினைப் பரப்புவது போர்த்துகீசியர்களுக்குக் கஷ்டமாக இருந்தது. ஏழை எளியவர்களிடம் ஒயின் செல்லுபடியாகவில்லை. திராட்சை ரசமெல்லாம் நமக்குக் கட்டாதப்பா. நமக்குக் கடா மார்க்தான் சரி என்று அவர்கள் ஒதுங்கிவிட்டார்கள். இதனாலேயே, இந்திய மண்ணில் திராட்சை விளைச்சல் அமோகமாக இருந்தாலும் ஒயின் உற்பத்தி அதுநாள் வரை குறிப்பிட்டுச் சொல்லும் அளவுக்கு இல்லாமல் இருந்தது. ஆனால் சிந்துவெளி நாகரிக காலம் தொட்டே, அரிசியிலிருந்து எடுக்கப்படும் ஒரு விதமான மதுபானம் *[பீர் போன்றது]* திராவிடர்களின் விருப்பத்துக்குரிய பானமாக இருந்துவந்திருக்கிறது.

எனவே புழக்கத்தில் இருந்த பானங்களை ஓரங்கட்டி ஒயின் விற்பனையை உயர்த்த, போர்த்துகீசியர்களுக்குப் பெரிய சவால்கள் இருந்தன. அவர்கள், டெல்லியில் ஜஹாங்கீர் சுல்தான் ஆகிறவரை காத்திருக்க வேண்டியிருந்தது. இஸ்லாத்தில் ஹராமானால் என்ன? ஜஹாங்கீருக்கு மது ஹலால். அவர் ரசிகர். சொகுசு உபாசகர். ஒரு கையில் ஒயினும் மறு கையில் மயிலுமாக ஆடல் பாடல்களை ரசிக்க விரும்புகிறவர். நல்ல ருசிகளில் நாட்டம் கொண்டவர். தவிரவும் மன்னர்.

இத்தனைக்கும் அக்பருக்குப் பிறந்த மூன்று குழந்தைகளில் இரண்டு பேர் குடித்தே செத்துப் போனவர்கள். பிராந்திப் பிரியர்களாக இருந்து நாளெல்லாம் தண்ணித் தொட்டி தேடும் கன்னுக்குட்டிகளாக வாழ்ந்து அவர்கள் அற்பாயுளில் போய்ச் சேர்ந்ததை ஜஹாங்கீர் பார்த்திருக்கிறார். ஆனாலும் விதவிதமான மதுபானங்களை ருசிப்பதை ஜஹாங்கீர் நிறுத்தவில்லை. போதாக்குறைக்கு அவரே சில நூதன காக்டெயில்களையும் செய்து பார்க்கக் கூடியவராக இருந்தார்.

போர்த்துகீசிய வணிகர்கள் மூலம் அவருக்கு ஐரோப்பிய சிவப்பு மற்றும் வெள்ளை ஒயின்கள் அறிமுகமாக, ஆர்வம் மேலிட்ட ஜஹாங்கீர், ஒயினில் ஓபியத்தை அரைத்துக் கலந்து

அருந்திப் பார்க்கத் தொடங்கினார். வாரே வா(ஹ்)! இது சூப்பராக இருக்கிறதே. யாரங்கே?

அரண்மனையில் அன்று தொடங்கி ஒயின் பேரல்களுக்காக ஒரு கொடோன் ஒதுக்கப்பட்டது.

இருபத்திரண்டு வருஷ காலம் ஜஹாங்கீர் ஆட்சியில் இருந்தார் (கிபி 1605-1627). அந்த இருபத்திரண்டு வருஷ காலத்தில்தான் இந்தியாவில் ஒயின் உற்பத்தி சூடு பிடிக்கத் தொடங்கியது. ஆனால் மேற்கத்திய நாடுகள் அளவுக்கு இந்தியாவில் அது அத்தனை தீவிரமாகவில்லை. மதுவுக்கு எதிரான பிரசாரங்கள் இந்தியாவில் இருந்த அளவுக்கு உலகில் வேறு எந்த தேசத்திலும் எக்காலத்திலும் இருந்ததில்லை என்று அடித்துச் சொல்லிவிடலாம்.

இத்தனைக்கும் வேத காலத்துக்கு முற்பட்ட காலத்திலிருந்தே இந்திய மண்ணில் சரக்கு உண்டு. ஆண்களும் பெண்களும் சம உரிமையுடன் கூடிக் குடித்துக் கொண்டாடியிருக்கிறார்கள். ஆனால், நாகரிகம் வளர்ந்தபோது, போதை என்பது அநாகரிகம் என்ற கருத்தாக்கம் இந்திய மண்ணில் விளையத் தொடங்கிவிட்டது. வேதமே பெரிது என்று சொன்னவர்கள்கூட சோமபானத்தின் வாரிசுகளிடமிருந்து விலகியே இருக்க ஆரம்பித்தார்கள். அல்லது விலகி இருத்தலே நாகரிகம் என்று சொல்ல ஆரம்பித்தார்கள். குடியால் விளையும் தீங்குகள் குறித்து நிறையப் பேசப்பட்டன.

இது குறிப்பிடத்தக்க அளவில் இந்தியத் துணைக்கண்டத்தில் தாக்கம் விளைவித்தது என்பதை மறுக்க முடியாது. அதையெல்லாமும் மீறிக் குடித்தவர்கள் விஸ்கி, பிராந்தி, பீர் வகையறாக்களை விரும்பிய அளவுக்கு ஒயினை ரசிக்கவில்லை என்பது நமக்குச் சுட்டிக்காட்டுவது ஒன்றைத்தான்!

மதுவை இந்தியர்கள் கடும் போதைக்குரிய ஒரு பொருளாக மட்டுமே பார்த்தார்கள்! போதை குறைவான, மகிழ்ச்சியே பிரதானமான ஓர் அனுபவமாக இந்தியர்கள் அதனை ஆராதிக்கவில்லை என்பதனாலேயே ஒயின் இங்கு பிரபலமாகவில்லை.

இத்தனைக்கும் ஆங்கிலேயர்கள் ஆளத்தொடங்கியபோது ஒயின் இன்னும் தீவிரமாக இந்திய மார்க்கெட்டில் இறக்குமதி செய்யப்பட்டிருக்கிறது. அப்போதும் இங்கிருந்த

வெள்ளைக்காரர்கள்தாம் அதை விரும்பிக் குடித்தார்களேதவிர, மண்ணின் மைந்தர்கள் அல்லர். குறிப்பாகத் தென்னிந்தியாவில்.

ஆனால், வட இந்திய சத்திரிய வம்சத்தவர்களிடையே மட்டும் சந்திரகுப்த மௌரியர் காலம் தொடங்கி ஒயின் அருந்தும் வழக்கம் இருந்துவந்திருப்பதாகத் தெரிகிறது. சாணக்கியரின் அர்த்தசாஸ்திரத்தில் திராட்சையிலிருந்து தயாரிக்கப்படும் மது வகை குறித்த குறிப்பு இருக்கிறது. இன்றைக்கும் உத்தர பிரதேசம், பிகார் போன்ற சில மாநிலங்களில் மட்டும் ஒப்பீட்டளவில் ஒயின் விற்பனை அதிகம் என்பதை இங்கே நினைவுகூரலாம்.

இந்தியத் தட்பவெப்பத்துக்கு செம காட்டான சரக்குகள் தேவையில்லைதான். ஒயின் உண்மையிலேயே ஜோராகத்தான் இருக்கும். ஆனாலும் மதுவுக்கு எதிரான கடும் பிரசாரங்களே இங்கு மென்மையான மதுவகைகளுக்கு எதிரான மனோபாவம் வளரவும் காரணமாகியிருக்கின்றன.

ஒரு சொந்த அனுபவத்தைச் சொல்லி இந்த அத்தியாயத்தை முடித்துவிடுகிறேன். வெகு வருஷங்களுக்கு முன்னால் கேப்டன் ராஜு என்றொரு மலையாள நடிகரை ஒரு பார்ட்டியில் சந்திக்க நேர்ந்தது. அது ஒரு குடிகார பார்ட்டி. கூடியிருந்த அத்தனை பேரும் காணாதது கண்டாற்போல் மடக் மடக்கென்று குடித்துத் தீர்க்க, மாலை ஏழு மணி சுமாருக்குக் கையில் எடுத்த ஒரே ஒரு ஒயின் கிளாஸை, பார்ட்டி முடிகிற வரை அப்படியே வைத்திருந்தார் ராஜு. பத்து மணி சுமாருக்கு பார்ட்டி முடிந்து அனைவரும் கலையத் தொடங்கியபோது அவர் கையில் இருந்த கிளாஸில் முக்கால்வாசி ஒயின் அப்படியே இருந்தது.

ஆர்வம் தாளமாட்டாமல் அவரிடம் கேட்டேன், 'நீங்கள் சாப்பிடவேயில்லையே?'

அவர் சொன்ன பதில்: 'ஒரு சிப் அருந்திவிட்டேன். இன்னும் அதை ரசித்துக்கொண்டிருக்கிறேன்.'

ஒயின், ரசிகர்களின் பானம்!

23. இம்மையே தரும் சோறும் கீரையும்...

இந்தத் தொடரை வாசித்துக்கொண்டிருக்கும் வாசகர்கள் அத்தனை பேருக்கும் ஆளுக்கொரு கீரைக் கட்டைக் கையில் கொடுத்துப் புத்தாண்டு வாழ்த்து சொல்லவேண்டுமென்று ஆசை. பூச்செண்டு, புது டைரி, கிரீட்டிங் கார்ட் வகையறாக்களை இந்த வருடத்திலிருந்து விட்டொழித்து, இப்படியொரு வழக்கத்தை வைத்துக்கொள்ள முடியுமா பாருங்கள். முதலில் நண்பர்கள் கேலி செய்வார்கள். சிரிப்பார்கள். அவமானப்படுத்தவும் கூடும். அவர்களுக்குத் தெரியாது. நீங்கள் எடுத்துச் சொல்லுங்கள். ஒரு மனிதன் தன் வாழ்நாள் முழுதும் நோயின்றி, சுகமாக வாழவேண்டுமென்று விரும்பினால் – விரும்பிய கணத்தில் இருந்து தினமும் ஒரு பிடி கீரை சாப்பிட்டால் போதும்!

ஆப்பிள் வேண்டாம். ஆரஞ்சு வேண்டாம். ஊட்டச்சத்து பானங்கள் வேண்டாம். வைட்டமின் மாத்திரைகள், டானிக்குகள் எதுவும் வேண்டாம். கீரை போதும்! ஆதி மனிதன் சாப்பிடக் கண்டுபிடித்த தாவரங்களிலேயே அதி உன்னதமானதும் முற்றிலும் சத்துகள் நிரம்பியதும் எங்கும் கிடைக்கக்கூடியதும் எளிதில் செரிக்கக்கூடியதும் விலை மலிவானதும் சமைக்கச் சுளுவானதுமானது கீரை.

அரைக் கீரை, முளைக்கீரை, பொன்னாங்கன்னிக் கீரை, மணத்தக்காளிக் கீரை, சிறுகீரை, புளித்தகீரை, கரிசலாங்கண்ணி என்று ஆரம்பித்து ஒரு ஏழெட்டு விதங்கள் நமக்குத் தெரியும். மிஞ்சிப் போனால் பத்துப் பதினைந்து. ஆனால் உலகில் அதிசுமார் ஆயிரத்தி முன்னூறு விதக் கீரைகள் இருக்கின்றன. காலம் குறிப்பிட்டுச் சொல்ல முடியாத நாள்களிலிருந்து மனிதன் கீரை சாப்பிடத் தொடங்கியிருக்கிறான்.

ஒரு வியப்பான விஷயம் தெரியுமா? முதல் முதலில் மனிதர்கள் கீரையைச் சாப்பிடத் தொடங்கியதன் காரணமே, நாளெல்லாம் உணவு தேடவேண்டியிருந்ததுதான். வேட்டைக்குப் போவதானாலும் சரி. காடுகளில் மரக்கறி ரகங்களைத் தேடப் போவதானாலும் சரி. இரண்டும் நேரமெடுக்கும் வேலை. நாளெல்லாம், பொழுதெல்லாம் அலைந்து திரிந்து அன்றைய உணவைக் கண்டெடுத்துத் திரும்புவதற்குள் அவனுக்குத் தெம்பு போய்விடும்.

வீடு திரும்பி சமைத்துச் சாப்பிட்டபிறகு படுத்துத் தூங்கத்தான் நேரமிருக்கும். ஆனால் உணவு தேடாமல் இருக்க முடியாது. ஓய்வில்லாமல் சுற்றாதிருக்க முடியாது. அதற்குத் தெம்பு வேண்டுமே?

எனவே ஆதிமனிதன் அதிகாலை கண்விழித்து எழுந்து உணவு தேடப் புறப்படுவதற்கு முன்னால் கண்ணில் அகப்படும் எந்தக் கீரையையும் அப்படியே பிடுங்கி அலசி, பச்சையாக ஒரு கொத்து கடித்துச் சாப்பிட்டுவிட்டு, தண்ணீர் குடித்துவிட்டுப் புறப்பட்டுவிடுவான். அவனுக்கு சூட்சுமம் தெரிந்திருக்க வாய்ப்பில்லை. ஆனால் அனுபவம் அதைச் சொல்லிக் கொடுத்திருக்கிறது!

நாலு இட்லி ஒரு வடை, ஒரு மசால் தோசை காப்பி, மூணு பூரி-குருமா, இரண்டு ஆனியன் ஊத்தப்பம் அல்லது இரண்டு ரவா தோசை - எந்த காம்பினேஷன் வேண்டுமானாலும் எடுத்துக்கொள்ளுங்கள். நமது காலைப் பலகாரமாக என்ன சாப்பிடுகிறோமோ, அது எத்தனை தெம்பு கொடுக்கிறதோ, எவ்வளவு கலோரி சேர்க்கிறதோ, அதற்குச் சற்றும் குறையாத தெம்பை ஒரு பிடி கீரை கொடுத்துவிடுகிறது.

நமது முன்னோர்கள் மிகத் தொடக்க காலத்தில் கீரையைப் பசியற்றுப் போகச் செய்யும் மூலிகைகளாக மட்டுமே பார்த்தார்கள். அவற்றின் மருத்துவ குண விசேஷங்களெல்லாம் பின்னால்தான் அவர்களுக்குத் தெரியவந்திருக்கிறது. அதில் ரொம்ப முக்கியமானது - செம குண்டர்களுக்கானது.

தினசரி ஏதாவது ஒரு கீரை, பொறியலாகவோ, கூட்டாகவோ, துவையலாகவோ ஏதோ ஒரு வடிவில் ஏதாவது ஒரு வேளை ஒரு

கைப்பிடி அளவு - ஒரு வருட காலத்துக்கு ஒருநாள் விடாமல் சாப்பிட்டுக்கொண்டே இருந்து பாருங்கள். உங்கள் உயரத்துக்கு என்ன எடை இருக்க வேண்டுமோ, அந்த எடைக்கு சரியாக வந்திருப்பீர்கள்.

இது என்ன ஆச்சர்யம் என்று வியக்க ஆரம்பித்ததுதான் கீரைகளைப் பற்றிய ஆராய்ச்சிகளின் தொடக்கம்.

கீரைகளை நவீன மருத்துவம் Protective Food என்று வர்ணிக்கிறது. நாம் வேறெந்தக் கசுமால உணவைச் சாப்பிட்டு உடம்பைக் கெடுத்துக்கொண்டாலும், அதன் பாதிப்பிலிருந்து வெளியேறக் கீரையை நாம் பயன்படுத்த முடியும். காரணம், உலகில் கொழுப்பும் கார்போஹைட்ரேடும் மிக மிகக் குறைவாக உள்ள ஒரே உணவுப்பொருள் இதுதான்.

தவிரவும் எந்த ரகக் கீரையானாலும் அதில் குறைந்தது தொண்ணூறு சதவீத நீர்ச்சத்து மற்றும் ஏராளமான நார்ச்சத்து உண்டென்பதால் எளிதில் ஜீரணமாகிவிடும். மாலிக், சிட்ரிக், ஆக்ஸாலிக் அமிலங்கள், கொஞ்சம் ஸ்டார்ச், அல்கலாய்டுகள், லெஸித்தின்கள், ஏராளமான வைட்டமின்கள் என்று திக்கனூண்டு இலைகளுக்குள் என்னென்னவோ சமாசாரங்கள், அனைத்துக்கும் மேலாக க்ளோரோஃபில்! (பச்சையம்).

உணவுப் பொருள்களின் சரித்திரம் முழுதும் தேடிப் பார்த்தாலும் கீரை ஒன்றைத்தவிர, வேறு எந்தப் பொருளும் ஒரு தேசத்தில் உண்டு, இன்னொரு தேசத்தில் இல்லை என்னும் விதத்தில் தான் விளைந்திருக்கின்றன. எங்கும் எல்லா இடங்களிலும் எல்லா காலக்கட்டங்களிலும் கிடைக்கக்கூடிய ஒரே தாவரம் கீரையாகத்தான் இருக்கிறது.

ஆதௌ கீர்த்தனாரம்ப காலங்களிலே கீரைகளை மூலிகைகளாகத் தான் மக்கள் பார்த்திருக்கிறார்கள். அதை ஒரு ரெகுலர் உணவாகப் பெரும்பாலும் கருதவில்லை. பசிக்காதிருக்க வேண்டுமா? கொஞ்சம் கீரை சாப்பிட்டுவிட்டுப் போ என்பார்கள். மற்றபடி யாருக்காவது என்னவாவது வியாதியென்றால் உடனே எடு கீரையை.

போதாக்குறைக்கு நமது சித்தர்கள் கீரைகளில் சிலவற்றுக்கு ஸ்பெஷல் மார்க்கெடிங் செய்துவைத்துப் போய்விட, நெடுங்காலம்

வரை பலரகக் கீரைகளை மூலிகைகளாக மட்டுமே பார்க்கிற வழக்கம் மக்களிடையே இருந்திருக்கிறது.

உதாரணத்துக்கு பதார்த்த குண சிந்தாமணியில் வருகிற இந்தப் பாடலைப் பாருங்கள்.

தாளி முருங்கைத் தழைதூ துளம்பசலை
வாளிலறு கீரையுந்நெய் வார்த்துண்ணி - லாளியென
விஞ்சுவார் போகத்தில் வீம்புரைத்த பெண்களெலாங்
கொஞ்சுவார் பின்வாங்கிக் கேள்.

என்ன பொருள் என்றால், தாளிக் கீரை, முருங்கைக் கீரை, பசலைக் கீரை, தூதுவளை, அரைக்கீரை இவற்றைப் புளி சேர்க்காமல், நெய் மட்டும் சேர்த்து சமைத்து ஒரு நாற்பது நாளைக்குத் தொடர்ந்து சாப்பிட்டு வந்தால் (ஐயோ, பெண்கள் இல்லை, ஆண்கள் மட்டும்!) ஜகஜ்ஜோதியாக வீரிய விருத்தி அடைந்துவிடுவார்கள். பீம பலம், ஆரோக்கிய விருத்தி, வீரிய விருத்தி என்று சகலமானதும் நாற்பத்தொன்றாவது நாள் முதல் சித்தித்துவிடும். அதன்பிறகு ரோடில் போகிற எல்லா பெண்களும் இந்த நாற்பது நாள் கீரை விரதம் இருந்த மகானுபாவன் பின்னால் பழி கிடப்பார்களாம்.

அத்தனை கீரையையும் தினமும் சாப்பிட வேண்டுமென்பதில்லை. ஏதாவது ஒன்று போதும். புளி கூடாது, நெய் முக்கியம். அவ்வளவுதான் விஷயம். சாலையோர பீமபுஷ்டி லேகிய வியாபாரிகளின் பிழைப்பில் மண்ணைப் போடுவதல்ல இதன் நோக்கம். உண்மையிலேயே இந்தக் கீரைகளுக்கு இந்த வீரிய விருத்தி சத்து இருக்கிறது என்று நவீன மருத்துவமும் சொல்கிறது.

இந்த மாதிரி தலைவலிக்கு, காய்ச்சலுக்கு, வயிற்று வலிக்கு, குடல் புண்ணுக்கு, கண் பார்வைக்கு, இருமலுக்கு, பித்தத்துக்கு, மயக்கத்துக்கு, ரத்த சோகைக்கு, ரத்த அழுத்தத்துக்கு, சர்க்கரை வியாதிக்கு, வலிப்பு நோய்க்கு என்று ஆரம்பித்து அநேகமாக ஒரு லட்சம் வியாதிகளுக்கு வெறும் கீரைகளைக் கொண்டே நமது சித்தர்கள் மருத்துவத் தீர்வு சொல்லியிருக்கிறார்கள். (வீரிய விருத்திக்கு இன்னொரு டெக்னிக், இன்னொரு சித்தர் சொல்லியிருக்கிறார். தேசநலன் கருதி அதையும் இங்கேயே சொல்லிவிடலாம். அரைக் கீரையுடன் கொஞ்சம் கசகசா,

தேங்காய்ப்பால், குடைமிளகாய் மூன்றையும் சேர்த்துக் கடைந்து சமைத்துச் சாப்பிட்டு வந்தால் போதும். அதிகம் வேண்டாம். ஒரு மண்டல காலம் போதும். என்ன விளைவு என்று நான் சொல்லப்போவதில்லை. சாப்பிட்டுவிட்டு நீங்களும் சொல்ல வேண்டாம். அதெல்லாம் சொல்லித் தெரிவதில்லை.)

பொதுவாக சித்த, ஆயுர்வேத, யுனானி போன்ற மாற்று மருத்துவ முறைகள் பரிந்துரைக்கும் அளவுக்கு ஆங்கில மருத்துவம் கீரைகளைப் பற்றிப் பெரிதாகப் பேசுவதில்லை. இதன் காரணம் ஒன்றும் பிரமாதமில்லை. நம்மளவுக்கு மேற்கத்திய நாடுகளில் முன்னோர்கள் கீரைகளின் முக்கியத்துவத்தை எடுத்துச் சொல்லவில்லை, அவ்வளவுதான். நவீன யுகத்தில், கீரை சாப்பிடுங்கள் என்று பிரசாரம் செய்யாமல் அவர்கள் பிசினஸ் நோக்கங்களுடன் நேரடியாக அவற்றிலிருந்து சாறு பிழிந்து டானிக் ஆக்கிவிடுகிறார்கள். மற்றபடி ஆங்கில மருத்துவம் கீரை விரோதியெல்லாம் இல்லை.

நமக்கு இது மிக நெருக்கமாகத் தோன்றுவதற்கு ஒரே காரணம், சித்தர்கள். நூற்றுக்கணக்கான கீரைகளை வேலை மெனக்கெட்டு ஆராய்ச்சி செய்து, கடமுடா வெண்பாவடிவில் அவற்றின் மருத்துவ குணங்களை அவர்கள் ஓலைச் சுவடிகளில் எழுதி வைத்துவிட்டுப் போய்விட்டார்கள். தவிரவும் சித்தர்களை, அவர்கள் அளித்த மருத்துவ முறைகளைப் பின்பற்றிய நாட்டு மருத்துவர்கள் ஆதிநாள் தொட்டே நோயாளிகளுக்கு ஏதாவது வகையில் கீரையைப் பரிந்துரை செய்துகொண்டே வந்திருக்கிறார்கள். அதனால் மேற்கத்திய நாடுகளைக் காட்டிலும் கீழைத் தேசங்களில் கீரைகள் உணவில் முக்கியப் பொருளாகிப் போயின.

அத்தனை கீரைகளையும் அனைத்தின் மருத்துவ குண விசேஷங்களையும் பட்டியலிடுவது என்பது இங்கே சாத்தியமில்லாதது. ஆனால் சில சுவாரசியமான கீரை ரகசியங்களை மட்டும் நாம் பார்க்கலாம். இந்த அத்தியாயத்தை முடித்துவைக்க ஒரு சிறு சமையல் குறிப்பு: கீரையைச் சமைக்கும்போது அதன் பசுமை நிறம் மாறிவிடுகிறதா? சிம்பிள். காலே அரைக்கால் ஸ்பூன் சர்க்கரை சேர்த்து சமைக்கவும். கீரை அதன் ஒரிஜினல் கலரிலேயே இருக்கும்!

24. மூன்று முகம்

தென்னாற்காடு மாவட்டம், கள்ளக்குறிச்சிக்குப் பக்கத்தில் பண்ணையார் ஒருத்தர் இருந்தார். பெரும் பணக்காரர். நில உச்சவரம்புச் சட்டமெல்லாம் இல்லாத காலத்தில் கணக்கு வழக்கில்லாத அளவுக்கு அவருக்கு நிலபுலன்கள் இருந்தன. கடல் மாதிரி வீடு. எடுக்க ஒரு ஆள், பிடிக்க ஒரு ஆள் என்று அமோகமான வாழ்க்கை. தினசரி அவர் வீட்டில் குறைந்தது நூறு பேருக்காவது சாப்பாடு நடக்கும். பண்ணையாருக்குத் தனியாக ஸ்பெஷல் சாப்பாடு. வருடம் 365 நாளும் மூன்று வேளையும் விருந்துதான். மனிதர் பிரமாதமான சாப்பாட்டுப் பிரியர். முக்கால் மணிநேரம் உட்கார்ந்து, விதவிதமாக ருசித்துச் சாப்பிடுவார். அது செரித்து முடிப்பதற்குள் அடுத்த வேளை வந்துவிடும். மீண்டும் முக்கால் மணி. அது செரிப்பதற்குள் அடுத்த வேளை.

இவ்வாறு, முப்பத்திரண்டு பற்களும் தோன்றி வளர்ந்த நாள் முதல் தனது ஐம்பது, ஐம்பத்தைந்து வயது வரை அமோகமாகச் சாப்பிட்டுக்கொண்டே வந்தவருக்கு திடீரென்று ஒரு நன்னாளில் வியாதிகள் வந்து சேர்ந்தன. என்னென்ன வியாதிகள் என்று அடுக்குவது வீண். மனிதர் படுத்த படுக்கை. அதான் விஷயம்.

உள் உபாதைகள் ஒரு பக்கம் இருக்க, அவரது மன்மத சுந்தர தோற்றத்துக்கும் மெதுவாக பங்கம் வரத் தொடங்கியது. முதலில் முடி கொட்ட ஆரம்பித்தது. பிறகு நகங்கள் கருப்பாகத் தொடங்கின. மேல் தோலெல்லாம் சொரசொரவென்று வரட்டிபோல் ஆகத் தொடங்கியது. கண்ணுக்குக் கீழே கன்னங்கரேலென்று ஒரு ரவுண்ட் வந்தது. அடிக்கடி பல்வலிப் பிரச்னை வந்து, ஒவ்வொரு பல்லாகப் பிடுங்க ஆரம்பித்து, வாயைத் திறந்தால் வைகுந்தமே தெரிகிற அளவுக்குப் பிரச்னையாகிப் போனது.

உடல் மெலிந்து, மனம் சோர்ந்து போன பண்ணையார் என்னென்னவோ வைத்தியங்கள் எல்லாம் செய்து பார்த்தார். அக்காலத்திலேயே [இன்றைக்குச் சுமார் 150 வருஷங்களுக்கு முன்னர்.] பல்லாயிரக்கணக்கில் செலவு செய்து, கப்பல் மூலம் வெளிநாட்டு மருந்துகளையெல்லாம் தருவித்து உபயோகித்துப் பார்த்தார். ஒன்றும் பிரயோஜனமில்லை.

சரி, அந்திமக் காலம் நெருங்கிவிட்டது போலிருக்கிறது என்று சொத்துபத்துகளை வாரிசுகளுக்கு எழுதி வைத்துவிட்டு காசி, ராமேஸ்வரம் புறப்பட்டுவிடலாம் என்று முடிவு செய்ய இருந்தார். தற்செயலாகத்தான் அவருக்கு அந்தத் தகவல் கிடைத்தது.

பழனி மலை அடிவாரத்தில் சித்தர் ஒருத்தர் இருக்கிறார், அவர் மனம் வைத்தால் உங்களைப் பூரணமாக குணப்படுத்திவிடலாம் என்று யாரோ சொன்னார்கள். ஏற்கெனவே பல்வேறு சித்தர்கள், சாமியார்களையும் அவர் பார்த்திருந்தார். கோயில் பரிகார மரம் மாதிரி அவர் கழுத்து, கை, கால், இடுப்பெங்கும் தாயத்துகளும் மந்திரித்த கயிறுகளும் அலங்கரித்துக்கொண்டுதான் இருந்தன. இருந்தாலும் ஒரு முயற்சி செய்யலாம் என்று முடிவு செய்து, பழனிக்குப் புறப்பட்டுப் போனார். மேற்படி சித்தரையும் சந்தித்தார்.

ஐயா, சாமி, பெரியவரே! என்னிடம் இல்லாத வசதிகள் இல்லை. செய்யாத மருத்துவம் இல்லை. ஆனால் உடம்புக்கு ரொம்பப் படுத்துகிறது. செத்துப்போய்விடுவேன் என்று பயமாக இருக்கிறது. என்னவாவது செய்து, பூவுலகில் நான் இன்னும் கொஞ்சநாள் சௌக்கியமாக வாழ வழியுண்டா என்று கேட்டார் பண்ணையார்.

சித்தர் சிரித்தார். என்ன சாப்பிடுகிறீர்கள் என்று கேட்டார். அதெல்லாம் ஒன்றும் வேண்டாம் என்று உடனே மறுத்த பண்ணையாரை மறித்து, 'யோவ், நீர் தினசரி என்னென்ன சாப்பிடுகிறீர்கள்? அதைச் சொல்லும்!'

'காலை எழுந்ததும் ஒரு சொம்பு காப்பி. நல்ல திக்கான பசும்பால் காப்பி. பிறகு எட்டு மணிக்கு டிபன். நாலு இட்லி. ரெண்டு வடை. ஏழெட்டு பூரி, கிழங்கு, ஆப்பம் அல்லது இடியாப்பம் அல்லது தோசை இரண்டு, ஏதாவது ஒரு ஸ்வீட், பணியாரம்...'

'மதியம்?'

'முழுச் சாப்பாடு. வாரத்தில் மூன்று நாள் அசைவம்.'

'அசைவம் என்றால்?'

'நான்கைந்து முட்டை அவசியம் உண்டு. கோழிக்குழம்பு என்றால் உயிர். ஆட்டுக்கறி என்றால் ஆன்மா. சிக்கன் சூப் தினசரி ஒரு லிட்டர் குடிப்பேன். நடப்பன, ஊர்வன, பறப்பன எதுவும் விலக்கில்லை.'

'சரி, இரவு?'

'டிபன் தான். ஆனால் தினமும் நான்கைந்து வெரைட்டிகள்தான். பொதுவாக நான் ராத்திரியில் அதிகம் சாப்பிடமாட்டேன். ஏனென்றால் குங்குமப்பூ, பாதாம், பிஸ்தா போட்ட பசும்பால் ஒரு சொம்பு சாப்பிடாமல் படுக்கக்கூடாது என்று என் சம்சாரம் உத்தரவிட்டிருக்கிறாள்!'

சித்தர் மீண்டும் சிரித்தார். 'ரொம்ப சரி. கொஞ்சம் உங்கள் ஆகாரத்தை மாற்றினால் போதும். உடம்பு சொஸ்தமாகிவிடும்' என்று சொன்னார்.

'சொல்லுங்கள் சுவாமி. நான் இன்னும் என்னென்ன சாப்பிட வேண்டும்?'

அடேய் கபோதி என்று அவர் திட்டத் தொடங்கவில்லை. மாறாக, பண்ணையாருக்கு ஒரு புதிய உணவு மெனு மட்டும் கொடுத்தார்.

காலை உணவுக்கு ஒரு கட்டு முருங்கைக் கீரை. அதைத் தவிர வேறெதையும் தொடப்படாது. ஒரு பிடி சீரகம், மிளகு, பெருங்காயம், கொத்துமல்லி சேர்த்து முருங்கைக்கீரையைக் கொதிக்கவைத்து சூப் ஆக்கி, கண்ணை மூடிக்கொண்டு ஒரே கல்ப் அடித்துவிட வேண்டியது. அதற்குமேல் ஒன்றும் கிடையாது.

'ஐயோ, வெறும் கீரை சூப்பா?'

'ஆமா. மதியத்துக்குச் சொல்றேன் கேட்டுக்கோ.' என்று ஆரம்பித்தார்.

சற்றே துவையல் அரை. தம்பி ஒரு பச்சடி வை.

வற்றல் ஏதேனும் வறுத்துவை- குற்றமில்லை,
காயமிட்டுக் கீரைகடை; கம்மெனவே மிளகு
காயுறைக்க வைப்பாய் கறியே.'

'புரியலியே சாமி!'

'பேமானி, இது புரியலியா? சிம்பிளாத்தானே சொல்லியிருக்கார் சிவஞான சித்தர்? கருவேப்பிலை, கொத்துமல்லி ரெண்டுல ஒண்ணை தினசரி துவையலா அறைச்சி சாப்பாட்டுல சேரு. நல்லா, நிறைய சாப்பிடணும் அதை. பச்சடின்னா, பழம் போட்ட பச்சடி இல்லை. புதினா பச்சடி. வெங்காயப் பச்சடி. அல்லது வெள்ளரிக்காய் பச்சடி. வற்றல்னா உடனே அப்பளம், வத்தல் வடாம் நல்லா எண்ணெய்ல பொறிச்சி தின்னலாம்னு நினைக்காதே! சுண்டைக்காய் வத்தல சொன்னேன். இல்லன்னா பாகற்காய் வத்தல். தினமும் ஒரு பிடி இத சாப்பிட்டாகணும். அப்புறம் பெருங்காயம் சேர்த்துக் கீரையைக் கடைந்து வெச்சிக்கோ. ஏழெட்டு வெரைட்டி கறிகாய்கள் சாப்பிடு. பூமிக்கு அடியில விளையறது மட்டும் வேணாம். புரியுதா?'

'சரி சாமி! ஆனா சாதம், நான் வெஜ்?'

'பிச்சுப்புடுவேன் படுவா. அதான் கீரை சொன்னேனில்லே? அதான் சாப்பாடு. அரைக்கீரை, முளைக்கீரை, சிறுகீரை, மணத்தக்காளிக் கீரை, பொன்னாங்கன்னிக் கீரை, பசலைக்கீரை, புளிச்சக் கீரை, அகத்திக் கீரை, தண்டுக்கீரை, வெங்காயத்தாள், வெந்தயக் கீரை, கரிசலாங்கண்ணி என்னவாவது ஒண்ணு. அதான் மெயின் டிஷ். தப்பித்தவறி பருப்பு சேக்காத. எண்ணெய் ஊத்தாதே. அப்படியே பெருங்காயம், மிளகு சேத்து வேகவெச்சி எடுத்து வெச்சிக்கோ. அதை மட்டும் சாப்டு. எவ்ளோ வேணா சாப்டு.'

'தப்பா நினைச்சிக்காதிங்க சாமி.. ராவுக்கு என்ன சாப்பிடலாம்னு..'

'பட்னி கெட. போ.' என்று சொல்லிவிட்டு எழுந்து போய்விட்டார் பழனிச் சித்தர்.

இது கதையா, உண்மையிலேயே நடந்ததா என்று தெரியவில்லை. ஆனால் அடுத்த கிருஷ்ண பட்சத்துக்குள் பரலோகம் போய்விடுகிற நிலையில் இருந்த பண்ணையார் தனது எண்பத்தி ஆறு வயது வரைக்கும் அதன்பின் சௌக்கியமாக இருந்ததாகச் சொன்னார் ஒரு சித்த மருத்துவர்.

கீரை ஒரு மர்ம மருத்துவர். ஒவ்வொரு கீரையும் என்னென்ன சித்துவேலைகள் செய்யும் என்று முழுமையாகச் சொல்லிவிடவே முடியாது. அதென்னவோ இயற்கை அதற்குள் அத்தனை அற்புதங்களை ஒளித்துவைத்திருக்கிறது.

பொதுவாக மனித குலத்தை மூன்று குணங்களுக்குள் அடக்கிவிட முடியும். அன்பான மனிதர். அமைதியான குணம் என்பது ஒரு வகை. சாது என்போம். சத்வ குணம் என்று இதைத்தான் சமஸ்கிருதத்தில் சொல்லுவார்கள். அடுத்தது ராஜஸ குணம். அதாவது நமது ஆக்ஷன் ஹீரோக்களின் நடவடிக்கைகள் மாதிரி தமது நடவடிக்கைகளை அமைத்துக்கொள்வோர். உக்கிரம், வன்மம், கோபம், ஆங்காரம், வேகம், வெறி வகையறாக்கள் மேலோங்கிய குணம். இது ரஜோ குணம். மூன்றாவது தமோ குணம். மகா சோம்பேறியாக, எப்போதும் மப்பாக இருக்கிற குணம். மந்த குணம்.

இந்த மூன்று வகையான குணமும் நாம் உண்ணும் உணவினால் உண்டாவதுதான். ஆனால் நீண்ட ஆயுள் வேணுமென்றால் சத்வ குணச் செம்மலாக இருந்தாலொழிய முடியாது. அதற்கு ஒரே வழி, சத்வ குணம் வளர்க்கும் கீரைகளை தினமும் சாப்பிடுவதுதான் என்று சித்தர்கள் சொல்கிறார்கள்.

அதற்கென்ன, சாப்பிட்டால் போகிறது என்று தினசரி வாங்கும் ஐட்டங்களுடன் ஒரு கட்டு கீரை பிடித்துக்கொண்டு வந்துவிடுவதல்ல விஷயம். கீரையே உணவின் பிரதானமான அம்சமாக வேண்டும்! தவிரவும் நமக்கு ஒரு பிரச்னை இருக்கிறது. இன்றைக்கு நாம் சாப்பிடும் கீரை உணவு எதுவுமே சரியாகச் சமைக்கப்படாததுதான் என்று சொன்னால் நம்புவீர்களா?

அதுதான் உண்மை. கீரையை எப்படிச் சமைக்கவேண்டும் என்பதே இன்றைக்கு யாருக்கும் தெரியவில்லை. ருசிக்கு முக்கியத்துவம் கொடுக்கிறோம். தப்பில்லை. ஆனால், எதற்காகக் கீரையைச் சாப்பிடுகிறோமோ, அந்த அடிப்படைக் காரணத்தையே மறந்துவிட்டோம்!

வேறு வழியில்லாமல் இதற்கும் நாம் சித்தர்களிடம்தான் போகவேண்டியிருக்கிறது. வெறும் கீரைகளை வைத்துக்கொண்டு அவர்கள் என்னென்ன விதமான வித்தைகளைச் சாதித்திருக்கிறார்கள் என்று தெரிந்தால் வியந்து போவீர்கள்!

25. கீரை சமைக்கும் கலை

கீரையை எப்படிச் சமைக்க வேண்டும்?

இது ஒரு கேள்வி. மிக முக்கியமான கேள்வி. இது தெரியாதா என்று பெரும்பான்மைப் பெண்களும் சிறுபான்மை ஆண்களும் உடனே எதிர்க்கேள்வி கேட்டுவிடக்கூடும்.

நமக்குத் தெரியாது என்பதுதான் உண்மை. ஆயிரத்தெட்டு மாத்திரைகளும் டானிக்குகளும் பீமபுஷ்டி லேகியங்களும் இன்னபிறவும் அளிக்கக்கூடிய சத்துகள் அனைத்தையும் ஒரு கட்டுக் கீரை நமக்கு வழங்கிவிடுகிறது. ஆனால் அது வழங்கும் சத்துகளில் பெரும்பாலான பகுதியை கவனமாக நாம் நகர்த்திவைத்துவிட்டுத்தான் சாப்பிடுகிறோம். நமது உணவு முறை காலம் தோறும் மாறி வந்திருப்பதே இதன் அடிப்படைக் காரணம். சமையல் என்பதை வாசனை மிக்கதாக, ருசி மேலோங்கியதாக, நாவுக்கே பிரதானமான முக்கியத்துவம் அளிக்கக்கூடிய விஷயமாக நாம் மாற்றிவிட்டது அடுத்தக் காரணம்.

ஆனால் வரலாற்றின் தொடக்கப் பக்கங்களில் கீரையைச் சமைக்கிற விதமே வேறாக வருணிக்கப்பட்டிருக்கிறது. மிகக் கவனமாக, அதன் எந்தச் சத்தும் வீணாகிவிடாதபடிக்குச் சமைத்துச் சாப்பிடுவதையே நம் முன்னோர்கள் விரும்பியிருக்கிறார்கள். தமிழ்நாட்டில் - இந்தியாவில் மட்டுமல்ல. உலகெங்கும் கீரைச் சமையலின் தொடக்க காலச் செய்முறை கிட்டத்தட்ட ஒரே மாதிரிதான் இருந்திருக்கிறது. கி.பி. பத்தாம் நூற்றாண்டுக்குப் பிறகுதான் இன்றைக்கு நாம் சமைக்கும் விதத்திலான சமையல் குறிப்புகள் யாராலோ எழுதப்பட்டு அல்லது சொல்லப்பட்டு புழக்கத்துக்கு வந்திருக்கிறது.

இதனைச் சற்று கவனமாகப் பார்க்கவேண்டும். பல்வேறு விதமான கீரைகள் பல்வேறு பருவ காலங்களில் நமக்குக் கிடைக்கின்றன. அதே மாதிரி பருவ கால மாறுதலுக்கேற்ப நாமும் வேறு வேறு கீரைகளை உண்ணப் பழகவேண்டும். உதாரணமாக, இளவேனிற்காலங்களில் (என்றால் வெயில் காலம் என்று பொருள்) அரைக்கீரை, புளிச்ச கீரை சாப்பிடக்கூடாது என்று ஒரு வழக்கம் இருந்திருக்கிறது. அதைத்தவிர மற்ற எந்த ரகக் கீரையையும் அப்போது உட்கொள்ளலாம். இது சித்தர்கள் முதல் சித்த மருத்துவர்கள் வரை அத்தனை பேரும் தவறாமல் சொல்லுவது.

ஏன் அரைக்கீரையும் புளிச்ச கீரையும் கூடாது? இரண்டிலும் இரும்புச் சத்து அபரிமிதம். எதில் இரும்புச் சத்து அதிகமோ, அது சூட்டைக் கிளப்பும். தவிரவும் புளிச்ச கீரை பித்தம் தரக்கூடியது. அதுவும் வெயிலுக்கு உதவாது. காரணம் இதுதான்.

இன்னொன்றும் இங்கே முக்கியம். இரண்டு கீரைதானே கூடாது, மற்றவற்றை ஒரு வெட்டு வெட்டலாம் என்று விதவிதமாகச் சமைப்பதும் தகாது. வெயில் காலங்களில் கீரை சமைக்கும்போது அளவோடு பருப்பு சேர்ப்பது அவசியம். மிகக் கொஞ்சம் புளி சேர்க்கலாம். ஆனால் மிளகாய் கூடாது. மிளகு சேர்ப்பதே நல்லது.

அவ்வண்ணமே மழைக்காலங்களில் சிறு கீரை, பருப்புக்கீரை, வெந்தயக்கீரை, முள்ளங்கிக்கீரை, பசலைக்கீரை போன்றவற்றைத் தொடப்படாது. குளிர்ச்சி என்கிற ஒரு காரணம்தான். ஆனால் இந்தக் கீரைகள் நோயாளிகளாக இருப்போருக்கு மிகுந்த தொந்தரவு கொடுக்கும். இன்னொரு விஷயம், மழைக்காலங்களில் கீரை சமைக்கும்போது பருப்பு சேர்க்கவே கூடாது. தேங்காயை அரைத்துவிட்டுக் கீரையை ஒரு பட்சணமாக்கும் வழக்கம் தென்னிந்தியாவில் நான்கைந்து நூற்றாண்டுகளாக மிக அதிகமாக இருக்கிறது. உண்மையில், இது கீரைக்கு மட்டுமல்ல; நமக்கே நாம் செய்துகொள்ளும் மகத்தான துரோகம்.

கீரை, ஒரு நல்ல உணவுப்பொருள்தான் என்றாலும் அது கிட்டத்தட்ட மூலிகை. எனவே நமது ருசிக்காக அதை நாறடிப்பது தகாது அல்லவா?

பொதுவாகவே கீரைகளின் அடிப்படைக் குணம் மெல்லிய கசப்பு. நல்ல ஃபில்டர் காப்பி சாப்பிட்டு முடித்து ஐந்து நிமிடங்களுக்குப்

பிறகு அடி நாக்கில் நிற்கும் பாருங்கள், ஒரு கசப்பு! அந்த மாதிரி மயக்கும் கசப்புதான் கீரைகளின் ஒரிஜினல் ருசி. சமையலில் இந்தக் கசப்பு காணாமல் போய்விடக்கூடாது. கசப்பு இல்லையென்றால் சத்து போச்சு என்று பொருள். இதனால்தான் பருப்பு வேண்டாம், தேங்காய் வேண்டாம், எண்ணெய் வேண்டாம் என்று சித்தர்கள் பாடல் தோறும் அடித்துக்கொள்கிறார்கள்.

மூவாயிரம் வருடங்களுக்கு முன்னால் தென் அமெரிக்கக் கண்டத்தில் கீரைச்சமையல் என்பது ஒரு வேள்வி போல் நடந்திருக்கிறது. [சரியாகத் தெரியவில்லை. இன்றைய பிரேசில் பகுதியாக இருக்கக்கூடும்.] மாபெரும் நிலப்பரப்பில் கீரை பயிரிட்டிருப்பார்கள். விதவிதமான கீரைகள். ஒரு கிராமம் என்றால், அந்த கிராமத்தைச் சேர்ந்த அத்தனை பேரும் பொழுது விடிந்ததும் கீரை பறிக்க ஒன்றாக வருவார்கள். நகம் படாமல், தண்டுக்கு வலிக்காமல் கீரை இலைகளைக் கொய்வதில் தொடங்குகிறது அவர்களுடைய வேள்வியின் முதல் பகுதி.

பறித்து முடித்த கீரைகளை அம்பாரமாக ஓரிடத்தில் குவிப்பார்கள். பிறகு சுற்றி உட்கார்ந்துகொண்டு, அதனோடு கலந்திருக்கும் புற்கள், கீரையல்லாத பிற செடி வகைகள், பூண்டுகள் ஆகியவற்றை கவனமாகத் தனியே பிரித்து எடுப்பார்கள்.

மூன்றாவது கட்டம், கீரை இலைகளை ஆராய்ச்சி செய்வது. பழுத்த இலைகளை சமைக்கக்கூடாது. எனவே அதைக் கிள்ளித் தனியே போடு. ஓட்டை விழுந்த, பூச்சி அரித்த இலைகள் சேராது. அதைக் களைந்து எடு. சில வகைக்கீரைகளில் விதைகளும் சிறு பழங்களும் சேர்ந்து வரும்(இது மணத்தக்காளி கீரைக்கு மட்டும் பொருந்தாது). அதுவும் சமையலுக்குக் கூடாது. முற்றிலும் மஞ்சள் நிறத்துக்குச் சென்றுவிட்ட கீரைகளைத் தொடவேகூடாது.

இவ்வாறு பார்த்துப் பார்த்து கீரையைப் பறித்து, ஆய்ந்து (என்றால் ஆராய்ந்து என்று பொருள்!) எடுத்தபின் பிரம்மாண்டமான நீர்த்தேக்கங்களில் (தோட்டங்களில் இதற்காகவே குளங்கள் வெட்டி வைத்திருந்தார்கள்.) அவற்றை அலசுவார்கள். அலசுதல் என்றால் சும்மா ரெண்டு முக்கு முக்கி எடுப்பதல்ல. ஒவ்வொரு கீரை இலையின்மீதும் தண்ணீர் படும்படி அலச வேண்டும்.

இவ்வாறு அலசி முடித்தபிறகு இலைகளிலிருந்து காம்புகளைக் கொய்வார்கள். வாழை இலை அல்லது அதற்குச் சமமான பெரிய பெரிய இலைகளை வெட்டிப் போட்டு, அதன்மீது இந்தக் கீரைக் குவியலைக் கொட்டி அரை மணிநேரம் நிழலில் உலர்த்துவார்கள்.

பிறகு மீண்டும் எடுத்து வேறு தண்ணீரில் அலசவேண்டும். சமையலுக்கு முன்னால் கீரைகளை மூன்று முறை அலசவேண்டும் என்று நம்மூர் சித்தர்கள் சொல்லிவைத்திருக்கிறார்கள். தென் அமெரிக்க சித்தர்கள் ஐந்து அலசல்களை சிபாரிசு செய்கிறார்கள்.

இவ்வாறு அலசும்போது கீரை இலைகளின்மீது படிந்திருக்கும் நுண் கிருமிகள் அத்தனையும் அழிந்துவிடும். அதன்பிறகே அதைச் சமைக்க எடுத்துச் செல்லவேண்டும்.

கீரைகளை நறுக்கும்போதும் பொடிப்பொடியாக நறுக்காமல் சற்றே பெரிதாக இடைவெளிவிட்டு நறுக்குவது அவசியம். பிறகு அதை வேகவைத்து ஆனதும் எப்படியும் எடுத்துக் கடைந்துவிடுவோம் என்பதால் நறுக்கலில் நீளம் வைப்பது நல்லது. வேக வைக்கும்போதே நீரில் அரை ஸ்பூன் சர்க்கரை சேர்க்கலாம் என்பது ஆயிரம் வருடங்களுக்கு முன்னால் ஏற்பட்ட நடைமுறை. இது கீரையின் பச்சையம் கெடாதிருக்க உதவும்.

நாக்கு எவ்வளவு கேட்கிறதோ, அதற்குச் சரிபாதி உப்பு சேர்த்தால் கீரைக்குப் போதும். ஆனால் நாம் கேட்போமா? அள்ளிப் போடு என்று ருசியைக் கூட்டவே மெனக்கெடுவோம். ஆனால், கீரையின் குணம் முழுமையாக நமக்குச் சேர பாதி உப்பு போதும். அல்லது முக்கால் பங்கு. இந்த மஞ்சள் பொடி, குண்டு மிளகாய், கடுகு தாளிப்பு (அதையும் நெய்யில்!) இதெல்லாம் கீரைக்கு அடுக்கவே அடுக்காது.

வெந்த கீரையை அப்படியே எடுத்து நீரை வடித்துவிட்டுக் கடைந்து வாணலியில் இட்டு ஒரு புரட்டு புரட்டியெடுத்துச் சாப்பிட்டுப் பாருங்கள். ருசி மட்டு என்று உடனே தோன்றும். ஆனால் தொடர்ந்து இம்மாதிரி சாப்பிட்டு வந்தால் உடம்பில் ஒரு வியாதி அண்டாது!

பொன்னாங்கன்னிக் கீரை, முருங்கைக்கீரை, மணத்தக்காளிக்கீரை, கரிசலாங்கண்ணி, புதினா இவையெல்லாம் கால வித்தியாசம்

இல்லாமல் எப்போது வேண்டுமானாலும் சாப்பிடக்கூடிய கீரைகள். ஆனால் ஒன்று. அசைவம் சாப்பிடுகிறீர்களா? கண்டிப்பாக அன்றைக்குக் கீரை வேண்டாம். கீரைகளின் அபரிமிதமான நீர்ச்சத்து அசைவ உணவின் தன்மைக்கு எதிரிடையானது. ஜீரணக் கோளாறுக்குக் கண்டிப்பாக வழி வகுக்கும். சிலருக்கு பேதி பிடுங்கும். அதே மாதிரி மீன் சாப்பிட்ட தினத்தில் கீரை சாப்பிட்டால் சரும வியாதிகள் வரும்.

இன்னும் என்னெல்லாம் வரும், வராது என்று பட்டியலிடத் தொடங்கினால் பக்கம் காணாது. டாக்டர் அருண் சின்னையா என்றொரு சித்த மருத்துவர் கீரைகளை ஆராய்ச்சி செய்து அபாரமான புத்தகம் ஒன்று எழுதியிருக்கிறார். (நலம் வெளியீடு) தேடிப் படித்துப் பாருங்கள்! ஒரு நாளைக்கு ஏதாவது ஒரு வேளை உணவை முற்றிலும் தவிர்த்துவிட்டு வெறும் கீரை மட்டுமே சாப்பிடச் சொல்கிறார் இந்த டாக்டர். அப்படிச் சாப்பிடுவதன்மூலம் வாழ்நாள் முழுதும் எந்த வியாதியும் அண்டாது என்று சொல்கிறார். வாழ்நாள் முழுக்கவெல்லாம் முடியாது என்பீர்களானால் வெறும் பதினைந்து நாள் மட்டும் சாப்பிட்டுப் பாருங்கள், பலனைப் பார்த்துவிட்ட பிறகு தன்னால் மாறிவிடுவீர்கள் என்றும் சொல்கிறார்.

இந்த டாக்டரிடம் சமீபத்தில் ஒருநாள் பேசினேன். உடற்பயிற்சிகள், கச்சா முச்சா டயட் சார்டுகள், உணவுக்கட்டுப்பாடுகள் எதுவுமே இல்லாமல் வெறும் கீரைகளைக் கொண்டே உடல் எடையைக் கூட்டவும் குறைக்கவும் முடியும் என்று சொன்னார்.

கீரைகளால் முடியாதது எதுவுமில்லை. நாம் அதன் ஒரிஜினல் குணத்தைப் பாழடித்து சாப்பிடாமல், பக்குவமாகக் கையாண்டாலே போதும்.

26. தோசையம்மா தோசை

தெலுங்கானா வேண்டும் என்றும் வேண்டாம் என்றும் இரண்டு கோஷ்டி ரகளை பண்ணிக்கொண்டிருக்கிறது. கொலை வழக்கு சிபு சோரன் திரும்பவும் முதலமைச்சராகி சட்டசபையில் வில்லன் சிரிப்பு சிரித்துக்கொண்டிருக்கிறார். கோயமுத்தூர் செம்மொழி மாநாடு பற்றி தினமும் பத்து பக்கத்துக்குக் குறையாமல் கருணாநிதி கட்டுரை யாத்துக்கொண்டிருக்கிறார். சென்னையில் புத்தகக் கண்காட்சி தடபுடலாக நடந்துகொண்டிருக்கிறது. தேசம் முழுதும் எந்தப் பிராந்தியத்தைத் தொட்டாலும் என்னவாவது ஒன்று சூடாக அலசிப்பிழிந்து காயப்போடத் தயாராகவே இருக்கிறது.

ஆனாலும் கடந்தவாரம் அவுட்லுக் வார இதழ் சுடச்சுடப் பரிமாறியிருப்பது மசாலா தோசையின் மகத்துவம். தெரியுமா உங்களுக்கு? இந்தியாவின் டார்லிங் அதுதானாம். தேசம் முழுதும் பெருவாரி மக்களால் விரும்பப்படும் உணவுப்பொருள் தோசைதான் என்று வேலை மெனக்கெட்டு சர்வே எடுத்து கலர் கலராகப் படம் போட்டுப் புல்லரித்திருக்கிறது அவுட்லுக்.

அமெரிக்கா முதல் ஜப்பான் வரை தோசை கிடைப்பது பெரிய விஷயமல்ல. இந்தியாவின் வட கிழக்கு மாநிலங்கள் உள்பட அனைத்துப் பகுதி மக்களுக்கும் இதுவே ஃபேவரிட் என்பது சற்றே வியப்புக்குரிய விஷயம்தான். அந்தந்தப் பிராந்திய உணவு என்று எது இருந்தாலும், தோசையைப் பார்த்தால் விழி விரிக்காத இந்தியர் கிடையாது. ஒரு நூறு டிபன் ஐட்டங்களை மொத்தமாக ஒரு டேபிளில் வைத்தால், அதில் தோசையும் இருந்தால் பெரும்பாலானவர்கள் முதலில் எடுக்கக்கூடிய ஐட்டம் அதுதான் என்று சில வருடங்களுக்கு முன்னர் காஸ்மோபாலிடன்

பத்திரிகையில் ஒரு செய்தித் துணுக்கு வந்தது. அவர்களும் இதற்காக வேலை மெனக்கெட்டு பல்வேறு இடங்களில் பரிசோதனையெல்லாம் நடத்தித்தான் இந்த முடிவுக்கு வந்திருந்தார்கள்.

உலகம் முழுதையும் சுண்டி இழுக்கும் இந்த உணவுப்பொருள், ஒரு கர்நாடகச் சரக்கு. மிகச் சரியாகச் சொல்ல வேண்டுமானால் கிருஷ்ணராலும் ஹோட்டல்களாலும் புகழ்பெற்ற உடுப்பிச் சரக்கு. பூவுலகில் இட்லி அவதரித்த பிறகு உற்பத்தியான தின்பொருள். Thin பொருளாகவும் இருப்பதனால் அதற்கு மவுசு அதிகமாகிவிட்டது.

இந்த உடுப்பியைப் பற்றிக் கொஞ்சம் சொல்லவேண்டும். ஹிந்து மதாசாரியர்களுள் ஒருவரான மத்துவர் இந்த ஊருக்குப் பக்கத்து ஊர்க்காரர். அவரது 'த்வைத சித்தாந்தம்' அத்வைத, விசிஷ்டாத்வைதங்கள் அளவுக்குப் பரவலாகவில்லையென்றாலும், நமது உணவு முறையை ஆன்மிகத்துடன் இணைத்து, சத்வ குணம் மேலோங்குவதற்கு [சத்வ குணமென்றால் சாது குணம் என்று எளிய பொருள் கொள்ளலாம்.] உகந்த வகையில் மாற்றியமைக்க, இவரது வழியைப் பின்பற்றிய உடுப்பிக்காரர்கள் மிகவும் மெனக்கெட்டிருக்கிறார்கள்.

உடுப்பி உணவு முறை என்பது சற்றே விசேஷமானது. நம்மூர் உடுப்பி ஹோட்டல்களில் இன்றைக்குக் கிடைக்கக்கூடிய உணவெல்லாம் ஒரிஜினல் உடுப்பி உணவாகாது. வேதகால சமையல் முறைகளை அப்படியே அடியொற்றிய, ஒரு மாதிரி நவீன சமையல் அது.

உடுப்பி உணவு முறையில் பிரதானமாகக் கீரைகள் இருக்கும். பச்சைக்காய்கறிகள் இருக்கும். பழங்கள் நிறைய இருக்கும். நிலத்துக்கு அடியில் விளையக்கூடிய கிழங்கு வகைகள் ஏதும் இராது. முக்கியமாக வெங்காயம், பூண்டு கிடையாது. முள்ளங்கி கிடையாது. உருளைக்கிழங்கு கிடையாது. அசைவம்? அறவே கிடையாது! மசாலாப் பொருள்கள் ஏதும் கலக்க மாட்டார்கள். காரம் கம்மியாக இருக்கும். உப்பும் தேவைக்கு ஒரு சிட்டிகை குறைவாகவே இருக்கும்.

சாத்வீக உணவு என்பார்கள். வயிற்றுக்கு எந்தக் கேடும் தராத உணவு. எளிதில் செரிக்கும். நார்ச்சத்தும் நீர்ச்சத்தும் நிறைந்த

காய்கறிகள் மிகுதியாக இருக்குமென்பதால் சிறுநீரகப் பிரச்னைகள் ஒருபோதும் வராது.

இத்தகைய சிறப்புகள் மிக்க உடுப்பி உணவுகளின் எண்ணிக்கை கிட்டத்தட்ட அறுபது இருக்கும். தோசை அதிலொன்று.

முதலில் கிருஷ்ணர் கோயில் பிரசாதமாகத்தான் இது வழங்கப்பட்டது. உடுப்பியில் கிருஷ்ணர் கோயில் எழுப்பப்பட்டது கி.பி. பதிமூன்றாம் நூற்றாண்டு என்பதால் தோசையின் தோற்றமும் அப்போதுதான். *[சங்க இலக்கியத்திலெல்லாம் தோசை குறிப்பிடப்பட்டிருக்கிறது என்று ஒரு சாரார் சொல்கிறார்கள். அதெல்லாம் அநேகமாக புருடா. யாராவது உரிய பாடலை எடுத்துக்கொடுத்தால் மட்டுமே நம்புங்கள்.]* கோகுலத்தில் வெண்ணெய் தின்று வளர்ந்த கிருஷ்ணர் உடுப்பிக்கு வந்தபிறகு தோசை சாப்பிட்டு வாழ ஆரம்பித்தார்.

மாவு என்பது ஏற்கெனவே இருந்த வஸ்து. இட்லிக்கு அரைத்தது. சமையல் முறையைச் சற்றே மாற்றி வெகு எளிதாக உலகின் முதல் தோசையை உருவாக்கிப் பார்த்துவிட்டார்கள், உடுப்பி கோயில் மடைப்பள்ளி வித்தகர்கள். ஆனால் தொடக்க காலத்தில் தோசையை எண்ணெய் விட்டு வார்த்ததில்லை. வெண்ணெய் அல்லது நெய்தான்.

தவிரவும் இன்றைய இடை மெலிந்த தோசைகள் ஆதியில் கிடையாது. தோசை என்றால் நல்ல தடிமனாக, திக்காக இருக்கும். ஒரே ஒரு தோசை சாப்பிட்டு விட்டு அரை நாள் ஓட்டிவிடலாம். இன்றைக்கும் கோயில் தோசைகள் அரை விரற்கடை அளவுக்கு கனமாக இருப்பதை நீங்கள் பார்க்கலாம். அது பாரம்பரியம். ஆதியில் தோசையில் மிளகு மற்றும் சீரக சேர்மானம் நிறைய இருந்திருக்கிறது. காலப்போக்கில் தோசைக்கு மிளகு சீரகம் தேவையில்லை என்று உடுப்பியிலேயே எடிட் செய்துவிட்டார்கள். ஆனால் கனத்தில் மட்டும் விட்டுக்கொடுக்க மாட்டார்கள்.

தோசை மெலிந்தது, அது தமிழகத்துக்கு வந்தபிறகுதான். சாம்பார், விதவிதமான சட்னி என்று தோசைக்கான துணைப் பொருள்களைக் கண்டுபிடித்ததும் தமிழர்களே. அதே சமயம், ரவா தோசை, கோதுமை தோசை என்று தோசையின் ஒன்றுவிட்ட

சகோதர சகோதரிகளை ஆந்திரத்து ரசிகர்கள் கண்டுபிடித்தார்கள். [தோசையை அவர்கள் பெசரெட்டு என்பார்கள்.]

நாலு பிடி அரிசிக்கு ஒரு பிடி உளுத்தம்பருப்பு என்பதுதான் ஆதி தோசையின் எளிய ஃபார்முலா. இன்றைக்கு இது மிகச் சரியாகக் கடைப்பிடிக்கப்படுவதில்லை. நமது தேவை, ருசிக்கேற்ப பருப்பின் அளவில் வித்தியாசங்கள் மேற்கொள்ளப்படுகின்றன. இது பிராந்தியத்துக்குப் பிராந்தியம் மாறுபடவும் செய்கிறது. ஆனால் தோசை நன்றாக இருக்கவேண்டுமென்றால் புழுங்கல் அரிசியின் தரம் முக்கியம். பச்சரிசி தோசையும் பிரமாதமாகத்தான் இருக்கும். ஆனால் வார்த்தெடுப்பதில் நிறைய சவால்கள் உண்டு.

தோசை ருசியாக இருப்பதற்கு அதன் அரவை நேரம் சரியாக இருக்கவேண்டுமென்பது உடுப்பிக்காரர்கள் சூட்சுமம். தோசை மாவு என்பது இட்லி மாவு மாதிரி நறநறவென்று இருக்கக்கூடாது. ரொம்பத் தண்ணியாகவும் ஆகிவிடக்கூடாது. சற்றே இளகிய வெண்ணெய் மாதிரி, தமன்னாவின் கன்னம் மாதிரி திரண்டிருக்க வேண்டும். அரிசி மற்றும் பருப்பைத் தனித்தனியே அரைத்து, இறுதியில்தான் சேர்த்துக் கலக்க வேண்டும். சில இடங்களில் இந்தக் கலவையில் லேசாக மஞ்சள் தூள் சேர்ப்பார்கள். நம் ஊரில் இந்த வழக்கம் இல்லை என்றாலும் ஆந்திரம், கர்நாடகம், வங்காள மாநிலங்களிலும் இலங்கையிலும் மஞ்சள் தூள் சேர்க்கிற வழக்கம் இப்போதும் இருக்கிறது.

இலங்கையில் பருத்தித்துறை தோசை என்றொரு தோசை மிகப் பிரபலம். இதில் அரிசி, உளுந்துடன்கூட சிறிது கோதுமை மாவும் நிறைய வெந்தயமும் சேர்ப்பார்கள். மாவு அரைத்தபின் புளிக்கவைக்குமுன் அதில் தென்னங்கள் அல்லது பனங்கள் சேர்ப்பது இந்தப் பருத்தித்துறை தோசையின் முக்கிய அம்சம்.

கத்திரிக்காயையும் வெங்காயத்தையும் சேர்த்து வதக்கி, பொரியலுக்கும் கூட்டுக்கும் இடைப்பட்ட பதத்தில் எடுத்து இதற்குத் தொட்டுக்கொள்ளத் தருவார்கள்.

அதிருசியாக இருக்கும் என்று அத்தனை இலங்கைத் தமிழர்களும் வருணிக்கும் இந்தத் தோசை ஏனோ ஈழத்தைத் தாண்டி வரவேயில்லை.

இன்றைக்கு தோசைக்குப் பல முகங்கள் வந்துவிட்டன. வெங்காய தோசை, வெள்ளைப்பூண்டு தோசை, மசாலா தோசை, முட்டை தோசை, கல் தோசை, இளந்தோசை, குண்ணுத்தோசை, ரவா தோசை, தக்காளி தோசை, வெஜிடபிள் தோசை, வெறும் ஊத்தப்பம், ஆனியன் ஊத்தப்பம், பேப்பர் தோசை, பெப்பர் தோசை, புதினா தோசை—

புண்ணாக்கு தோசை ஒன்றுதான் பாக்கி. உலகத் தலைவர்கள் யார் இந்தியாவுக்கு வந்தாலும் விருந்தில் தோசை வைத்து நேசம் வளர்க்கிறார்கள். இந்திய சமையல் கலைஞர்கள் வெளிநாடுகளில் ரெஸ்டரண்ட் திறந்து விதவிதமாக தோசை வார்த்துக் கொடுத்து டாலரில் பணக்காரர் ஆகிறார்கள்.

ஆனால் தோசைக்கு உருளைக்கிழங்கு மசாலாதான் சரியான ஜோடி என்பதைக் கண்டுபிடித்த மாமேதை யாரென்று மட்டும் யாருக்கும் தெரியாது!

தெரிந்தால் சொல்லுங்கள். செம்மொழி மாநாட்டு சமயம் அவருக்கொரு சிலை திறக்க வைத்துவிடலாம்.

27 டயட்டீஷியன் வள்ளலார்

வள்ளலார், வள்ளலார் என்று ஒருத்தர் இருந்தார். அவரை ஞாபகம் இல்லாதவர்களுக்குக் கூட அவரது பிரசித்தி பெற்ற 'அருட்பெருஞ்சோதி தனிப்பெருங்கருணை' சுலோகன் தெரிந்திருக்கும். 1823ம் ஆண்டு அக்டோபர் 5ம் தேதி சிதம்பரத்துக்குப் பக்கத்தில் மருதூர் என்னும் ஊரில் பிறந்தவர். ஒன்பது வயதில் ஞானம் சித்தித்து, வால்யூம் வால்யூமாக இறைவனைப் போற்றி நிறைய எழுதினார். திரு அருட்பா என்று அவரது படைப்புகளுக்குப் பெயர்.

நியாயமாக வள்ளலாரை இப்படி அறிமுகப்படுத்துவது பெரிய தப்பு. திரு அருட்பா எழுதியது தவிரவும் அவர் பன்முக ஆளுமை கொண்டவர். சன்மார்க்க விவேக விருத்தி என்று ஒரு பத்திரிகை நடத்தியிருக்கிறார். நிறையப்பேருக்குப் பாடம் சொல்லிக்கொடுத்திருக்கிறார். நிறையப் பழந்தமிழ் நூல்களுக்கு உரை எழுதியிருக்கிறார். ஜோதி வழிபாடு என்னும் கான்செப்டை அறிமுகப்படுத்தியிருக்கிறார்.

இதையெல்லாம் தாண்டி அவருக்கு இன்னமும் இரண்டு முகங்கள் இருக்கின்றன. ஒன்று, அவர் ஒரு டாக்டர். இன்னொன்று அவர் ஒரு பெரிய டயட்டீஷியன்.

திரு அருட்பிரகாச வள்ளலார், யாரிடம் இதெல்லாம் கற்றுக்கொண்டார் என்று தெரியவில்லை. அவரது சரித்திரத்தில் அவர் பள்ளிக்கூடப் பக்கம் அதிகம் ஒதுங்கியவராக இல்லை. ஆனால் சுமார் ஐந்நூறு மூலிகைகளின் மருத்துவ குணங்களை அநாயாசமாகச் சொல்லிச் செல்கிறார். கூடவே மரணமற்ற பெருவாழ்வு வாழ்வதற்கு என்னென்ன சாப்பிட வேண்டும்,

எப்படிச் சாப்பிடவேண்டும் என்றும் பக்கம் பக்கமாக வருணிக்கிறார்.

கொண்டைக்கடலையில் ஆரம்பித்து கீரைகள், இட்லி, தோசை வரை நமது பாரம்பரிய உணவுப் பொருள்களைப் பிரித்து மேய்ந்திருக்கும் தருவாயில் வள்ளலாரின் சாப்பாட்டுக் குறிப்புகளைச் சொல்லாமல் இந்தப் பகுதி பூரணமடையாது.

வள்ளலார், சுத்த சைவ உணவுப் பழக்கத்தை வலியுறுத்துபவர். உயிர்க்கொலை என்பது தவிர, அசைவ உணவு ஆயுளைக் குறைக்கும் என்பது அவரது கருத்து. தனது டயட் குறிப்புகளுக்கு நடுவே அடிக்கடி அவர் விபூதி தரித்து தியானம் செய்யச் சொல்வதை விடுத்து மற்றவற்றில் சிலவற்றை இங்கே பார்க்கலாம்.

வள்ளலாரின் டயட் குறிப்புகள், வெற்றிலை பாக்கில் தொடங்குகிறது. காலை கண் விழித்து எழுந்ததுமே களிப்பாக்கை *[கொட்டைப் பாக்கு]* அதிகமாகவும் வெற்றிலை, சுண்ணாம்பைக் குறைவாகவும் போட்டு மெல்லச் சொல்கிறார். முதலில் ஊறுகிற உமிழ்நீரை கவனமாகத் துப்பிவிட வேண்டும். மீண்டும் மென்று வருகிற நீரை விழுங்க வேண்டும்.

இந்த மாதிரி இரண்டு மூன்று முறை வெற்றிலைச் சாறை விழுங்கிய பிறகு வாயைக் கொப்பளித்துவிட்டுக் கொஞ்சம் வீட்டுக்குள்ளேயே உலாவ வேண்டும். அப்புறம் டாய்லெட் போகிற காரியம்.

நமது பெரும்பாலான வியாதிகளுக்கு நாம் ஒழுங்காக டாய்லெட் போகாததே காரணம் என்பது வள்ளலாரின் கருத்து. அதை ஒரு தியானம் மாதிரி செய்யச் சொல்கிறார். மலம் கழிக்கும்போது வலது கையால் இடது அடி வயிற்றை அழுத்திப் பிடித்துக்கொள்ள வேண்டும். மூச்சா போகும்போது, இடது கையால் வலது அடிவயிறு.

ஆச்சா? இது முடிந்ததும் பல் தேய்ப்பது. முதலில் ஆலங்குச்சியால் பல்லை நன்றாகத் தேய்த்துவிட்டு, பிறகு கரிசலாங்கண்ணிக் கீரையைப் பொடி செய்து அதை ஈறுகளின்மீது நன்றாக அழுத்தித் தேய்த்துக் கொப்பளிக்க வேண்டும். வள்ளலார் காலத்தில் கோல்கேட்டின் பாதுகாப்பு வளையங்கள் எல்லாம்

கிடையாது என்பதால் பல் தேய்க்கிற விஷயத்தில் ரொம்பப் பதற்றமாகிவிடுகிறார். வாயில் ஒரு சிறு கிருமியும் தங்கிவிடக் கூடாது என்பதில் வள்ளலாருக்கு ரொம்பக் கவனம். தேய்த்து முடித்ததும் பலமுறை கொப்பளிக்கச் சொல்கிறார்.

அப்புறம் சாப்பாடு. அவர் டிபனையெல்லாம் பொருட்படுத்துவதே கிடையாது. சீரகச் சம்பா அரிசிச் சோறை அவர் சிபாரிசு செய்கிறார். ரொம்பக் குழையவும் கூடாது, ஃப்ரைட் ரைஸ் மாதிரி விரைத்துக்கொண்டும் இருக்கக் கூடாது. ஒரு சாதத்தைக் கையில் எடுத்து அழுத்தினால் நசுங்கவேண்டும் என்பதே பதம். பசி எடுக்கத் தொடங்கியதும் அதிகத் தாமதமில்லாமல் உடனே சாப்பிட்டுவிட வேண்டும் என்பதில் அவர் கருத்தாக இருக்கிறார். தினசரி ஐந்து நிமிடம் தாமதம் ஆனால் காலக்கிரமத்தில் கண்டிப்பாக அல்சர் வருமாம்.

கருணைக் கிழங்கு ஒன்றைத் தவிர வேறு எந்தக் கிழங்கு வகையையும் தொடப்படாது. சாப்பாட்டு இலையில் மா, பலா, வாழை, திராட்சைப் பழங்கள் போடுவது கல்யாணங்களில் பிரசித்தம். வீடுகளிலும் சிலர் உணவுடன் பழங்கள் எடுத்துக் கொள்வது வழக்கம். இது செரிமானத்துக்கு விரோதம் என்கிறார் வள்ளலார். போனால் போகிறது, ரஸ்தாளி மட்டும் வேண்டுமானால் ஒரு துண்டு சாப்பிடலாம். மற்ற எதுவும் உணவின் தன்மையை ஒழித்துக்கட்டிவிடும் என்கிறார் இவர்.

காய்கறிகள் சமைக்கும்போது புளியும் மிளகாயும் எவ்வளவுக்கு எவ்வளவு குறைகிறதோ, அவ்வளவுக்கு அவ்வளவு சத்து. மிளகாயே வேண்டாம் என்கிறார் வள்ளலார். மிளகு போதுமே? அதே மாதிரி உப்பையும் ஒரு சிட்டிகை குறைத்துப் பயன்படுத்த வேண்டும். கடுகு தாளிப்பு செய்யாமல் விட்டால் விசேஷம். அப்படித் தாளித்துத் தான் தீரவேண்டுமென்றால் பசு நெய்யில் தாளிக்க வேண்டும். அது இல்லாவிட்டால் நல்லெண்ணெய். எந்தக் காய்கறிக்குத் தாளித்தாலும் இரண்டு பல் வெங்காயம், பூண்டு சேர்க்கச் சொல்கிறார். இவையும் கிழங்கல்லவா என்றால், அதன் மருத்துவ குணத்துக்காகத் தாளிப்பில் மட்டும் இருப்பது தப்பில்லை என்கிறார்.

தினசரி உணவில் எண்ணெய்ப் பொருள்களைத் தவிர்ப்பதன்மூலம் உடம்புக்கு வியாதி அண்டுவது குறையும். வள்ளலார் கருத்துப்படி

வடை, தோசை, ஆப்பம், உப்புமா வகையறாக்களெல்லாம் கெட்ட ஐட்டங்கள். இட்லி சாப்பிடலாம். இடியாப்பம் சாப்பிடலாம். வேகவைத்த எதையும் சாப்பிடலாம். அதே மாதிரி, தயிரைக் கூடியவரை தவிர்த்துவிட வேண்டும். நீர் மோர் ஓகே. புளி சாதம், சர்க்கரைப் பொங்கல், கொழுக்கட்டை இதெல்லாம் வருஷத்துக்கு ஒருமுறை சாப்பிட்டால் போதும். தினசரி சாப்பாட்டுக்கு, சீரகச் சம்பா அரிசி ப்ளஸ் நாட்டுக் காய்கறிகள்! அதைத் தாண்டி எதையும் தொடாதே என்கிறார்.

இன்னொரு முக்கியமான விஷயம். பசி என்கிற உணர்வு வராதபோது சாப்பிடவே கூடாதாம். பசிப்பதற்கு முன்னால் சாப்பிடும் உணவு விஷமாகிவிடுகிறது. ஆரோக்கியமாக வாழத்தான் உணவே தவிர, சாப்பிடுவதற்காக வாழ்வதாக நினைத்துக்கொள்ளவே கூடாது.

பகலில் தூங்குவது பல்வேறு உடல் உபாதைகளுக்கு வழி வகுக்கும் என்கிறார் வள்ளலார். ஆனால் மதியச் சாப்பாட்டுக்குப் பிறகு கொஞ்சநேரம் படுக்கச் சொல்கிறார். படுக்கத்தான். தூங்க அல்ல.

சித்தர்கள் போலவே கீரைகள் விஷயத்தில் வள்ளலாரும் நிறைய குறிப்புகள் கொடுக்கிறார். ராத்திரி வேளைகளில் கீரை சாப்பிடாதே. வாயு உற்பத்தி ஐட்டங்களைத் தொடவே தொடாதே. வெயில் காலத்தில் அரைக்கீரை, புளிச்ச கீரை வேண்டாம். கீரைகளை மதிய உணவோடு சாப்பிடுவதே நல்லது. காலையிலும் சாப்பிடலாம்.

பழையது சாப்பிடக்கூடாது. அதே மாதிரி பழைய காய்கறிகளையும் விலக்கிவிட வேண்டும். எருமைப்பால், எருமைத் தயிர், செம்மறி ஆட்டுப்பால், கேழ்வரகு, தினை, சாமை, பருப்பு வகைகள், முளைக்கீரை, அகத்திக்கீரை, பீர்க்கங்காய், புடலங்காய், பாகற்காய், கடுகு இதெல்லாம் உணவில் சேராதிருந்தால் ஆரோக்கியம் நிலைக்கும் என்பது வள்ளலார் கருத்து.

வள்ளலார் ஒரு சித்த மருத்துவரும்கூட. எல்லா விதமான உணவுப் பொருள்களையும் அவர் எடுத்து வைத்துக்கொண்டு ஆராய்ச்சி செய்திருக்கிறார். பாரம்பரிய உணவு வகைகளிலேயே, வயிற்றைக் கெடுக்காதவற்றை மட்டும் கொள்வதன்மூலம் ஆயுளில் கொஞ்சம் அதிகப்படுத்தலாம் என்பது அவர் கருத்து.

பத்தொன்பதாம் நூற்றாண்டு தமிழகத்தில் வள்ளலார் அளவுக்கு உணவு பற்றி அதிகம் கவலைப்பட்டவர்கள் யாரும் கிடையாது. ஆபுத்திரன் கை அமுதசுரபி மாதிரி வடலூரில் அவர் மூட்டிவைத்த அடுப்பு இன்றைக்கும் அணையாமல் வருகிற அத்தனை பேருக்கும் உணவளித்துக்கொண்டிருக்கிறது.

உடனடியாக முடியாவிட்டாலும் ஓய்வு பெற்ற பிறகாவது வள்ளலார் ஸ்டைல் மெனுவைப் பின்பற்றிப் பார்க்கலாம். கூடுதலாகக் கொஞ்சம் வாழ்நாள் என்றால் கசக்கிறதா?

28. மாட்டு வடை

ஹூ! ஹூ! ஹூ! ஹூ!

தலையைச் சிலுப்பிக்கொள்ளுங்கள். காஞ்சீபுரம் இட்லி, கடலைப்பருப்பு சுண்டல், சன்மார்க்க சாம்பார், பச்சிலை பக்கோடா என்று ரொம்ப நாளாக உள்ளூரையே சுற்றி வந்துவிட்ட மாதிரி இல்லை? அதுவும் வீரபராக்கிரம சைவம் வேறு. சரி. கொஞ்சம் ஊர் சுற்றலாம். முதலில் அமெரிக்காவுக்குப் போகலாம். அங்கும் மணக்க மணக்க நிறைய சாப்பிடக் கிடைக்கும். ஆனால் ஒன்லி நான் வெஜ்.

நாம் முன்பே பார்த்த மாதிரி சைவ உணவு என்கிற தாவர உணவு மட்டும் என்கிற கருத்தாக்கம் சிறுபான்மையினருடையதுதான். அந்தச் சிறிசிலும் பெரும்பகுதி இந்தியர்களே. தன் இனமல்லாத இன்னோர் இனம் பூவுலகில் உதித்திருப்பதே தான் உண்பதற்காகத்தான் என்றுதான் ஆதிமுதல் உயிர்கள் எண்ணிவந்திருக்கின்றன. எனவே மனிதனும். ஆகவே அமெரிக்கர்களும்.

ஆனால் அமெரிக்க நான் வெஜ் என்பது நம் ஊர் கோழி பிரியாணி, ஆட்டுக்கால் பாயா, போட்டி, நல்லி எலும்பு வகையறாக்கள் மாதிரி இருக்காது. அமெரிக்கர்களின் உணவு ரசனை வேறு மாதிரியானது. விருந்து விசேஷங்களை விடுத்து, பொதுவான அமெரிக்கத் தினசரி உணவு என்பது எப்படி இருக்கும் என்று பார்க்கலாம்.

இன்னிக்கி இட்லியா, தோசையா, பூரியா, பொங்கலா, உப்மாவா, கஞ்சியா, கூழா என்று கேட்பதற்காவது நமக்கு ஏழெட்டு வெரைட்டிகள் காலைப்பொழுதை மணக்கச் செய்யக்

காத்திருக்கின்றன. அமெரிக்கர்களின் காலைகள் பொதுவில் முட்டை மற்றும் பேகனுடன் மட்டுமே ஆரம்பமாகின்றன.

முட்டை என்றால் முட்டை. பேகன் என்றால்? மயிலுக்குப் போர்வை கொடுத்த மகானுபாவனல்ல. இது *Bacon.* பன்றி இறைச்சி. சிற்றம் சிறுகாலே வந்து அதனைச் சேவித்து, ரவுண்டு கட்டி அடிக்காமல் அங்கே சிற்றுண்டி இல்லை.

நமக்குப் புரிவது மாதிரி சொல்லுவதென்றால் இது ஒருவித, பன்றிக் கருவாட்டு உணவு.

பன்றியை அறுத்து நீளவாக்கில் பெரிய பெரிய அங்கவஸ்திரம் மாதிரி முதலில் எடுத்துவைத்துக்கொண்டுவிட வேண்டியது. சுத்தம் செய்து உப்புக்கண்டம் போட்டு எடுத்து பேக் செய்துவிடுவார்கள். இதுதான் பேகன். இதில் நல்ல பேகன், சுமார் பேகன் என்று இரண்டு விதங்கள் உண்டு. நல்ல பேகன் என்பது பன்றியின் இடுப்புப் பகுதி உப்புக்கண்டம். சுமார் பேகன் என்பது இடுப்பல்லாத உப்புக்கண்டம்.

இந்த ரா மெட்டீரியலை பெரிய பெரிய டிபார்ட்மெண்டல் ஸ்டோர்கள் முதல் சிறு மளிகைக் கடைகள் வரை எங்கும் பெறலாம். வீடுகளில் வாராந்திர ஷாப்பிங்கின்போது வண்டி தள்ளிக்கொண்டு போய் மக்கள் வாங்கிவந்துவிடுவார்கள். கொண்டுவந்து ஃப்ரிட்ஜில் அடுக்கிவிட்டால் போதும். விடிந்ததும் எழுந்து அதை வேகவைத்தோ, வறுத்தோ, இனிப்பு போட்டோ, காரம் சேர்த்தோ, மசாலா போட்டோ, போடாமலோ, அவரவர் விருப்பம் மற்றும் வழக்கத்துக்கேற்ப ஐட்டத்தை ரெடி பண்ணிவிடுவார்கள்.

பொதுவாக இந்த பேகனை வெண்ணெயுடன் சேர்த்துப் பொறித்துச் சாப்பிடுவதில்தான் அமெரிக்கர்களுக்கு இஷ்டம்.

இரண்டு துண்டு பிரெட்டை எடுத்து வைத்துக்கொள்வார்கள். முன்னதாக பிரெட்டின்மீது சீஸ் தடவப்பட்டிருக்கும். ஒரு பக்கத்து பிரெட்டின்மீது இந்த வெண்ணெயில் பொறித்த பன்றிக்கறியை வைத்து, இன்னொரு பக்க பிரெட்டின்மீது ஒரு ஆம்லெட் செய்து வைத்து மூடி, சாண்ட்விச் ஆக்கிவிட்டால் தீர்ந்தது.

ஆளுக்கு மூன்று நான்கு பன்றிக்கறி சாண்ட்விச் சாப்பிட்டுவிட்டு, பெரிய பெரிய கோப்பைகளில் நிறைய ஆரஞ்சு ஜூஸ்

சாப்பிடுவார்கள். இதுவும் கண்டிப்பாக எல்லா வீடுகளிலும் உண்டு. மொத்த அமெரிக்கர்களில் சுமார் இரண்டு சதவீதம் பேர் மட்டும் ஆரஞ்சு ஜூஸுக்கு பதில் பால் சாப்பிடுகிறார்கள். பதப்படுத்தப்பட்ட பால். எனவே சுடவைப்பதெல்லாம் கிடையாது. அப்படியே ஃப்ரிட்ஜிலிருந்து எடுத்து ஒரு கல்ப் அடித்துவிட்டு ஆபீஸ் போய்விட வேண்டியதுதான்.

பேகன் போரடித்தால் ஓட்ஸ் கஞ்சி. கொழகொழவென்று கெட்டியாக, கூழ் மாதிரி வேகவைத்து எடுத்துக்கொண்டு அதில் நிறைய வெல்லம் போட்டுச் சாப்பிடுவதும் காலை டிபன். அது வேண்டாம் என்றால் சீரியல் ஃபுட்ஸ்தான். அதே பதப்படுத்தப்பட்ட பாலில் போட்டு ஒரு கலக்கு கலக்கிவிட வேண்டியது.

சிலர் பழங்களைக் காலை உணவாக உண்பார்கள். திராட்சை, பைன் ஆப்பிள், கிரிணிப் பழங்கள். தட்டு நிறைய வெட்டி வைத்துக்கொண்டு பழம் சாப்பிடுவது அந்த ஊர் வழக்கம். என்ன சாப்பிட்டாலும் இறுதியில் ஆரஞ்சு ஜூஸ் உறுதி.

சிறிய குடும்பங்களின் காலைப் பொழுதுகள் ஆம்லெட்டுடன்தான் தொடங்கும். இரண்டு மூன்று முட்டைகளை உடைத்து ஊற்றிய கனமான ஆம்லெட்.

அமெரிக்க ஆம்லெட்டுகள் நம் ஊர் ஆம்லெட்கள் மாதிரி இராது. அதில் நிறைய பச்சைக் காய்கறிகள் சேர்ப்பார்கள். பாலாடைக் கட்டியைச் சேர்ப்பார்கள். ஆம்லெட் சீஸ் என்றே தனியாக மஞ்சள் மற்றும் ஆரஞ்சு நிறத்தில் கடைகளில் விற்பார்கள். சமைத்து முடித்து பிளேட்டில் தூக்கிப் போட்டால் ஒரு ஆம்லெட் சும்மா கும்மென்று தீபாவளி மலர் சைசில் இருக்கும். பசியடங்கும்.

இது காலைக்கு. மதியமாவது குழம்பு, ரசம், கூட்டு, பொரியல்?

அமெரிக்க மதிய உணவு என்பது மிகப் பெரும்பாலும் பர்கர்தான். இரண்டு பெரிய பன்களை எடுத்துக்கொள்ளுங்கள். பெரிய தோசைக்கல்லில் போட்டு வெண்ணெய் ஊற்றி வறுத்துக்கொள்ளுங்கள். பன்னின் பிரவுன் நிறம் மெல்லச் சிவந்து வரும்வரை கணக்கு. வெண்ணெய் உருகும் வாசனை வீட்டை நிறைக்க வேண்டும்.

இப்படி வறுத்து எடுத்துக்கொண்ட பன்னுக்கு நடுவே ஒரு வடையை வைப்பார்கள். வடை என்றால் மசால் வடை அல்ல. இது மாட்டு வடை. *sausauge patties* என்று சொல்லுவார்கள்.

இது என்னவென்றால், பன்றி அல்லது மாட்டுக் கொழுப்புடன், கசாப்புக் கடையில் வேண்டாம் என்று விட்டுவிடும் உறுப்புகளைச் சேர்த்து ஒரு மாதிரி கைமா பண்ணி வடை போல் தட்டுவார்கள். நம் ஊர் வடைமாவு பதத்தில் அல்ல. அதிரச பதம் என்று வைத்துக்கொள்ளுங்கள். இப்படித் தட்டி எடுத்துக்கொண்ட கறி வடையை தோசைக்கல்லில் போட்டு வெண்ணெய் விட்டுப் பொறித்துவிடுவார்கள்.

மக்கள் பெரும்பாலும் இதனை வீடுகளில் செய்வதில்லை. மெக்டனால்ட் போன்ற கடைகளில் டின்னில் கிடைக்கும். அதை மொத்தமாக வாங்கி வந்து வைத்துவிடுவார்கள்.

இதனை தோசைக்கல்லில் போட்டு மீண்டும் கொஞ்சம் வெண்ணெய்விட்டு வறுத்து சூடாக்கி எடுத்து பன்னின் ஒரு பக்கம் வைத்துவிடவேண்டியது.

இன்னொரு பன்னில் ஏராளமாக சீஸ் தடவி, எக்கச்சக்கமாகக் காய்கறிகள் நறுக்கி வைப்பார்கள். முட்டைக்கோஸ், கேரட், முள்ளங்கி, பீன்ஸ், தக்காளி, குடைமிளகாய், பச்சைமிளகாய், வெங்காயம், பூண்டு, சில வகைக் கீரைகள் என்று பலதும் இருக்கும். இந்தப் பக்கத்து மாட்டுவடை பன்னை அலேக்காகத் தூக்கி, அந்தப் பக்கத்து காய்கறி பன்னின்மீது வைத்து மூடிவிட்டால் ஃபினிஷ்.

இதான் பர்கர்.

ஆனால் இந்த ‘உன்னைக்கொண்டு என்னில் வைத்தேன், என்னையும் உன்னிலிட்டேன்’ கான்செப்ட் இல்லாமல் எந்த அமெரிக்க உணவும் கிடையாது. பெரும்பாலும்.

அமெரிக்காவில் அரிசி விளைகிறது என்றாலும் அமெரிக்கர்கள் பொதுவாக அரிசியை விரும்புவதில்லை. அப்படியே எப்போதாவது அரிசிச் சோறு சாப்பிட வேண்டும் என்று நினைத்தார்களானாலும் வெளியேதான் சாப்பிடுவார்களேதவிர வீட்டில் அல்ல.

அதுவுமே சாதம்,குழம்பு, ரசம் வகையறாச் சாப்பாடல்ல. சீனச் சாப்பாடு. வண்டி வண்டியாக எண்ணெய் ஊற்றிப் பொறித்த ஃப்ரைட் ரைஸ்.

அடிப்படையில் காலை, மதியம், இரவு எந்நேரத்துக்கான உணவானாலும் அதனை டின்னில் வாங்கிவைத்து தேவைக்குப் பயன்படுத்திக்கொள்ளும் வகை மாதிரிதான் அமெரிக்க மக்களுடையது. பெரும்பாலும் இரவிலும் அவர்கள் பர்கரையே விரும்புகிறார்கள். எட்டு வயசு, பதினாலு வயசு, முப்பத்திரண்டு வயசு மால்ட் *[சேச்சே ராகி மால்ட் இல்லை. இது விஸ்கி மால்ட்.]* ஒரு இரண்டு ரவுண்ட் அடித்துவிட்டு ஒரு பர்கரைத் தின்றுவிட்டுப் படுத்தால் தீர்ந்தது.

காலை கௌசல்யா சுப்ரஜாராமா பாடுவதற்கு பேகன் ரெடியாக இருக்கும்!

29. பர்கர் புராணம்

பர்கர் என்பது நமது கலாசாரத்தில் ஜங்க் ஃபுட் துரித உணவகங்களில் கிடைப்பதனாலேயே அப்படியொரு மட்டரக அந்தஸ்தை அந்த உணவுக்கு வழங்கிவிட்டோம். ஆனால் அமெரிக்காவில் பர்கருக்குப் பெரிய வரலாறு உண்டு. நமக்கு அரிசிச் சாப்பாடு எப்படியோ அப்படி அங்கே பர்கருக்கு. தரமாக, ஒழுங்காகத் தயாரிக்கப்படும் பர்கர் ஒன்றே ஒன்றைச் சாப்பிட்டுவிட்டு ஒரு முழுப் பகலை ஓட்டிவிட முடியும். உடம்புக்கு ஒன்றும் செய்யாத உத்தம உணவு அது.

பத்தொன்பதாம் நூற்றாண்டின் முக்கால்வாசி வருஷங்கள் வரைக்கும் அமெரிக்காவிலேயேகூட பர்கர் கிடையாது. அதற்கு முன்னால் எல்லாம் பிரெட் சாண்ட்விச்தான் அங்கே பிரதானம். இரண்டு பிரட் துண்டுகளை எடுத்து ஓரம் நறுக்கிக்கொள்ள வேண்டியது. நடுவே கொஞ்சம் வெண்ணெய் தடவி, நாலைந்து காய்கறிகள் வைத்து மடித்துக் கடித்துவிட வேண்டியது. காய்கறி போரடித்தால் முட்டை. முட்டை போரடித்தால் கறி.

பர்கருக்கான பன் என்ற ஒன்று கண்டுபிடிக்கப்பட்டதுதான் அங்கே நிகழ்ந்த மிகப்பெரிய உணவுப் புரட்சி. நாம் டீக்கடையில் தோய்த்துச் சாப்பிடும் அதே பன் தான். ஆனால் இன்னும் மென்மையாக, இன்னும் வெண்மையாக, இன்னும் எளிதில் ஜீரணிக்கும் விதமாக உருவாக்கப்பட்ட பஞ்சு பன் அது.

ஓஹியோ மாகாணத்தில் மெஞ்ச்சஸ் சகோதரர்கள் என்று இருவர் பத்தொன்பதாம் நூற்றாண்டில் வாழ்ந்துவந்தார்கள். ஃப்ராங்க் மெஞ்ச்சஸ், சார்லி மெஞ்ச்சஸ் என்று அவர்களுக்குப் பெயர். சாப்பாட்டு பிசினஸில் கொடிகட்டிப் பறந்தவர்கள்.

சாண்ட்விச்சுக்குள் வைத்துச் சாப்பிடும் *sausage* என்னும் (சென்ற அத்தியாயத்தில் பார்த்த) கறி வடை தயாரிப்பு ஸ்பெஷலிஸ்டுகள். அதுநாள் வரை காய்கறிகளையும் மசாலாவையும் சேர்த்துக் கிளறி செய்யப்பட்டு வந்த *sausage*ஐ முதல் முதலில் அசைவ பதார்த்தமாக மாற்றி, மாட்டுக்கறி வடை சுட்டு மத்தியில் வைக்கும் வழக்கத்தை அமெரிக்காவுக்கும் உலகுக்கும் அறிமுகப்படுத்தியவர்கள் இவர்கள்தாம். 1885ம் ஆண்டு இந்தச் சகோதரர்கள் முதல் முதலாக இன்றைய அமெரிக்க பர்கரை அறிமுகம் செய்தார்கள்.

ஆனால் அப்போதும்கூட பன் அதன் சுய ரூபத்தில் இல்லை. பிரெட்தான் மூலப்பொருள். கொஞ்சம் குண்டு பிரெட். ருசியில் பெரிய வித்தியாசம் இல்லை என்றாலும் சாப்பிடுவதில் என்னவோ ஒன்று குறைவது மாதிரி இருந்தது. பிரெட்டின் ருசியைக் காட்டிலும் சற்றே வேறுபட்ட, இனிப்புக் குறைந்த, மென்மை கூடிய வேறு ஒன்று இருக்குமானால் இந்த ஐட்டம் சூப்பராக இருக்கும் என்று சகோதரர்கள் நினைத்தார்கள். (இனிப்பே இல்லாத பிரெட் அப்போது கிடையாது.)

விதவிதமாக முயற்சி செய்து பார்க்க ஆரம்பித்தார்கள். அவர்கள் முயற்சி செய்துகொண்டிருந்தபோதே வேறு பலரும் பர்கருக்கான அடிப்படை உணவுப் பண்டத்தை எப்படியாவது கண்டுபிடித்துவிடுவது என்னும் வேள்வியில் ஈடுபடத் தொடங்கியிருந்தார்கள். இறுதியில் 1891ம் ஆண்டு ஓக்லஹாமா மாகாணத்தில் உள்ள துல்சா என்கிற நகரில் ஓர் உணவு விடுதியில் ஹாம்பர்கர் என்கிற நாமகரணத்துடன் முதல் முழுமையான பர்கர் அறிமுகப்படுத்தப்பட்டது. ஆஸ்கர் பில்பி என்பவர் பர்கர் பன்னின் முழுமையை அப்போது கண்டறிந்துவிட்டார்.

செய்தித்தாள்களில் அதுவே அப்போது தலைப்புச் செய்தியானது. இதோ அமெரிக்கர்கள் காலம் காலமாகக் காத்திருந்த ஓர் ஒப்பற்ற உணவுப் பொருள்! இதன் ருசிக்கு ஈடு இணை கிடையாது. உடல் நலனுக்குச் சற்றும் பங்கம் தராத மாபெரும் படைப்பினைச் சுவைக்க வாரீர் வாரீர்!

ஒரே நாள்தான். அமெரிக்க தேசம் முழுதும் பர்கர் பர்கர் என்று பறக்கத் தொடங்கிவிட்டது. மூலைக்கு மூலை பர்கர் திருவிழா கொண்டாடினார்கள். பர்கருக்கான பன்னை உற்பத்தி செய்வது

ஒரு மாபெரும் தேசியத் தொழிலாக ஆகிப்போனது. 1921ம் ஆண்டு ஒயிட் கேஸில் என்கிற கன்ஸாஸ் மாகாணத்தைச் சேர்ந்த நிறுவனம், பர்கர் பன் தயாரிப்பை ஒரு பெரிய தொழிற்கூடச் செயலாக அறிமுகம் செய்தது. எண்பது ஏக்கர் பரப்பில் தொழிற்கூடம் கட்டி, பன் உற்பத்தி இயந்திரங்கள் நிறுவி, லட்சக்கணக்கில் டின் டின்னாக உற்பத்தி செய்து அனுப்ப ஆரம்பித்தார்கள்.

வெறும் பன்னோடு நிறுத்திக்கொள்ளாமல் உள்ளே வைக்கும் பூரணமான sausageஐயும் உற்பத்தி செய்து, பதப்படுத்தி ரெடிமேடாக பர்கர் சப்ளை செய்யவும் ஆரம்பித்தார்கள். முதல் முதலில் சூப்பர் மார்க்கெட்டுகள் தொடங்கி, தெருவோர சில்லறை வியாபாரக் கடைகள்வரை பர்கரைக் கொண்டு சேர்த்தது இவர்கள்தாம்.

ஆனால் ஹாம்பர்கர் என்கிற அதன் முழுப்பெயர், ஒயிட் கேஸில் நிறுவனத்துக்கு மட்டுமல்ல. அமெரிக்கர்கள் அத்தனை பேருக்குமே கொஞ்சம் நெருடல் தரத்தக்கதாக இருந்தது. நல்ல ருசியான உணவுப் பொருள். தினசரி சாப்பாடே அதுதான். அதற்குப் போய் இப்படியொரு பெயரா என்று அவர்கள் முகம் சுளித்தார்கள்.

ஹாம்பர்கரில் அப்படியென்ன பிரச்னை? என்றால் இருந்தது!

ஹாம்பர்க் என்பது ஜெர்மனியில் ஒரு நகரத்தின் பெயர். புகழ்பெற்ற, புராதனமான, சரித்திர முக்கியத்துவம் வாய்ந்த ஒரு பழமையான நகரம். அந்த ஊரிலிருந்துதான் பர்கரின் ஆதிவடிவம் அறிமுகமானது என்று ஒரு கருத்து உண்டு. பிரெட்டுக்கு நடுவே பலான பலானதை வைத்துச்சாப்பிடும் கலாசாரமே ஹாம்பர்க்வாசிகளிடமிருந்துதான் தோன்றியது என்று சொல்வார்கள். இதற்குச் சரியான சரித்திர ஆதாரங்கள் கிடையாது என்றாலும் எப்படியோ ஹாம்பர்கர் என்கிற பெயருக்குள் ஹாம்பர்க் நகரம் ஒட்டிக்கொண்டு விட்டதை யாராலும் ஒன்றும் செய்யமுடியவில்லை. (அமெரிக்காவிலிருந்து வருபவர் அமெரிக்கர், ஜெர்மனியிலிருந்து வருபவர் ஜெர்மானியர் என்பது போல ஹாம்பர்க்கிலிருந்து வந்தது ஹாம்பர்கர்.)

அமெரிக்கர்களுக்கு இதில் என்ன நெருடல் என்றால், அது முதல் உலகப்போர் சமயம். ஜெர்மனி, உலகம் முழுமைக்கும் வில்லனாகத் தோற்றமளித்துக்கொண்டிருந்த காலம். ஜெர்மானிய சக்கரவர்த்தி கெய்சர் பெயரைச் சொன்னாலே அமெரிக்கர்கள்

பல்லைக் கடித்துக்கொண்டிருந்த காலம். பல்லைக் கடிக்காமல் மென்மையாக மென்று தின்ன ஏற்ற ஓர் உணவுப் பொருளுக்குப் போய் பல்கடி தேசத்து நகரம் ஒன்றின் பெயரா? செல்லாது, செல்லாது என்று எதிர்ப்புத் தெரிவிக்க ஆரம்பித்தார்கள்.

ஜெர்மனி மீதிருந்த வெறுப்பு முழுதும் அப்படியே ஹாம்பர்கர் மீது திரும்பிவிட்டால் அமெரிக்கர்களின் அன்றாட உணவுக்கு வேறென்ன செய்வது? தவமாய்த் தவமிருந்து பர்கரென்னும் அற்புதப் பொருளை அவர்கள் கண்டறிந்திருந்தார்கள். அதை விட்டுவிடவும் மனமில்லை. அதே சமயம் ஹாம்பர்கர் என்ற பெயரில் அதைத் தின்னவும் தோன்றவில்லை.

எனவே ஒயிட் கேஸில் நிறுவனம் மிகத் தீவிரமாக யோசித்தது. எதிர்கால நலன் கருதி இப்போதே இதன் பெயரை மாற்றினாலொழிய பர்கருக்கு பாப விமோசனம் இல்லை என்று தீர்மானமாகக் கருதியது. ஜெர்மானிய பர்கருக்கு உள்ளே உள்ள கறி வடைபோல் முழுத் தட்டையாக இல்லாமல், அமெரிக்கக் கறிவடையில் நாலைந்து ஓட்டை போட்டு முதல் வித்தியாசத்தைக் காட்டினார்கள். அது ஒரு நல்ல டிசைனாகவும் இருந்தது. கூடவே ஹாம்பர்கரை சாலிஸ்பரி ஸ்டீக் *(salisbury steak)* என்றும் புதிய பெயரில் அழைக்கத் தொடங்கினார்கள். இதிலேயே சின்ன சைஸ் பர்கருக்கு ஸ்லைடர்ஸ் என்று பெயர் வைத்தார்கள்.

மக்களுக்குக் கொஞ்சம் திருப்தியாக இருந்தது. சரி ஒழியட்டும், சாலிஸ்பரி ஸ்டீக். ஆனால் துரதிருஷ்டவசமாக அந்தப் பெயர் அத்தனை புகழ்பெறவில்லை, பிரபலமாகவும் இல்லை. பர்கர் என்று சொல்வதில் இருந்த சுலபம் சாலிஸ்பரி ஸ்டீக்கில் இல்லை. ஸ்லைடர் என்றாலும் எதோ பயாஸ்கோப்காரனின் சரக்கு மாதிரி இருந்தது.

கொஞ்சநாள் இந்தப் பெயர் பிரச்னை ரொம்பவே படுத்தியது. இறுதியில் ஜெர்மானிய விரோதமெல்லாம் மறைந்து, எத்தையாவது தின்று தொலைத்தே தீரவேண்டும் என்னும் இருப்பியல் பிரச்னை மட்டுமே மேலோங்கியதில், பர்கரே நிலைத்துவிட்டது.

1940ம் ஆண்டு டிக் மெக்டனால்ட், மேக் மெக்டனால்ட் என்னும் சகோதரர்கள் கலிபோர்னியாவில் சான் பெர்னார்டினோவில் ஒரு

ரெஸ்டரண்ட் திறந்தார்கள். அதுநாள் வரை அமெரிக்கர்களுக்கு அறிமுகமில்லாத துரித உணவகம். கேட்ட கணத்தில் கேட்டது கிடைக்கும் ஹோட்டல். *Fast Food* என்னும் பதம் ஆங்கிலத்துக்கு அவர்கள் மூலமாகக் கிடைத்தது. ஒரு பர்கர் ஆர்டர் பண்ணிவிட்டு முக்கால் மணிநேரம் ஜொள்ளு விட்டுக்கொண்டு உட்கார்ந்திருக்க வேண்டிய அவசியமே இல்லை. கவுண்ட்டரில் பணத்தைக் கட்டி விட்டு இந்தப் பக்கம் திரும்பினால் சுடச்சுட பர்கர் ரெடி!

பர்கரை மேலும் பிரபலப்படுத்தியது இந்த வேகம்தான். உடனே கிடைக்கும். ருசிக்கு பங்கமில்லை. விலையில் மாற்றமில்லை. ஆரோக்கியத்துக்குக் கேடுமில்லை.

மெக்டனால்ட் பின்னாளில் ஏகப்பட்ட ரெஸ்டரண்டுகளை உருவாக்கியது. எங்கும் பர்கர், எதிலும் பர்கர் என்று பர்கர் அமெரிக்கா முழுதும் ஆட்டிப்படைக்கத் தொடங்கியது. பர்கர் வளர்ந்த மாதிரியே மெக்டனால்டும் வளர்ந்தது.

மெக்டனால்ட், அமெரிக்க சரித்திரத்தின் ஓர் அங்கமாகிப் போனது. பர்கர், அமெரிக்கர்களின் தேசிய உணவாகிப் போனது.

30. இன்னும் கொஞ்சம் அமெரிக்கா

அமெரிக்க உணவு பற்றி இன்னும் கொஞ்சம் பேசலாம். கடந்த அத்தியாயத்தைப் பார்த்துவிட்டு, ஐயோ பாவம் அமெரிக்கர்கள், வெறும் பர்கரைச் சாப்பிட்டுப் பசியாறுகிறார்களோ என்று மகாஜனங்களில் பலர் கவலையுற்று, நிவாரண உணவுப்பொருள் அனுப்புகிற ஐடியாவில் இருப்பதாக அறிகிறேன். நிலைமை அத்தனை மோசமில்லை. நம்மைப் போல் வக்கணையாக சாதம், சாம்பார், வத்தக்குழம்பு, ரசம், கூட்டு, பொரியல், அவியல், அப்பளம், வடாம், தயிர், பச்சடி, கிச்சடி வகையறாக்களுடன் வாழையிலை போட்டு ஒரு பிடி பிடிப்பதில்லையே தவிர, அங்கத்திய உணவிலும் வெரைட்டி இல்லாமல் இல்லை.

கதம்ப தேசமான அமெரிக்காவில் பல நாட்டு மக்கள் வசிக்கிறபடியால் எல்லா நாட்டு உணவு வகைகளும் அமெரிக்கர்களுக்கு சொந்த உணவு மாதிரிதான். பல்வேறு நாட்டு உணவகங்கள், ஒரே உணவகத்தில் பல்வேறு நாட்டு வெரைட்டிகள் எல்லாம் ச.சாதாரணம். பொதுவில் அமெரிக்க உணவு என்பது பொறித்த அசைவ சமாசாரங்களை அதிகம் உள்ளடக்கியது. ஃப்ரைடு மீட் வகைகளை ஒரு கை பார்ப்பார்கள் . எதையுமே லார்ட் எனப்படும் கொழுப்பை விட்டு வறுத்தால்தான் அமெரிக்கர்களுக்குத் திருப்தி. ஆடு, மாடு, பன்றி, கோழி என்று எதுவும் விலக்கல்ல.

ஆனால் அமெரிக்காவின் வட மாநிலங்களில் வசிப்பவர்களின் உணவுப் பழக்கம் என்பது தென் மாநில மக்களின் உணவுப்பழக்கத்திலிருந்து வேறுபடக்கூடியது. நம் ஊரில் இல்லையா? அந்த மாதிரிதான். வடக்கே வீடுகளில் தயாரிக்கப்படும்

உணவு வகைகளில் இத்தாலிய பாதிப்பு அதிகமிருக்கும். இதுவே தெற்கே போகப்போக மெக்சிகன் ஸ்டைல் வந்துவிடும். இந்த மெக்சிகன் உணவுக்கு அமெரிக்காவில் ரசிகர்கள் அதிகம்.

கேசடியா *(Quesdilla)* என்று ஒரு ஐட்டம். சப்பாத்தி சுட்டு அதற்குள்ளே காய்கறிகள், பாலாடைக்கட்டி எல்லாம் பூரணம் பிடித்து வைத்து சுட்டுத் தின்பார்கள். திலாபியா, சால்மன் மீன்களைப் பிடித்து வறுத்து ஒரு பிடி பிடிக்கவும் ஏராள ஆள்களுண்டு. ஃபஹீட்டா *(Fajita)*, கம்போ போன்ற வஸ்துக்களை விற்கு மெக்ஸிகன் பாஸ்ட் புட் உணவகங்கள் அனேகம். ஸ்டேக், க்ராப் கேக், கலமாரி, க்ளாம் சௌடர், பாஸ்தா வகைகள் என்று பல தினுசு ஐட்டங்கள் அமெரிக்காவில் வெகு பிரபலம். இவை தவிர பிராந்தியம் தோறும் பிரத்தியேகமான உணவுப் பழக்கங்கள் உண்டு.

பல நாட்டு மக்கள் சேர்ந்து வசிக்கிற தேசம் என்பதால் ஒவ்வொரு பெரிய நகரிலுமே பல நாட்டு ரெஸ்டரண்டுகள் அநேகமாக இருக்கும். சில இடங்களில் சைனா டவுன், கொரியா டவுன், லிட்டில் இந்தியா, பிரேசில், போலிஷ் என்றெல்லாம் நிகர்நிலைக் குட்டி நகரங்களே உண்டு. இங்கெல்லாம் அந்தந்த தேசத்து உணவு வகைகள், உணவுக்கான அடிப்படைப் பொருள்கள் சல்லிசாகக் கிடைக்கும்.

பொதுவாக அமெரிக்கர்களுக்கு வெளியில் சென்று சாப்பிடுவது என்றால் ரொம்ப இஷ்டம். வாரத்துக்கு இரண்டு, மூன்று நாள்களாவது வெளியே சாப்பிடுவார்கள். நம் ஊர் மாதிரி கண்டிப்பாக தினசரி சமையல், கண்டிப்பாக மூன்று வேளை சமையல் என்பதெல்லாம் கிடையாது. பிசியான குடும்பங்களில் வாரக் கடைசியில் ஒரு வேள்வி மாதிரி சமைத்து எடுத்து ஃப்ரிஜ்ஜில் வைத்துவிட்டால் அடுத்த ஒரு வாரத்துக்கு அடுப்பு மூட்ட வேண்டிய அவசியமே பெரும்பாலும் இருக்காது. தேவைக்கு எடுத்து சூடு பண்ணிக்கொண்டால் தீர்ந்தது விஷயம்.

ஆபீசுக்குப் போகிறவர்கள் பெரும்பாலும் மதிய உணவை வெளியே பார்த்துக்கொள்வார்கள். பலவித சூப் வகைகள், சாலட்டுகள், விதவிதமான மாமிச உணவுகள், மீன் என்று மதிய ஹோட்டல்கள் எப்போதும் களைகட்டும். இதிலும் பிராந்தியத்துக்குப் பிராந்தியம் தயாரிப்பு முறைகள் வித்தியாசப்படும். கேபே உணவகங்களில் ஒரு

பக்கம் மெக்சிகன், ஒரு பக்கம் ஏசியன், இங்கே இத்தாலியன், அங்கே பிரேசிலியன் என்று ஒரு கூரையடியில் பல வெரைட்டி ஐட்டங்கள் கிடைக்கும். இது போதாதென்று சாலட்டுக்கு ஒரு கவுண்ட்டர், சேண்ட்விச்சுக்கு ஒரு கவுண்டர் தனி. சாப்பாடு விஷயத்தில் புதுமைகளை எப்போதும் விரும்பும் அமெரிக்கர்கள் இன்றைக்கு இந்திய உணவு, நாளைக்குக் கொரிய உணவு, மூணாம் நாள் ரஷ்ய உணவு என்று முறை வைத்து மூக்குப் பிடிக்கச் சாப்பிடுவதுமுண்டு.

ஆனால் இதெல்லாம் மதியத்துக்குத்தான். இரவு உணவு வார நாட்களில் வீட்டிலும், வாரயிறுதியில் வெளியிலுமாகக் கழியும். பிசியான குடும்பங்களில் வாரயிறுதியில் செய்து வைத்ததை சூடு பண்ணி உண்டாலும், பலரும் சமைப்பது டின்னருக்கு மட்டுமே. டின்னர் சீக்கிரமே முடிந்துவிடும் ஏழு மணிக்குள்ளாக.

மூன்று வேளையும் அசைவம் சாப்பிடுவது பற்றி அமெரிக்கர்களுக்குப் பிரச்னையேதும் இல்லை. அது அவர்களுக்குப் பழகிப் போன விஷயம். சிக்கன், டர்க்கி, பன்றிக்கறி, மாட்டுக்கறி, மீன் வகைகளை மெயின் டிஷ்ஷாகச் செய்து வேகவைத்த காய்கறிகள், உருளைக்கிழங்கை வேகவைத்து மசித்து, வெள்ளை அல்லது ப்ரௌன் அரிசி சோறு, உருளைக்கிழங்கு வறுவல் என ஒன்றிரண்டு சைட் டிஷ்களோடு சேர்த்து உண்பார்கள்.

முன்னொரு காலத்தில் அமெரிக்காவில் யாராவது சைவ உணவுதான் சாப்பிடுவேன் என்று அடம் பிடித்தால் கூடிய சீக்கிரம் உண்ணா நோன்பு இருந்து உயிர் துறக்கவேண்டிய துர்ப்பாக்கிய நிலைமைதான் ஏற்படும். ஆனால் இன்றைக்கு நிலைமை அத்தனை மோசமில்லை. உலகெங்கும் பல்வேறு நாடுகளில் முளைவிடத் தொடங்கியிருக்கும் சைவ உணவு பற்றிய விழிப்புணர்வு அமெரிக்காவுக்கும் கொஞ்சம் போல் வந்திருக்கிறது.

இந்தச் சைவ உணவாளர்களுக்கு *Vegan* என்று பெயர். இவர்களை வீர சைவர்கள் என்றுகூடச் சொல்லமுடியாது. வெறி சைவர்கள் என்று வேண்டுமானால் சொல்லலாம். ஆடு, மாடுகளிலிருந்து பெறப்படும் பால்கூட அசைவம் என்பது இவர்களுடைய கட்சி. தொடமாட்டார்கள். பாலில் இருந்து செய்யப்படும் பாலாடை, இனிப்பு வகைகள் கூட இவர்களுக்குத் தடா. நம்ம ஊரில் இருப்பது போல் பால் முட்டை ஒக்கே, வாரம் ஒரு நாள் மட்டும் அசைவம் என்று வெரைட்டியாக அடிக்கும் கூட்டமும் உண்டு!

அடிப்படையில் அமெரிக்கக் கலாசாரத்தில் வெஜிடேரியனிசம் கிடையாது என்றாலும் கீழை தேசக் கலாசாரங்கள் மெல்ல மெல்லப் பரவத் தொடங்கி, சைவ உணவு வழக்கம் அமெரிக்காவிலும் வேர்விடத் தொடங்கியது. [பெரும்பாலான ஐரோப்பிய தேசங்களிலும்கூட.] கார்ப்பரேட் சாமியார்கள் அமெரிக்காவுக்கு அவ்வப்போது புலம் பெயர்ந்ததும் இதற்கு ஒரு காரணம். விலங்குகளுக்கும் உணர்வுகள் உரிமைகள் உண்டு, அவற்றைக் கொல்வது தவறு என்று வாதாடும் PETA போன்ற குழுவினரின் உபதேசங்களும் ஒரு காரணம். எதிலும் புதுமை என்னும் அமெரிக்கர்களின் அடிப்படைக் குணம் இதற்கெல்லாம் ஆதாரக் காரணம்!

இன்றைக்கு அமெரிக்காவின் எந்த மூலைக்குப் போனாலும் நூறு ஐட்டங்களில் நாலைந்தாவது கண்டிப்பாக சைவ உணவாக இருக்கும். நாற்பது ஐம்பது வருடங்களுக்கு முன்னால் இது சாத்தியமே இல்லை. ஆனால் இந்தியா அளவுக்கு மிகக் கட்டாயமான தாவர உணவாளர்கள் அமெரிக்காவில் அநேகமாகக் கிடையாது என்றுதான் சொல்லவேண்டும். இங்கிருந்து வேலை நிமித்தம் அங்கே செல்லும் இந்தியர்கள் – சைவ இந்தியர்கள்கூட மெல்ல மெல்ல அமெரிக்க உணவு முறைகளுக்குத் தம்மை மாற்றிக்கொண்டு விடுவதே அதிகமும் நடக்கிறது. வீட்டில் இந்திய உணவுகளையே அவர்கள் சமைக்கிறார்கள் என்றாலும் மாமிச விஷயத்தில் அமெரிக்க மண்ணின் குணத்தை அப்படியே அங்கீகரித்துவிடப் பழகிவிடுகிறார்கள்.

ரொம்ப உணர்ச்சிவசப்பட்டு, ஐயோ நமது பாரம்பரியம் என்ன ஆவது என்று மீண்டும் சைவ உணவுக்குத் திரும்புகிறவர்களுக்குக் கூட தத்தம் உடல்நலக் காரணங்கள்தாம் அதற்குப் பிரதானமாக இருக்கிறது. 'நான் சாப்பிடறதில்லை. என் பையன் எல்லாம் திம்பான்' என்று சர்வ சாதாரணமாகச் சொல்லிவிட்டுப் போய்விடுவார்கள். [பொதுவாக அமெரிக்க இந்தியர்கள் காலை டிபனில் அசைவம் சேர்ப்பதில்லை. அதெல்லாம் மதியத்துக்குத்தான்.]

அமெரிக்கா, ஓர் அசைவ தேசம். தீர்ந்தது விஷயம்.

சமீப காலமாக அமெரிக்காவில் சீன உணவு வகைகளின் தாக்கம் அதிகரித்திருக்கிறது. குறிப்பாக, மேற்குக் கடற்கரைப் பகுதிகளில்

சீன ஹோட்டல்கள் பெறத் தொடங்கியிருக்கும் செல்வாக்கு, அங்கே சகல ஊர்வன, நடப்பன, பறப்பனவற்றையும் கைமா பண்ணிப் பார்க்கும் ஆர்வத்தைத் தூண்டியிருக்கிறது. உணவு விஷயத்தில் சீனர்களை அடித்துக்கொள்ள ஆளே கிடையாது. படு தீவிர அசைவ உணவாளர்கள்கூட சீன அசைவத்தின்முன்னால் கால் தூசு பெறமாட்டார்கள். பாம்பு, பல்லி, பூரான், பூனை, நாய், குரங்கு என்று ஆரம்பிக்கிற அவர்களுடைய மெனு கார்டில் இன்னும் சிங்கம் புலி கரடி மட்டும்தான் சேரவில்லை. நாய், குரங்கு என்பதற்கு அமெரிக்காவில் தடா என்பதால் சில சமயங்களில் திருட்டுத்தனமாக கடத்தி வந்து மாட்டிக் கொள்ளும் ஆசாமிகளும் உண்டு.

அமெரிக்கர்கள் இத்தனை உக்கிரமான அசைவர்கள் கிடையாது. ஆனாலும் பரீட்சார்த்தமாக இந்த ரக சீன ஐட்டங்களைச் சமீபமாக விரும்பத் தொடங்கியிருக்கிறார்கள் என்று சொல்லுகிறார்கள். சமீபத்தில் அமெரிக்காவிலிருந்து திரும்பிய நண்பர் ஒருவர், குரங்கு சூப் சாப்பிட்ட கதையை சுமார் பத்து நிமிடங்களுக்கு விளக்கினார். குரங்கு, சூப் சாப்பிட்ட கதையல்ல. குரங்கு கழுத்தைத் திருகி எடுத்துவிட்டு உள்ளே ஸ்டிரா போட்டு உறிஞ்சிக் குடிப்பது!

உவ்வே என்று சொல்லத் தோன்றுமுன் ஒருவரி பார்த்துவிடுங்கள். ஒரு குரங்கு சூப்பின் விலை பதினாறு அமெரிக்க டாலர்கள்.

31. ஆண்மை போகாது!

நமக்குக் குளிர் என்றால் என்னவென்று தெரியாது. மார்கழி மாதத்தின் மெல்லிய ஈரக் காற்றுக்கு ஸ்வெட்டர், மஃப்ளர் எல்லாம் கேட்போம். பெருமாள் கோயிலில் சுடச்சுடப் பொங்கல் கிடைத்தால் தேவலை என்று நினைப்போம். எட்டு மணி ஆனாலும் குளிக்க யோசிப்போம். டெல்லியில் பத்து டிகிரி குளிர் என்று செய்தி வந்தால் வாய் பிளந்து கேட்போம். போக்குவரத்தில் மாற்றங்கள், விமானம், ரயில்கள் தாமதம் என்று செய்தித்தாளில் அதற்கு முக்கியத்துவம் தருவோம்.

தென்னிந்தியா சொகுசான பூமி. அதிகக் குளிர் இல்லாமல், அதிக வெப்பமும் இல்லாமல் சுகமான, மிதமான சீதோஷ்ணத்தில் வாழ எம்பெருமான் விதித்திருக்கிறான். எனவே என்ன வேண்டுமானாலும் சாப்பிடலாம். எப்படி வேண்டுமானாலும் குதிக்கலாம். அவிழ்த்துக் கடாசிவிட்டும் இழுத்துப் போர்த்திக் கொண்டும் இஷ்டத்துக்கு ஆடலாம்.

ஆனால் காலநிலை மட்டுமே வாழ்க்கை அமைப்பைத் தீர்மானிக்கும் பிரதேசங்கள் உலகில் உண்டு. குளிருக்கேற்ற வாழ்க்கை. குளிருக்கேற்ற உணவு. குளிருக்கேற்ற பானங்கள். குளிருக்கேற்ற ஆபீஸ் நேரங்கள். குளிருக்கேற்ற குணம். குளிருக்கேற்ற எல்லாமும்.

அமெரிக்கக் குளிர் எல்லாம் ஒப்பீட்டளவில் ஒன்றுமேயில்லை. ஜீரோ டிகிரிக்கு மேல் எவ்வளவு போனால் என்ன ஆகும் என்று நம்மால் கற்பனைகூடச் செய்ய முடியாது. ஆனாலும் வேறு வழியில்லை. இப்போது நாம் மைனஸ் ஐம்பது டிகிரி, மைனஸ் முப்பத்தி ஐந்து, மைனஸ் நாற்பது, மைனஸ் அறுபது டிகிரி குளிர்ப் பிரதேசத்துக்குப் போகப்போகிறோம். ஸ்வெட்டர் மஃப்ளர்

எல்லாம் கவைக்குதவாது. உங்கள் கனத்துக்குச் சற்றேரக் குறைய சம கனத்தில் நீங்கள் குளிர் தாங்கும் ஜாக்கெட் அணிந்தாக வேண்டும். கரம் சிரம் புறம் நீட்டாதீர். கிளவுஸ் முக்கியம். கனமான, அடிப்புறம் தடித்த ஷூக்கள் அவசியம். ஒரு பூச்சாண்டி போல் நிலைக்கண்ணாடியில் உங்களுக்கு நீங்கள் தென்படலாம். வேறு வழியில்லை. காதுகளை மூடுங்கள். தலைக்குத் தொப்பி அவசியம். கனமான ஜாக்கெட்டின்மீது கழுத்து முதல் கால்வரை மூடும் ஓவர்கோட் அனைத்திலும் அவசியம். சாலையில் நடக்கிறீர்களா? எச்சரிக்கை. எந்த அடியிலும் நீங்கள் வழுக்கி விழலாம். எழுவதற்குச் சில வினாடிகள் ஆகுமானால் உங்கள் மீது ஒரு பனிப்படலம் படர்ந்துவிடும். லாரிகளில் அள்ளிக்கொட்டியும் தீராத பேய்ப்பனி.

இதோ வெள்ளை தேசம் நம்மை வரவேற்கிறது. உலகின் மிகப்பெரிய தேசம். மாபெரும் நிலப்பரப்பு. ஆசியாவில் அறுபது சதவீதமும் ஐரோப்பாவில் நாற்பது சதவீதமுமாக அகன்று பரந்த ஆதிகேசவப் பெருமாள் போல் கிடக்கிற ரஷ்யா. எத்தனை பெரிது என்று கிலோ மீட்டர் கணக்கில் சொல்வதைக் காட்டிலும் ஒரே தேசத்துக்குள் பதினொரு விதமான நேர மாறுபாடுகள் உண்டு என்று சொன்னால் எளிதில் விளங்கும். உலகில் வேறெங்குமில்லாத அளவுக்குக் காடுகள். வேறெங்குமில்லாத அளவுக்குக் கனிம வளம், எரிபொருள் வளம். உலகின் நான்கிலொரு பங்கு நீராதாரம்.

ரஷ்யா என்றால் கம்யூனிசமல்ல. ரஷ்யா என்றால் குளிர். அதிகபட்ச வெப்பநிலை, குறைந்த பட்ச வெப்பநிலை என்ற பதப்பிரயோகம் ரஷ்யாவுக்கு மட்டும் பொருந்தாது. இங்கே அதிகபட்சக் குளிர்நிலை, குறைந்தபட்சக் குளிர்நிலை மட்டும்தான். இந்தக் குளிர்தான் ரஷ்யர்களின் உணவுப் பழக்கத்தைத் தீர்மானித்திருக்கிறது.

ரஷ்யர்கள் சாப்பிடுவது மாதிரியான உணவை நம்மால் ஒரு நாளைக்குக் கூடச் சாப்பிடமுடியாது. அங்குள்ள நூற்று அறுபது இனக்குழுக்களைச் சேர்ந்தவர்களின் நூற்று அறுபது விதமான உணவுகளையும். இத்தனைக்கும் நமக்குத் தெரிந்த மீன் இனங்கள், வாத்துகள், ஈமு கோழிகள், ஆஸ்ட்ரிச் பறவைகள்தான் அங்கே முக்கிய உணவு. ஆனாலும் சமைக்கும் விதம் வேறு. சமைக்கும் பதம் வேறு.

ரஷ்யாவின் உணவைப் பற்றிப் பேசத் தொடங்கும்போது நேரடியாக கனரக உணவுப் பொருள்களைப் பற்றி ஆரம்பிப்பது தவறு. வோட்காவிலிருந்து தொடங்குவதுதான் முறை. ரஷ்யர்களுக்கும் அதுதான் பிடிக்கும்.

மேற்குலகில் வாட்கா என்றும் நம் ஊரில் வோட்கா என்றும் அழைக்கப்படும் ரஷ்யாவின் 'ப்ரெட் வைன்', அந்த ஊர் கலாசாரத்தின் ஓரங்கம். நிறைய பிரமிப்புகளையும் புதிர்களையும் பயமுறுத்தல்களையும் தன்னகத்தே கொண்ட இந்த பானம் கி.பி. பதினான்காம் நூற்றாண்டு முதல் ரஷ்ய மண்ணின் தனி அடையாளமாகத் திகழ்வது.

பதினான்காம் நூற்றாண்டு ரஷ்யா என்பது இப்போதைய ரஷ்யாவைக் காட்டிலும் பெரிது. அதுநாள் வரை தமக்கென ஒரு பிரத்தியேக பானமில்லாமல் ஐரோப்பிய விஸ்கியையும் அமெரிக்கச் சரக்கான பீரையும் அருந்தி வந்த ரஷ்யர்கள், வோட்கா கண்டறியப்பட்ட பிறகு ஆடுவோமே பள்ளு பாடுவோமே என்று தமது ஆயுள் சந்தா விசுவாசத்தை அதற்கே அளித்துவிட்டார்கள்.

அந்தக் குளிருக்கு அது அத்தியாவசியமாக இருந்தது. அந்தக் குளிருக்கு அது இல்லாமல் முடியாதிருந்தது. அந்தக் குளிருக்கு அது ஒன்றுதான் சரியென்று உறுதியாக அவர்கள் நினைத்தார்கள்.

தொடக்க காலத்தில் பல்வேறு விதமான புற்களிலிருந்தே வோட்கா தயாரிக்கப்பட்டது. ரஷ்ய மொழியில் 'வோடா' என்றால் தண்ணீர் என்று பொருள். தண்ணீரைப் போலவே நிறமற்ற, தண்ணீரைப் போலவே மணமற்ற வோட்காவை அவர்கள் முதலில் போதைக்கான பானமாகக் கருதவில்லை. அதிகபட்சம் பதினான்கு சதவீத ஈதைல் ஆல்கஹாலை மட்டுமே வோட்காவில் கலந்தார்கள். இரண்டு பீரைச் சேர்த்து அடித்த மாதிரிதான் இருக்கும். ஆனால் உடலுக்கு வேண்டிய சூடு கிடைத்துவிடும்.

பின்னாளில் வோட்காவின் காத்திரம் அந்தந்தப் பிராந்தியத்தின் குளிரைப் பொருத்து அதிகரிக்க ஆரம்பித்து இன்றைக்கு முப்பத்தி ஐந்து முதல் ஐம்பது சதவீதம் ஆல்கஹால் அதில் சேர்க்கப்படுகிறது.

கி.பி. 1386ம் ஆண்டு இத்தாலியிலிருந்து அரசுமுறை சுற்றுப் பயணமாக ரஷ்யாவுக்கு வந்த சில அதிகாரிகள், மன்னர்பிரான்

டிமிட்ரி டான்ஸ்காய் என்பவருக்கு ஒரு பாட்டில் நிறமற்ற திரவத்தை அன்பளிப்பாகக் கொடுத்தார்கள்.

மாமன்னா, இது ஸ்காண்டிநேவியன் சரக்கு. அந்தப் பிரதேசத்து ஆதிவாசிகள் புற்களிலிருந்து இதனைத் தயாரிக்கிறார்கள். நல்ல காட்டமான சாராயம்; சாப்பிட்டுப் பார்த்துவிட்டுச் சொல்லுங்கள் என்று கேட்டுக்கொண்டார்கள்.

மன்னர் டிமிட்ரி அப்போதுதான் மத்தியக் கிழக்குப் பகுதிகளில் படையெடுத்து திராட்சை சேறிலிருந்து ஆல்கஹால் உற்பத்தி செய்யும் தொழில்நுட்பத்தைத் தெரிந்துகொண்டு வந்திருந்தார். ஆனால் மத்தியக் கிழக்கில் இருந்தவர்களுக்கு ஆல்கஹால் ஹராமாக இருந்தது. அவர்கள் கஷ்டப்பட்டு உற்பத்தி செய்த ஆல்கஹாலையெல்லாம் வாசனாதி திரவியங்கள் தயாரிக்க மட்டுமே பயன்படுத்தி வந்தார்கள். இவர்களுக்கு இந்தத் தொழில்நுட்பம் தெரிந்து என்ன புண்ணியம் என்று மன்னர்பிரான் வருத்தமுடன் நாடு திரும்பியிருந்த சமயம் அது.

மறுபுறம் கிறித்தவம் அதிவேகமாகப் பரவிக்கொண்டிருந்த ஐரோப்பாவில் பிராந்தி, விஸ்கி, காக்னாக் வகை சாராயங்கள் அதே வேகத்துக்குப் பிரபலமாகிக்கொண்டிருந்தன. தமக்கென்று ஒரு பிரத்தியேக பானமில்லாத தேசங்களெல்லாம் இவற்றை இறக்குமதி செய்து ருசித்துக்கொண்டிருந்தன. ஆனால், உல்லாசத்துக்கு என்றில்லாமல் ஆல்கஹால் சூடு அவசியம் என்ற நிலையில் குளிரை அனுபவித்துக்கொண்டிருந்த ரஷ்யாவுக்கு இறக்குமதி என்பது பெரும் செலவு பிடிக்கக்கூடியதாக இருந்தது.

தூதர்கள் கொண்டுவந்த அந்தப் புல் சாராயத்தைக் குடித்துப் பார்த்த மன்னருக்கு அதன் ருசி பிடித்திருந்தது. அடக்கடவுளே, ரஷ்யா முழுக்கப் புற்கள்தானே எங்கு பார்த்தாலும் விளைந்துகிடக்கின்றன? மனிதக் காலடியே படாத பல்லாயிரக்கணக்கான ஏக்கர் நிலப்பரப்புகளில் எத்தனை விதமான புற்கள் இருக்கின்றன? அத்தனையும் கால்நடைகள் மேய்ந்து வீணாகின்றன. ஏன் நமக்கு நாமே திட்டத்தின்கீழ் சுதேசிச் சாராயம் தயாரிக்கக்கூடாது?

அப்படித்தான் ரஷ்யா, வோட்கா தயாரிக்க ஆரம்பித்தது. 1430ம் ஆண்டு க்ரெம்ளின் அரண்மனையில் மதகுருவாக இருந்த இஸிதோர்

என்னும் ஒரு துறவி முதல் முதலில் ரஷ்ய வோட்காவைத் தயாரித்து முடித்தார். வடிகட்டல் முறையில் பல நூதனங்களை முயற்சி செய்து நீரையொத்த, மணமற்ற, அதிகக் காரமற்ற அந்த பானம் ரஷ்யர்களைக் கிறங்கடித்தது. பல்வேறு விதமான புற்களிலிருந்து எடுக்கப்பட்டபடியால் அதனை ஒரு மூலிகை பானமாகவும் அவர்கள் கருதினார்கள். விரும்பி அருந்த ஆரம்பித்தார்கள்.

ஒரு கட்டத்தில் வோட்காவைத் தவிர இன்னொன்றை ஏறெடுத்தும் பார்க்கமாட்டோமென்று ரஷ்யர்கள் பரிபூரண சரணாகதி நிலைக்குச் சென்றபோது அமெரிக்கா உள்ளிட்ட மேலை நாடுகள் வோட்காவின் பெருமையைக் குறைப்பது எப்படி என்று யோசிக்கத் தொடங்கின. பல்வேறு விதமான கட்டுக்கதைகள் பரப்பப்பட்டன. அவற்றுள் ஒன்றுதான், வோட்காசாப்பிட்டால் ஆண்மை போய்விடும் என்பது. இன்றைக்கு வரை – இந்தியா உள்பட பல்வேறு தேசங்களில் மிகத் தீவிரமாக நம்பப்படுகிற கதை இது. பதினான்காம் நூற்றாண்டு தொடக்கம் எண்பத்தி ஏழு சதவீத ரஷ்யர்கள் விசுவாசமாக அருந்தி வருகிற பானம் இது. ஆண்மை போய்விடும் அபாயம் உறுதி என்றால் ரஷ்யர் என்னும் இனமே இன்று இருந்திருக்க முடியாது! ஜார் மன்னர்கள் காலத்தில் அரசுக்கு மிக அதிக வருவாய் தரக்கூடிய தொழிலாக வோட்கா உற்பத்தி தான் இருந்தது. கச்சாமுச்சாவென்று வோட்கா தயாரிப்புக்கு வரி போட்டு மகிழ்ந்தார்கள் அவர்கள். ஆனாலும் விற்பனையிலோ, உற்பத்தியிலோ எக்காலத்திலும் சரிவு கண்டதே இல்லை!

புற்கள் மட்டுமின்றி, சர்க்கரை, சோளம், கோதுமை, அரிசி ஆகியவற்றிலிருந்தும் இன்றைக்கு வோட்கா தயாரிக்கப்படுகிறது. கோதுமை வோட்காவுக்கு மவுசு அதிகம். சமீப காலமாக உருளைக்கிழங்கு, சோயா பீன்ஸ், கரும்பிலிருந்தும் வோட்கா தயாரிக்கப்படுகிறது. பிராந்தி, விஸ்கி ரகங்கள் அவற்றின் பிரத்தியேக மணத்துக்காகச் சிலாகிக்கப்படுவதுபோல வோட்காவுக்குக் கிடையாது. ஆப்பிள், ஆரஞ்சு, திராட்சை என்று நமக்கு வேண்டப்பட்ட வாசனையில் வோட்காவைத் தயார் செய்து கொள்ள முடியும்.

ரஷ்யர்கள் அதிகம் விரும்புவது வாழைப்பழ வாசனையைத்தான்!

32. வோட் ஃபார் வோட்கா

ரஷ்யர்கள் வோட்காவுக்குத் தரும் ராஜ மரியாதைக்குக் குந்தகம் வந்துவிடக்கூடாது என்பதால் இன்னுமொரு அத்தியாயம்கூட வோட்காவைப் பற்றித் தெரிந்துகொண்டுவிட்டு மற்ற ஐட்டங்களுக்குப் போகலாம்.

வோட்காவின் வாசனைகள் குறித்துப் பேசிக்கொண்டிருந்தோம். இதில் இரண்டு விதங்கள் உண்டு. வாசனை சேர்க்கப்பட்ட வோட்கா ஒரு ரகம். ராவான ரஷ்யச் சாராயம் இன்னொரு விதம். தண்ணீர் மாதிரியே இருக்கும். எந்த வாசனையும் கிடையாது.

வோட்காவுக்கு மணம் வேண்டுமென்று முதல் முதலில் நினைத்தவர்கள் உக்ரேனியர்கள். தேனின் மணத்தை வோட்காவுக்குச் சேர்க்க முயற்சி செய்து வெற்றி கண்டவர்கள் அவர்கள். வோட்காவில் சேர்க்கப்பட்ட முதல் ஃப்ளாவர் அதுதான். தேன் வாசனை. அதன்பிறகு இஞ்சி வாசனை சேர்க்கப்பட்டு வோட்காக்கள் தயாராயின. பிறகு வால்மிளகு வாசனை. இம்மாதிரி உக்ரேனியர்கள் இயற்கையான விளைபொருள்களின் வாசனையையெல்லாம் வோட்காவுக்குச் சாத்தி அழகு பார்த்துக் கொண்டிருக்க, போலந்தில் ஒரு விஞ்ஞானி வெனிலா மற்றும் சாக்லேட்டின் வாசனையை வோட்காவுக்குள் செலுத்தி இன்னொரு புதிய அலையை உருவாக்கினார். ஜுப்ரோவ்கா என்ற பெயரில் தயாரிக்கப்பட்ட அந்த சாக்லேட் வோட்காவில் கொஞ்சம் இனிப்பையும் கலந்து மார்க்கெட்டில் விட்டபோது விற்பனை அமோகமாக இருந்தது.

இவை ஒரு பக்கம் நடந்துகொண்டிருக்க, டென்மார்க், ஸ்வீடன், ஐஸ்லாந்து, நார்வே போன்ற தேசங்களில் புராதனமான துளசி,

எலுமிச்சை இலை போன்ற மூலிகைகள் மற்றும் பழங்களின் வாசனையை வோட்காவில் சேர்ப்பதன்மூலம் அதற்கொரு சாசுவதத் தன்மை அளித்துவிட முடியும் என்று நினைத்தார்கள். ஏனோ ரஷ்யர்களைத் தவிர பிறருக்கு வோட்கா வாசனையே இல்லாதிருப்பது பிடிக்காமல் இருந்தது. பதினெட்டாம் நூற்றாண்டின் இறுதியில் ஸ்வீடனில் ஒரு மாபெரும் வோட்கா ஆராய்ச்சி மேளா நடைபெற்றது. சுமார் நாற்பது விதமான மூலிகைகளைத் தேர்ந்தெடுத்து, சாறு பிழிந்து அவற்றை வோட்காவில் கலந்து மணம் பார்த்தார்கள். அதில் தேறிய இருபத்தியாறு வாசனைகளைத் தொழில்முறை வோட்கா தயாரிப்புக்கு சிபாரிசு செய்தார்கள்.

இதற்குப் போட்டியாக போலந்தில் பூக்களின் மணத்தை வோட்காவில் ஏற்ற ஒரு முயற்சி மேற்கொள்ளப்பட்டது. ரோஜா, மல்லிகை, சாமந்திப் பூக்களிலிருந்து செண்ட் எடுத்து அதைக் கலந்து பார்த்தார்கள். வோட்காவின் ஒரு விசேஷம் என்னவென்றால் எல்லா வாசனையும் அதற்குப் பொருந்தியது. எதுவுமில்லாது போனாலும் ருசிக்கு பங்கமில்லை!

ரஷ்யா அளவுக்கே போலந்து சரித்திரத்துடனும் வோட்கா இரண்டறக் கலந்தது. தொடக்க காலத்தில் போலந்தில் சாராயத்தை மருந்துப் பொருளாகத்தான் மக்கள் பாவித்து வந்திருக்கிறார்கள். பெரும்பாலும் பிரசவ காலப் பெண்களுக்கு அளிப்பார்கள். தூக்கம் வராது அவஸ்தைப் படும் முதியவர்களுக்கு ஆசுபத்திரிகளில் தருவார்கள். பெரிய பெரிய ஆப்பரேஷன்களின்போது பயன்படுத்துவார்கள்.

ஆனால் பின்னாளில் மருத்துவத் துறை வளர, அவர்களது தேவைக்கு வேறு பல பொருள்கள் கிடைத்துவிட, வோட்கா அங்கே ரெகுலர் பானமாகிவிட்டது. போலந்தில் ஒரு சிறப்பு உண்டு. பதினான்காம் நூற்றாண்டில் ஆரம்பித்து, காலக்கட்டம் தோறும் அங்கே கண்டுபிடிக்கப்பட்ட பல்வேறு விதமான வோட்கா பிராண்டுகள் அன்று முதல் இன்றுவரை அங்கே புழக்கத்தில் இருக்கின்றன. 'வட்கா லு கொர்ஸலா (Wódka lub gorzała) என்ற பதினேழாம் நூற்றாண்டில் வெளியான வோட்கா புகழ்பாடும் புத்தகமொன்று ஜெர்ஸி பொட்டன்ஸ்கி என்பவரால் எழுதப்பட்டது.

போலந்தில் வோட்கா உற்பத்தியாகத் தொடங்கிய வரலாறை வெகு அற்புதமாகச் சித்திரிக்கும் நூல் இது. ஆங்கிலத்திலும் மொழி மாற்றம் செய்யப்பட்டிருக்கும் இந்தப் புத்தகத்தில் சில சுவாரசியங்கள் உள்ளன. இன்றைக்கு போலந்து, ஹங்கரி, ஆஸ்திரியா, ஜெர்மனி போன்ற தேசங்களில் மிகப் புகழ்பெற்று விளங்கும் ஜுப்ரோவ்கா என்னும் வோட்கா பதினாறாம் நூற்றாண்டிலிருந்து ஒரே நிறுவனத்தால் தயாரிக்கப்பட்டு வருகிறது. கோல்ட்வாஸ்ஸர் என்னும் வோட்காவுக்கு வயது முன்னூற்று ஐம்பது. ஸ்லாசெட்சா என்னும் போலந்து வோட்காவை ஒருதரம் அருந்தியவர்கள் வேறு எந்த ரக மதுவையும் எக்காலத்திலும் தொடமாட்டார்களாம்.

தொடக்க காலத்தில் குடும்பத் தொழிலாக இந்த ரஷ்ய தேசங்களில் வோட்கா தயாரிப்பு மேற்கொள்ளப்பட்டு வந்திருக்கிறது. பதினாறாம் நூற்றாண்டுக்குப் பிறகுதான் இது பெரிய அளவில் தொழில் துறையாக வளர்ச்சி கண்டிருக்கிறது. கூடவே வோட்கா கலாசாரம் என்றும் ஒன்று அறிமுகப்படுத்தப்பட்டிருக்கிறது!

அதென்ன வோட்கா கலாசாரம்?

என்றால், வைன் அருந்துவது எப்படி பிரான்சில் ஒரு கலாசாரச் செயலாகக் கருதப்படுகிறதோ, அதே மாதிரி வோட்கா சாப்பிடுவதும் கலாசாரச் செயல்பாடே – ரஷ்யாவில்.

நமது டாஸ்மாக்குகளில் எம்ஜிஎம்மும் ஏஒன்னும் ஏதோ ஒரு மூலையில் அரதப் பழசாக அழுக்கேறிக் கிடப்பது போலெல்லாம் ரஷ்யாவில் பார்க்க முடியாது. வோட்காக் கடைகள் என்றே தனியாக இருக்கும். அனைத்து ரக வோட்காக்களும், வாசனை சேர்க்கப்பட்டது, சேர்க்கப்படாதது எல்லாம், எல்லாமும் எல்லா கம்பெனி ப்ராடக்டுகளும் சைஸ் வாரியாக, உற்பத்தி செய்யப்பட்ட ஆண்டு வாரியாக வரிசையாக அடுக்கிவைக்கப்பட்டிருக்கும்.

அமெரிக்கர்கள் வாரமொருமுறை ஷாப்பிங் போவது போல ரஷ்யர்கள் தினசரி மாலை ஆனால் ஷாப்பிங் போவார்கள். மறுநாளுக்குத் தேவையான ஐட்டங்களை முதல் நாள் மாலையே வாங்குவது அவர்கள் வழக்கம். மொத்தமாகச் சேர்த்து வாங்கி ஃப்ரிட்ஜில் அடைக்கிற வழக்கம் அநேகமாக ரஷ்யர்களுக்குக் கிடையாது. மளிகை சாமான்கள், காய்கறி, கவிச்சி எல்லாம்

அன்றன்றைக்குத்தான். எனவே வோட்காவும் தினப்படி உபயோகத்துக்குத்தான்.

நின்றவாக்கில் மேல்மூடியைப் பல்லால் கடித்து இழுத்துவிட்டு அப்படியே ராவாக கல்ப்படித்துவிட்டு ஊறுகாய் பாக்கெட்டையும் அதே பல்லால் கடித்து இழுத்து சர்ரென்று உறிஞ்சுவதெல்லாம் கலாசாரச் செயல்பாடு கிடையாது.

ரஷ்யர்கள் வோட்கா சாப்பிடும் விதமே அழகானது. அருந்த அமர்ந்ததும் முதல் சில நிமிடங்களுக்கு வெறுமனே மூடியைத் திறந்து முகர்ந்து பார்ப்பார்கள். வாசனையில் ஆரம்பிக்கிறது வேள்வி. பிறகு சுத்தமான க்ளாஸில் கால்வாசி வோட்காவை ஊற்றி (ஊற்றும்போது சத்தமெழக்கூடாது. கண்ணாடியில் சரித்து ஊற்றுவார்கள்.) ஒரு சிறு குச்சியால் மெல்லக் கலக்குவார்கள். சேர்மானத்துக்கு கூல் டிரிங்ஸ் சேர்ப்பதெல்லாம் நமது கலாசாரம். ஒரிஜினல் வோட்கா ரசிகர்கள் கண்ட கலர், கோலி சோடாக் கசுமாலங்களைச் சேர்க்கமாட்டார்கள். வெதுவெதுப்பான நீர்தான் வோட்காவுக்குச் சரி. அதிக சூடும் கூடாது, குளிர்ச்சியும் ஆகாது.

ஆச்சா? கால்வாசி வோட்காவுக்கு அரைவாசி தண்ணீர். கனாய்சியர்கள் சிலர் இதன்மீது ஒரு ஸ்பூன் எலுமிச்சை சாறு சேர்ப்பார்கள். (வாசனை ஊட்டப்பட்ட வோட்காக்களுக்கு இது கூடாது என்பார்கள்.) பிறகு மீண்டும் கலக்க வேண்டும். மென்மையாக, வோட்காவுக்கு வலிக்காதபடிக்கு ஒரு இருபது முப்பது ரவுண்ட் கலக்கிவிட்டு ஒரு சிப். வைத்துவிட வேண்டும். அடுத்த சிப்புக்கு ஐந்து நிமிட இடைவெளியாவது அவசியம்.

ஆல்கஹால் கலந்த மதுபானங்களிலேயே வீரியம் குறைவானது வோட்கா. அதன் இளம் சூட்டை உடலின் ஒவ்வொரு நாடி நரம்பிலும் உணர்வதுதான் அதனை அருந்துவதற்கான ஒரே அர்த்தமே தவிர போதையல்ல என்பார்கள் ரஷ்யர்கள். இதனாலேயே வோட்காவுக்கு ரஷ்யர்கள் பெரும்பாலும் சைட் டிஷ்கள் வைத்துக்கொள்வது கிடையாது. பிரெட் சாப்பிடும்போது தண்ணீருக்கு பதில் இந்தத் தண்ணியைப் பயன்படுத்துவார்கள். அதோடு சரி.

விருந்து விசேஷங்கள் என்றால் வோட்கா காக்டெயிலை மிகவும் விரும்புவார்கள். அப்லெடினி என்றொரு காக்டெயில் ரஷ்யாவிலும்

போலந்திலும் வெகு பிரபலம். ஆப்பிள் மார்ட்டினி என்பதன் சுருக்கமே அப்லெடினி. வோட்காவையும் ஆப்பிள் ஜூஸையும் கலந்து அடிப்பது. பே ப்ரீஸ் என்று இன்னொரு காக்டெயில் உண்டு. மூன்று பங்கு வோட்கா, ஒரு பங்கு க்ரான்பெரிச் சாறு, ஒரு பங்கு பைனாப்பிள் சாறு, ஒரு துண்டு எலுமிச்சை. இது தேவாமிர்தமாக இருக்கும் என்பார்கள்.

சீச்சீ, க்ரெம்லின் கலோனல், காட்மதர், சல்மியாகி கொஸ்கன்கரோவா, வெஸ்பர், வோட்கா மெக்கவர்ன், லிங்க் அப், ஹார்வே வால்பாங்கர், க்ரிட்டி போ, ஃப்லிர்ட்டினி, ஈவ்னிங் ப்ரேயர், கொலராடோ புல்டாக், லைம் ரிக்கி என்று ஆரம்பித்து சுமார் தொண்ணூறு விதமான வோட்கா காக்டெயில்கள் உண்டு.

பொதுவாக மற்ற எந்த மது ரகமானாலும் காக்டெயிலில் இன்னொரு மது ரகத்துடன் இணையும். வோட்கா பெரும்பாலும் பழச்சாறுகளுடன் மட்டுமே சேரும் என்பதுதான் இதன் ஸ்பெஷாலிடி. வோட்காவுடன் நீங்கள் வேறு எந்த ரக சாராயத்தைக் கலந்தாலும் மறுநாள் தலைவலி உறுதி.

அது தன்னிறைவடைந்த, தனித்துவமான தண்ணி. ரஷ்யர்களின் உணவு உலகுக்குள் பிரவேசிப்பதற்கு முன்னால் இதைப் பற்றி ஓரளவு தெரிந்துகொண்டுவிடுவதே நல்ல பிள்ளைக்கு அழகு.

33. உருளை உப்புமா

ரஷ்யா ஒரு துருவ தேசம். நமக்கெல்லாம் இல்லாத அளவுக்கு, நாம் நினைத்துப் பார்க்கக்கூட முடியாத அளவுக்கு மிக நீண்ட குளிர் காலம் கொண்ட தேசம். செப்டெம்பர் மாதம் மட்டும் கொஞ்சம் சமாளிக்கக்கூடிய குளிராக இருக்கும். அக்டோபர் பிறந்துவிட்டால் மழை பிடித்துக்கொண்டுவிடும். இது ஒரு வினோதமான மழை. குளிரும் மழையும் போட்டி போட்டுக்கொண்டு தாக்கும். நவம்பரில் மழை மெல்ல விட்டுக் குளிர் மட்டும் திரும்பவும் மேலோங்கத் தொடங்கும். அடுத்த ஏப்ரல் மே வரை வாட்டி எடுத்துவிடும் குளிர். மே மாதம் முதல் கோடைகாலம் என்று பெயர். கொஞ்சம் குளிர் குறைவாக இருக்கும் என்பதே அதன் பொருள். தேசத்தின் ஒரு சில பகுதிகளில் மட்டும் வெயிலும் தெரியும். ஜூனுக்குப் பிறகு திரும்பவும் குளிரத் தொடங்கிவிடும். ஒரு உச்ச நிலைக்குப் போய் செப்டெம்பரில் திரும்பவும் கொஞ்சம் சுமார் குளிருக்குத் திரும்பும்.

அம்மாதிரியான குளிர், அதாவது மைனஸ் முப்பது டிகிரிக்கு மேலே எகிறக்கூடிய குளிர் பெரும்பாலும் வேறு எங்கும் கிடையாது. இதனாலேயே ரஷ்யர்கள் குளிருக்கு முக்கியத்துவம் கொடுத்துத் தங்கள் உணவுப் பழக்கத்தை வடிவமைத்துக்கொள்ள வேண்டியதானது. அதிகம் வெளியே போக முடியாது. எக்சர்சைஸ் என்றெல்லாம் பண்ணி கலோரி குறைக்க முடியாது. வாங்கிங், ஜாகிங், ஸ்விம்மிங்கெல்லாம் முடியாது. வீட்டோடு கிடக்கலாம் என்றாலும் உடம்பெல்லாம் கிழங்கு கிழங்காக வலிக்கும். எப்போதும் ஆர்.எஸ். மனோகர் டிராமாவில் பித்தளை நகைகள் சுமப்பது மாதிரி குளிர் உடைகளைச் சுமக்க ஒரு தெம்பு வேண்டும். வெறுமனே சாப்பிட்டுச் சாப்பிட்டுத் தூங்கினால் உடம்பும் கெட்டுவிடக்கூடாது.

இதையெல்லாம் ஆலோசித்து, எக்கச்சக்கமான சக்தியையும் உடம்புக்கு ஓரளவு உஷ்ணத்தையும் தரக்கூடிய உணவையே ரஷ்யர்கள் உண்பார்கள். அதாவது ஏராளமான கார்போஹைட்ரேட் மற்றும் கொழுப்பு உள்ளடக்கிய உணவு. புரதச் சத்துக்கு அவ்வளவாக முக்கியத்துவம் கிடையாது. அமெரிக்கர்கள் அளவுக்கோ, நம் அளவுக்கோ கூட பழங்கள், காய்கறிகள் அதிகம் சாப்பிட மாட்டார்கள். பொதுவாக ஐந்து ஐட்டங்கள் ரஷ்யர்கள் உணவில் கண்டிப்பாக இருக்கும்.

முதலாவது உருளைக்கிழங்கு. நமக்கு சாதம் எப்படியோ அப்படி அவர்களுக்கு உருளைக்கிழங்கு. வேகவைத்துச் சாப்பிடுவார்கள். வறுத்து, பொறித்துச் சாப்பிடுவார்கள். மசித்து கேக் செய்து சாப்பிடுவார்கள். சூப் போட்டுக் குடிப்பார்கள். இன்னும் என்னென்ன விதமாக உருளைக்கிழங்கை உபயோகப்படுத்த முடியுமோ, அத்தனை விதமாகவும் சமைப்பார்கள். உருளையற்ற உணவை ரஷ்யர்களால் கற்பனைகூடச் செய்து பார்க்க முடியாது.

உருளைக்கிழங்குக்கு அடுத்து பிரெட். அதே சாண்ட்விச், பிரெட் டோஸ்ட் ஐட்டங்கள்தாம். தினசரி உணவில் இது அவசியம்.

மூன்றாவது முட்டை. கோழி முட்டை, வாத்து முட்டை, ஈமு கோழி முட்டை மூன்றும் உணவில் இருக்கும். பெரும்பாலும் வேகவைத்த முட்டைகளையே சாப்பிடுவார்கள். ஆம்லெட் பழக்கம் அதிகமில்லை.

நான்காவது ஐட்டம் மாமிசம். மாடு மற்றும் பன்றி. இந்த விஷயத்தில் அமெரிக்கர்களைப் போலவேதான்.

ஐந்தாவது வெண்ணெய். இது சர்வவியாபி. அனைத்து உணவுப் பொருளிலும் அவசியம் வெண்ணெய் சேர்ப்பார்கள்.

இந்த ஐந்தும் பிரதானம். மேற்கொண்டு நிறைய முட்டை கோஸ், பால், க்ரீம்கள், தயிர், காளான் வகைகள், குடைமிளகாய், தக்காளி, தேன், பூண்டு ஆகியவை துணை ஐட்டங்களாக உணவில் இருக்கும். சரியா? இனி சற்று விரிவாகப் போகலாம்.

ரஷ்யர்கள் வீட்டில் சாப்பிட்டாலும் சரி, வெளியில் சாப்பிட்டாலும் சரி. அப்படைஸர் எனப்படும் ஆரம்பக் கொறிப்புக்கு

ஏதேனுமில்லாமல் சாப்பாட்டை ஆரம்பிக்க மாட்டார்கள். பொதுவாக இம்மாதிரியான ஸ்டார்ட்டர்களில் ரஷ்யர்களுக்கு அதிகம் பிடித்தது உப்புக்குடை மிளகாய்.

குடைமிளகாயைக் காயவைத்து வத்தலாக்கி, உப்பு நீரில் ஊறவைத்துவிடுவார்கள். கிட்டத்தட்டப் பதினைந்து நாள் இந்த ஊறல் நடக்கும். பிறகு அதை எடுத்து மசாலாவெல்லாம் சேர்த்து வாணலியில் வதக்கி வைத்துவிடுவார்கள். அவர்களுக்கு ரொம்பப் பிடித்த தின்பண்டம் இது. சும்மாவும் சாப்பிடுவார்கள். வோட்காவுக்குத் தொட்டுக்கொண்டும் சாப்பிடுவார்கள். இதற்கு சோலினி ஒகுர்ஸி என்று பெயர்.

இதே மாதிரி க்வானேயா கபூஸ்தாவும் அங்கே ரொம்பப் பிரபலம். அதாவது முட்டைக்கோஸ் உப்பு ஊறல். கிட்டத்தட்ட ஊறுகாய்தான் இது. ஆனால் நிறைய புளிப்பு சேர்த்திருப்பார்கள். காரம் குறைவாகவும் புளிப்பு அதிகமாகவும் இருக்கும் முட்டைக்கோஸ் ஊறுகாய். இதுவும் ஒரு நல்ல ஸ்டார்ட்டர் கம் சைட் டிஷ்.

வீடுகளில் பெரும்பாலும் குடைமிளகாய், முட்டைக்கோஸ், வெங்காயம் மூன்றையும் நறுக்கிப் போட்ட சாலட்டைக் கொண்டே உணவைத் தொடங்குவார்கள்.

அதன்பிறகு சூப். இதுவும் கட்டாயம். *Borcsh* என்கிற வெஜ்-நான் வெஜ் காக்டெயில் சூப் ரஷ்யாவில் வெகு பிரபலமானது. முட்டைக்கோஸ், உருளைக்கிழங்கு, பீட்ரூட் மூன்றையும் வேக வைத்துக்கொண்டுவிட வேண்டியது. மாட்டுக்கறியை சுத்தம் செய்து தனியே வேகவைத்து எடுத்துக்கொண்டு இரண்டையும் சேர்த்துக் கொதிக்கவிட்டு செய்யப்படும் இந்த சூப்பில் ஏராளமாக மிளகு சேர்ப்பார்கள். ஓரளவு சீரகம் அல்லது ஓமம் சேர்ப்பார்கள். உப்பு மட்டாகவும் மிளகுக் காரம் அதிகமாகவும் இருக்கும். சுவைக்காகப் பச்சை மிளகாயை அரைத்து அப்படியே விழுதைப் போடுவதுமுண்டு. உளம் நெகிழ, கண்ணீர் மல்க இதை அருந்தி முடித்துவிட்டால் அடுத்த ஐட்டத்துக்குப் போய்விடலாம்.

பொதுவாக அனைத்து ரஷ்ய இல்லங்களிலும் இந்த *Borcsh* சூப் தினசரி உணவில் கண்டிப்பாக இருக்கும். இதன் சேர்மானங்களில் சிறு வித்தியாசங்கள்- பிராந்தியத்துக்குப் பிராந்தியம் உண்டே தவிர அடிப்படை இதுதான். மூன்று காய்கறிகளும் ஒரு மாட்டுக்கறியும்.

இது தவிர, மீன் சூப், வாத்து சூப், வான்கோழி சூப், நூடுல்ஸ் சூப், மஷ்ரூம் சூப் என்று ஐந்து விதமான சூப்களை ரஷ்யர்கள் விரும்பி அருந்துவார்கள். இந்த ஆறில் ஒன்று கண்டிப்பாக தினசரி உணவில் இருக்கும்.

இதன்பின் ரெகுலர் உணவு. அது வேகவைத்த முட்டையில் தொடங்கும். இப்போதெல்லாம் ஆம்லெட் அதிகம் சாப்பிட ஆரம்பித்துவிட்டார்கள். ஆனால் வெகு நாள் வரை ரஷ்யர்கள் முட்டையை வெறுமனே வேகவைத்து மிளகு தூவிச் சாப்பிடுவதைத்தான் விரும்பிவந்திருக்கிறார்கள். காலை கண்விழித்து, பல் தேய்த்து முடித்ததும் நாஸ்தாவுக்கு இரண்டு முட்டைகள். பிறகு மாட்டுக்கறி வடை. அமெரிக்கர்கள் சாப்பிடுவார்களே, அதே *Sausage* வடை. அவர்கள் பர்கருக்குள் வைத்துச் சாப்பிடுவதை ரஷ்யர்கள் அப்படியே சாப்பிடுவார்கள் என்பதுதான் வித்தியாசம்.

பொதுவாக இரண்டு முட்டைகளுக்குப் பிறகு இரண்டு மாட்டு வடை. தொட்டுக்கொள்ள தக்காளி சட்னி. பிறகு அதே மாட்டுக்கறியைச் சிறு சிறு உருண்டைகளாகப் பொறித்தெடுத்து மேலே பாலாடைக்கட்டியால் மூடி – அசப்பில் பூரணக் கொழுக்கட்டை மாதிரி இருக்கும் – சாப்பிடுவார்கள். இதற்குப் பெல்மெனி என்று பெயர்.

சிலர் வெரெனிகி என்னும் இன்னொரு வித பெல்மெனியை விரும்புவார்கள். அதில் கறி இருக்காது. பதிலாக உருளைக்கிழங்கு.

இத்தனையையும் சாப்பிட்டுவிட்டு ஒரு பெரிய தம்ளர் பால் குடித்துவிட்டால் தீர்ந்தது.

மதிய உணவில் பிரதான ஐட்டம் உருளைக்கிழங்கு. ஒவ்வொரு ரஷ்யரும் ஒரு நாளைக்குக் குறைந்தது பன்னிரண்டு பெரிய சைஸ் உருளைக்கிழங்கையாவது சாப்பிடாமல் இருக்கமாட்டார். முன்பே சொன்னதுபோல நமக்கு அரிசிச் சோறு எப்படியோ, ரஷ்யர்களுக்கு உ.கி. அப்படி.

உருளைக்கிழங்கைத் தோல்சீவி நீளவாக்கில் குச்சி குச்சியாக நறுக்கிக்கொண்டு அதைப் பாலில் வேகவைப்பார்கள். அதன் தலையில் இரண்டு முட்டைகளை உடைத்து ஊற்றுவார்கள். ஒரு

மாதிரி திருவாதிரைக் களி ஷேப்பில் அது திரண்டு வந்தபிறகு எடுத்து வாணலியில் எண்ணெய் ஊற்றி அதில் இதைப் போட்டுக் கிளறுவார்கள். ஒரு சுமார் பிரவுன் கலருக்கு வரவேண்டும். மேலுக்குக் கொஞ்சம் புதினா, இஞ்சி, மிளகு, பச்சை மிளகாய் எல்லாம் சேர்த்துக்கொள்ளலாம். *Sour cream* கூடச் சேர்ப்பார்கள். உப்பு, சொல்லவே வேண்டாம், தேவையான அளவு.

இந்த உருளைக்கிழங்கு உப்மா அல்லது களிதான் ரஷ்யாவில் தினசரி மதிய உணவு. அதிக அளவு கார்போஹைட்ரேடையும் கொழுப்புச் சத்தையும் சேர்த்துத் தரக்கூடிய இதுதான் அவர்களுடைய அடிப்படை உணவு. ஒரு நாலு கை வளைத்து இழுத்து அடித்துவிட்டு ஒரு சொம்பு தண்ணீர் குடித்துவிட்டால் போதும். வயிறு திம்மென்று ஆகிவிடும்.

சிலர் இதில் முட்டையுடன் கூட பன்றிக் கொழுப்பையும் சேர்ப்பார்கள். கடையில் அது தனியே விற்கும். ரஷ்யாவில் பன்றியை வைத்து செய்யப்படும் ஐட்டங்கள் ஒரு ஏழெட்டு இருக்கும். அவை பெரும்பாலும் ஹோட்டல்களில்தான் கிடைக்கும்.

வீட்டில் மாடு, வெளியில் பன்றி என்பதுதான் ரஷ்யன் ஸ்டைல்!

34. ரொட்டிக்காக!

ரஷ்யர்கள் நிறைய சாப்பிட்டுக் கொண்டிருந்தார்கள். இந்த நிறைய என்பதற்குத் துல்லியமான கணக்கு சொல்வது கஷ்டம். ஆனால் நிறைய தான். சராசரியாக நாம் ஒரு வேளைக்குச் சாப்பிடக்கூடிய உணவைக் காட்டிலும் மிகுதியாக. மதிய உணவு அளவுக்குக் காலைச் சிற்றுண்டியும், இரண்டு மதிய உணவு அளவுக்கு ஒரு மதியத்துக்கும், அதே அளவு இரவுக்குமாக அவர்களுடைய உணவு வழக்கம் இருந்துவந்தது. மதிய உணவை 'டின்னர்' என்றும் இரவு உணவை 'சப்பர்' என்றும் அழைப்பது ரஷ்யர் வழக்கம். பெயர் எதுவானால் என்ன? பெரிய சாப்பாடு.

*1917*ம் ஆண்டு ரஷ்யப் புரட்சி நடைபெற்று லெனின் ஆட்சிக்கு வந்தார். ஐந்து வருடங்கள். அடுத்து வந்த ஸ்டாலின் தேசத்தின் உற்பத்தி முழுவதையும் அரசுடைமை ஆக்கினார். மக்கள் என்பவர்கள் வேலை செய்யவேண்டியவர்கள். நிலத்தின் உரிமை அரசாங்கத்தினுடையது. கடமையைச் செய். பலனை அரசாங்கம் தரும் என்றார் அந்த நவீன கம்யூனிஸ்ட் பரமாத்மா.

ஸ்டாலினின் புகழ்பெற்ற ஐந்தாண்டுத் திட்டங்கள் செயல்படத் தொடங்கியபோது ரஷ்யாவில் இருந்த அனைத்து விளைநிலங்களும் உற்பத்திக் கேந்திரங்களும் அரசுடைமை ஆயின. உணவு உற்பத்தியும் விநியோகமும் அரசின் பணி என்று சொல்லப்பட்டது. எல்லோருக்கும் எல்லாம் கிடைத்தாக வேண்டுமென்பது கம்யூனிச சித்தாந்தம். எனவே எல்லோருக்கும் எல்லாம் அளந்து மட்டுமே கொடுக்கப்படும். என்னிடம் கூடுதலாகப் பணம் இருக்கிறது என்பதால் நான் நாலு இட்லி எக்ஸ்டிரா வாங்கிச் சாப்பிட்டுவிட முடியாது. பரமாத்மா எனக்கு

ஒரு வேளைக்கு நாலு இட்லிதான் என்று விதித்துவிட்டால் நாலோடு சரி. ருசிக்காகவும் இன்னொன்று கிடையாது; பசிக்காகவும் இன்னொன்று கிடையாது.

இது, புரிவதற்காகச் சொன்னது. உண்மையில் சோவியத் அரசு ஹோட்டல் நடத்தவில்லை. உற்பத்தியாகும் உணவுப் பொருள்களைத் தானே நேரடியாகக் கொள்முதல் செய்து அனைவருக்கும் சமமாக வினியோகிக்க மட்டுமே செய்தது. ஆனால் அளந்து!

இந்தக் காலக்கட்டத்தில்தான் ரஷ்யர்கள் அளந்து உண்ணத் தொடங்கினார்கள். அது அவசியம். வேறு வழியில்லை என்பதனால் தமக்குத்தாமே ஏற்படுத்திக்கொண்ட வழக்கம். ரொட்டி, வெண்ணெய், சீஸ், பன்றிக்கறி சாசேஜ், பாரிட்ஜ், முட்டைகள், பால் என்றிருந்த அவர்களுடைய காலை உணவு 'பிரெட்' என்று மட்டும் சுருங்கிய காலம் அது.

ரஷ்யர்களின் மதிய உணவு என்பது பிரம்மாண்டமானதாக இருந்தது. பாரிட்ஜ், சூப், மாமிச உருண்டைகள், மீன், சாண்ட்விச், சாலட், வேகவைத்த உருளைக்கிழங்குகள், நிறையப் பழங்கள் என்று தினசரி வெரைட்டியாக ஏழெட்டு ஐட்டங்கள் இல்லாமல் அவர்கள் சாப்பிடமாட்டார்கள். இதுவும் ஸ்டாலின் காலத்தில் சாண்ட்விச், உருளைக்கிழங்குகள், கொஞ்சம் மாமிசம் என்பதாகச் சுருங்கத் தொடங்கியது. (ஆனால் கண்டிப்பாக சூப் இருக்கும்.) எல்லாருக்கும் கிடைத்தாக வேண்டுமே?

இரவு உணவிலும் சுய எடிட்டிங் தேவைப்பட்டது. முதலில் எரிச்சலும் கோபமும் கொண்டாலும் காலப்போக்கில் இதுதான் விதி என்று அளந்து சாப்பிடப் பழகிக்கொண்டார்கள். என்ன ஆகிவிட்டதென்றால் வெரைட்டியாக, ஏராளமான ருசிகர உணவுகளை ஒரு வேள்வி மாதிரி குவித்துவைத்துச் சாப்பிடும் வழக்கம் கொண்ட ரஷ்யர்கள், சோவியத்தாக இருந்த காலத்தில் உணவு என்பது ஓர் அவசியம் என்கிற அளவில் மட்டும் சாப்பிடத் தொடங்கி, அதுவே அவர்களுக்குப் பழகிப்போனது.

இதன் விபரீதம் 1991ம் ஆண்டு சோவியத் யூனியன் உடைந்து, அங்கே கம்யூனிசம் மியூசியப் பொருளாகி, இருபதாம் நூற்றாண்டின் மாபெரும் அரசியல் நிகழ்வாக முதல் முதலாக ரஷ்யா தன் இரும்புக் கோட்டையின் கதவைத் திறக்கவேண்டி நேர்ந்தபோது வெடித்தது.

ஆனந்த சுதந்தரம் அடைந்துவிட்டது மாதிரி உணர்ந்த ரஷ்யர்கள் முதலில் அதனை அனுபவித்துப் பார்க்க விரும்பியது உணவு விஷயத்தில்தான். எழுபது வருடங்களாகக் காய்ந்து கிடந்த நாக்கல்லவா!

நம்புங்கள். சோவியத் உடைந்து, கம்யூனிசம் காலாவதியாகி, முதல் முதலில் ரஷ்யா வெளியுலகுக்கு ஹலோ சொன்ன தருணத்தில் அங்கே முதலில் காலெடுத்து வைத்த நிறுவனம் மெக்டனால்ட். மக்கள் பாய்ந்து படையெடுத்ததும் அங்கேதான். தமது பாரம்பரிய உணவு விருப்பங்களையெல்லாம் ஒதுக்கிவைத்துவிட்டு ஓடி ஓடிச் சென்று அமெரிக்க, ஐரோப்பிய உணவுகளை அள்ளியெடுத்துச் சாப்பிட்டார்கள். பர்கரும் பீட்ஸாவும் டப்பாக்களில் அடைக்கப்பட்ட பல்வேறு விதமான பொருள்களும் அவர்களைக் கொள்ளைகொண்டன. தேசமெங்கும் மெக்டனால்ட் கடைகள் எப்போதும் நிரம்பி வழிந்தன. அதுநாள்வரை செத்தாலும் இரவு உணவை வீட்டில்தான் உண்போம் என்று விரதமிருந்த ரஷ்யர்கள் வாரம் இருமுறை அல்லது வாரம் மும்முறை வெளியே சாப்பிடுவதை வழக்கமாக்கிக்கொண்டார்கள்.

மெக்சிகோ மக்கள் என்ன சாப்பிடுவார்கள்? அது இங்கே கிடைக்குமா? வெனிசூலாவில் எது ஸ்பெஷல்? ஐரிஷ் கடல் உணவுகள் அதிருசியாக இருக்குமாமே? இத்தாலியன் உணவில் பீட்ஸாவைப் போல் வேறென்னென்ன உண்டு? ஆப்பிரிக்க இஸ்லாமிய உணவில் ஒரு தனி கிக் உண்டாமே? கிழக்காசிய தேசங்களின் உணவுகளைத் தருவித்துத் தருவீர்களா?

ரஷ்யர்களின் பெரும்பாலான என்கொயரி உணவு சம்பந்தப் பட்டதாகவே இருந்தது.

ஆனால் சோவியத்தின் பல பாகங்கள் தனிக்குடித்தனம் போனபோது அந்தந்தப் பகுதியின் சொத்து சுகங்கள் அவரவரோடு போய்விட, சர்வநாச பட்டன் அழுத்தி ஒரே கணத்தில் உலக அழிவை உண்டாக்கினாற்போல ரஷ்யப் பொருளாதாரம் படு அவலமான நிலைக்குப் போனது. மெக்டனால்டும் மற்றவர்களும் கடைவிரித்தென்ன? விதித்தது காய்ந்த ரொட்டி மட்டுமே! அதுவும் மைல் நீள க்யூவில் நின்று வாங்கிச் செல்லவேண்டும். போதாக்குறைக்கு ஜனநாயகத்தின் விலை மதிப்பற்ற பரிசாகக்

கறுப்புச் சந்தை ஆதிக்கம். ரொட்டியைப் பதுக்கி பிளாகில் விற்றார்கள்.

தவித்துப் போய்விட்டார்கள் ரஷ்யர்கள். குறிப்பாக அடித்தட்டு, நடுத்தர வர்க்கத்து ரஷ்யர்கள் பட்டபாடு கொஞ்சநஞ்சமல்ல. உயிர் வாழ்ந்தாக வேண்டும் என்கிற ஒரே காரணத்துக்காகத் தமது சுவை சார்ந்த விருப்பங்களை வலிய பலி கொடுத்த சமூகம் அது. எத்தனை விவரித்தாலும் நம்மால் அதைப் புரிந்துகொள்ளவே முடியாது. நமது வாழ்க்கை முறை மற்றும் ஜனநாயகத்தின் பலம் நம்மை ஓரளவு சௌகரியமாகவே ஆதிமுதல் வைத்திருப்பதன் விளைவு என்றும் சொல்லலாம்.

தொடக்கம் முதலே பத்து பைசா கிடையாது; சாப்பாடு கிடையாது, ஏழைமைதான்; அவலம்தான் என்றால் அது வேறு விஷயம். பல ஆப்பிரிக்க தேசங்களில் இன்றைக்கும் இந்த நிலைமை இருக்கிறது. ஆனால் இந்த அவலம் உங்கள்மீது காரணமின்றித் திணிக்கப்பட்டால்? உங்களிடம் பணம் இருக்கிறது, நினைத்ததைச் சாப்பிட வசதி இருக்கிறது, ஆனாலும் ஒன்றும் கிடைக்காது என்ற ஒரு நிலையைக் கற்பனை செய்துபாருங்கள். வெறும் ரூபாய் நோட்டையா மடித்துத் தின்ன முடியும்?

ரஷ்யாவில் அப்போது ஏழைகளுக்குச் சமமாகப் பணம் இருந்த ஏழைகளும் நிறையப்பேர் இருந்தார்கள். தொண்ணூறுகளின் இறுதியில்தான் இந்த நிலைமை மெல்ல மெல்ல மாறத் தொடங்கி, ரஷ்யப் பொருளாதாரம் கொஞ்சம் எழத் தொடங்கியது. இரண்டாம் உலகப்போருக்குப் பிறகு ஜப்பான் மீண்டு எழுந்ததற்குச் சற்றும் சளைத்ததல்ல, இருபதாம் நூற்றாண்டின் இறுதியில் ரஷ்யா தனது கோரமான ஏழைமையிலிருந்து மீண்டெழுந்தது. இங்கே அதனை விவரித்துக்கொண்டிருக்க இடம் கிடையாது.

ரஷ்யர்கள் திரும்பவும் சகஜ வாழ்க்கை என்னும் நிலை நோக்கித் திரும்பியபோது பல்வேறு தேசங்களைச் சேர்ந்த ஆராய்ச்சியாளர்கள் ரஷ்யர்களின் உணவுப் பழக்கங்கள், விருப்பங்கள், ஆர்வம் குறித்து ஆய்வு மேற்கொள்ள ரஷ்யாவை நோக்கிப் படையெடுத்தார்கள். எல்லாம் முக்கியம்தான். உணவு அனைத்திலும் முக்கியமல்லவா. எழுபதாண்டு காலத்துக்கும் மேலாகத் திரை போட்டு மறைத்த வாழ்க்கை வாழ்ந்துகொண்டிருந்த ஒரு மாபெரும் மனித சமூகத்தின்

இந்த அடிப்படை விருப்பம் குறித்துத் தெரிந்துகொள்ள உலகம் காட்டிய ஆர்வம் கொஞ்சநஞ்சமல்ல.

உணவுப் பழக்கம் மற்றும் விருப்பம் சார்ந்த சுமார் இருநூறுக்கும் மேற்பட்ட ஆராய்ச்சிகள் ரஷ்யாவில் மேற்கொள்ளப் பட்டிருக்கின்றன. அனைத்தும் ஐரோப்பிய உணவு வல்லுநர்களாலும் மனித வள ஆய்வு அமைப்புகளாலும் வர்த்தக நிறுவனங்களாலும் மேற்கொள்ளப்பட்டவை. அனைத்தும் இரண்டாயிரமாவது ஆண்டுக்குப் பிறகு செய்யப்பட்டவை.

இதில் முக்கியமானது, மாஸ்கோவில் தலைமுறை தலைமுறையாக வசிக்கும் பெண்களிடையே *Fiskeriforskning* என்னும் நார்வீஜியன் கடல்வாழ் உயிரினங்கள் ஆய்வு மையம் மேற்கொண்ட ஓர் ஆராய்ச்சி. ரஷ்ய மக்களிடையே கடல் உணவு சார்ந்த விருப்பம் எப்படி இருக்கிறது, கடை விரித்தால் செல்லுபடியாகுமா என்றெல்லாம் பார்ப்பது அவர்களுடைய நோக்கமாக இருக்கலாம். ரஷ்ய மார்க்கெட்டுக்குள் நுழைய யோசித்துக்கொண்டிருந்த நார்வே மற்றும் டென்மார்க் பெருநிறுவனங்கள் இந்த ஆய்வின் பின்னணியில் இருந்திருக்கக் கூடும்.

2006ம் ஆண்டு நவம்பரில் இந்த ஆய்வு நிறுவனம் மாஸ்கோவில் ஆய்வு மேற்கொண்டு வெளியிட்ட அறிக்கை மிக முக்கியமானது. ரஷ்யர்களின் உணவுப் பழக்கம் மற்றும் விருப்பங்களை மிகத் துல்லியமாக வெளியிட்டது இந்த அறிக்கை. அதன் சாரத்தை மட்டும் தெரிந்துகொண்டு நாம் சீனாவுக்கு விமானம் ஏறிவிடலாம்!

35. ஒரு கிலோ மீனின் விலை என்ன?

ஒரு பிளேட் உணவு உங்கள்முன் இருக்கிறது. என்றால் உங்கள் கண்ணுக்கு உணவும் அதன் நிறமும் அதன் ருசியும்தான் தெரியும். ரஷ்யர்களுக்கு அதன் விலை மட்டுமே தெரியும். இது மிகையல்ல. பெரும்பான்மை ரஷ்ய இனத்தவரானாலும் சரி. சிறுபான்மை தாதர்கள், உக்ரேனியர்கள், பஷ்கிர்கள், சாவேஷியர்கள், செச்னியர்கள், ஆர்மீனியன்களானாலும் சரி. ரஷ்யக் குடிமகனாயிருந்தால் போதும். உணவு என்பது அவர்களுக்கு மிகுந்த மதிப்புள்ள ஒரு பொருள். நமக்குப் புரியும் விதத்தில் இதற்கு உதாரணம் சொல்லவேண்டுமானால், நமது பெண்கள் தங்க நகையை எப்படி அணுகுவார்களோ, அப்படி ரஷ்யர்கள் உணவை அணுகுவது வழக்கம்.

உணவை வீணாக்குவது என்பது ரஷ்யர்கள் சரித்திரத்திலேயே கிடையாது. குறைந்தபட்சம் நூற்றாண்டுகால சரித்திரத்தில். வசதி வாய்ப்புகள் இருந்தும் சாப்பாடு கிடைக்காமல் தவித்த சமூகமல்லவா? தவிரவும் இன்றைக்கு வரை ரஷ்யாவில் உணவுப் பொருள்களின் விலை மிக அதிகம். இதனாலேயே என்ன தேவையோ, அதை மட்டும் வாங்குவார்கள். எவ்வளவு தேவையோ, அதை மட்டும் சமைப்பார்கள். ஒரு துளியும் வீணாக்குகிற வழக்கம் அவர்களிடையே கிடையாது.

மாஸ்கோ நகரத்து நாரீமணிகளிடையே அவர்களது உணவுப் பழக்கவழக்கங்கள் குறித்து ஆய்வு மேற்கொள்ளச் சென்ற அந்த நார்வே தேசத்துக் கடலுணவு ஆராய்ச்சி மையத்தின் நிபுணர்களை வாயடைத்துப் போகச் செய்த விஷயம் இதுதான். ஒரு பெண்மணி சாப்பிட்டு முடித்தபின் அவரது பிளேட்டை அப்படியே எடுத்து

உள்ளே வைத்து அடுத்த வேளைக்குப் பயன்படுத்தலாம்போல் அப்படியொரு சுத்தமாக இருந்ததாம்.

பல்வேறு பெண்கள் - அநேகமாக எல்லாப் பெண்களுமே இதே மாதிரி ஒட்ட வழித்துச் சாப்பிடுவது, தரையில் சிந்தாமல் சாப்பிடுவது, தேவையான அளவு மட்டுமே சமைப்பது என்பதை வழக்கமாக வைத்திருப்பதைப் பார்த்தவர்கள், ஒருவேளை ஆண்கள் வேறு மாதிரி இருப்பார்களோ என்று மாஸ்கோவில் சில நூறு ஆண்களையும் தேர்ந்தெடுத்து (இது அவர்களுடைய திட்டத்தில் இல்லாதது) அவர்கள் சாப்பிடும் விதத்தை ஆராய்ச்சி செய்தார்கள். ம்ஹூம்! ஒரு வித்தியாசமும் இல்லை. திருவள்ளுவர் இலைக்குப் பக்கத்தில் குண்டூசி வைத்துக்கொண்டு சாப்பிட்டார் என்பது உண்மையோ இல்லையோ, ரஷ்யர்கள் குண்டூசி வைத்துக்கொள்ளாமலேயே திருவள்ளுவர் மாதிரிதான் வாழ்கிறார்கள். பிரமித்துப் போய்விட்டார்கள், ஆராய்ச்சிக்கு வந்தவர்கள்.

நாற்பத்தியெட்டு வயதான ஒரு குடும்பத் தலைவி, 'பொதுவாக எங்களுக்கு நிறையச் சாப்பிடவேண்டும் என்றுதான் தோன்றும். ஆனால் இப்போதெல்லாம் அது முடிவதில்லை. அளவோடு சாப்பிட்டுப் பழகிவிட்டோம். சம்பாத்தியத்தில் அறுபது சதவீதம் உணவுக்கே சரியாகிவிடுகிறது. நாங்கள் ஜாக்கிரதையாக இருக்கவேண்டியுள்ளது' என்று சொல்லியிருக்கிறார்.

இது, ரஷ்யர்களின் பொதுவான உணவுப் பழக்கத்தையே மாற்றியிருக்கிறது. விஸ்தாரமான, ஏராளமான ஐட்டங்கள் கொண்ட மூன்று வேளை உணவு என்பது மிகச் சில இடங்களில் மட்டுமே இப்போது வழக்கத்தில் உள்ளது. தொண்ணூறுகளுக்குப் பிறகு ஏற்பட்ட பொருளாதார வீழ்ச்சி, ஒவ்வொரு ரஷ்யரையும் தமது உத்தியோகத்துக்கு அப்பால் வேறு ஏதேனுமொரு பார்ட் டைம் வேலை பார்ப்பது அவசியம் என்னும் நிலைக்குக் கொண்டுசென்றுள்ளது.

காலை டிபனை வீட்டில் சமைத்துச் சாப்பிட்டுவிட்டுக் கதவைப் பூட்டிக்கொண்டு கணவனும் மனைவியும் வேலைக்குக் கிளம்பிவிட்டால் இரவு வீடு திரும்ப வெகு நேரமாகிவிடும். ரெகுலர் வேலை முடிந்ததும் பார்ட் டைம் வேலைக்குப் போய்விடுவார்கள்.

இதனால் மதிய உணவு, இரவு உணவு என்று வீட்டில் சமைத்து உண்பது குறைந்து வருவதாகச் சொல்கிறது அந்த ஆய்வறிக்கை. பெரும்பாலான பெண்கள் காலை டிபனை வீட்டில் சாப்பிட்டுவிட்டுக் கிளம்பினால் இடையில் வேறு எதுவுமே சாப்பிடுவது கிடையாது. வெறும் டீயைக் குடித்துக்கொண்டு முழுநாளை ஓட்டிவிடுவார்கள். இரவு வெளியே இரண்டு துண்டு பிரெட் மட்டும் சாப்பிட்டுவிட்டுத் திரும்பினால் அதோடு மறுநாள் காலைதான்!

பிரெட், உருளைக்கிழங்கு, மாமிசத்தைவிட ரஷ்யாவில் பழங்களின் விலை குறைவு. பெரும்பான்மை மக்கள் அங்கே பழங்கள் அதிகம் உண்பதில்லை என்பது இதற்குக் காரணமாயிருக்கலாம். ஆனால் பொருளாதார மந்தநிலை காரணமாக சமீபமாக, பிரெட் மற்றும் மாமிசத்தின் இடத்தைப் பழங்கள் பிடிக்கத் தொடங்கியிருப்பதாகச் சொல்கிறது இந்த அறிக்கை.

சோவியத் யூனியனாக இருந்த காலத்தில் பழம் வாங்குவதற்கு மக்கள் தனியே ஒரு க்யூவில் நின்றாக வேண்டும். நபருக்கு ஒரு கிலோவுக்கு மேல் கிடையாது. நீங்கள் ஒரே பழமாக வாங்கினாலும் சரி, பல வெரைட்டியாகக் கலந்துகட்டி வாங்கினாலும் சரி. வாரத்துக்கு ஒரு கிலோ. அதுவும் வாழைப்பழம் வேண்டுமென்றால் இருப்பதிலேயே பெரிய க்யூ. அதிக டிமாண்ட். தவிரவும் கள்ள மார்க்கெட் கசமுசாக்கள்.

ஆனால் இன்றைக்கு அப்படிப்பட்ட நிலைமை இல்லை. பழங்கள் ஓரளவு தாராளமாகவே கிடைப்பதாகச் சொல்கிறார்கள். ஆனால் தரம் அத்தனை உயர்வாக இருப்பதில்லை. மாஸ்கோ நகரத்துப் பெண்மணி ஒருவர் இந்த சர்வேக்காரர்களிடம், ‘கம்யூனிஸ்டுகள் இருந்தபோது வாங்குவதில் கஷ்டம் இருந்தாலும் பொருளில் சுத்தம் இருக்கும். கலப்படம் இருக்காது. பழங்கள், காய்கறிகள் எல்லாம் ஃப்ரெஷ்ஷாக தினசரி வரும். இப்போது அந்த நிலைமையெல்லாம் மலையேறிவிட்டது. அழுகிய பழங்கள்தான் அதிகம் வருகின்றன. வெரைட்டி கிடைக்கிறதே தவிர பழைய ருசி இல்லை’ என்று சொல்லியிருக்கிறார்.

மீன். ரஷ்யர்களுக்கு மிகவும் பிடித்த உணவு இது. ஆனால் நீங்கள் என்னென்ன சாப்பிடுவீர்கள் என்று கேட்டால் பிரெட்டில்

ஆரம்பித்து உருளைக்கிழங்கு, முட்டைக்கோஸ், மட்டன், பன்றி இறைச்சி, வெண்ணெய், பாலாடைக்கட்டி வரை ஒரு நீளப் பட்டியல் தருவார்களே தவிர, மீன் என்று சொல்லவே மாட்டார்கள்! ஆனால் மீன் சாப்பிடுவீர்களா என்று கேட்டால் ‘மாட்டேன்’ என்று ஒருத்தர்கூடச் சொல்லமாட்டார்கள்.

இதற்குப் பல காரணங்கள். மீன், ரஷ்யர்களின் அடிப்படை உணவு அல்ல. ஆனால் அவர்களுக்குப் பிடிக்கும். கிடைத்தால் சாப்பிடாமல் விடமாட்டார்கள். ஆனால் நம் ஊரைப்போல் தினசரி மீன் மார்க்கெட்டுக்குப் போய் வாங்கிவருவதெல்லாம் சாத்தியமில்லை. ஃப்ரெஷ்ஷான மீன்கள் கிடைப்பது மாஸ்கோவில் குதிரைக்கொம்பு. டின்னில் அடைத்த மீன்கள் வாயில் வைக்க வழங்காது.

இதனாலேயே, ரஷ்யா தனது கதவுகளை உலகுக்குத் திறந்துவிட்ட சமயத்தில் நிறைய மேற்கத்திய கடலுணவு நிறுவனங்கள் பதப்படுத்தப்பட்ட பல்வேறு வகை மீன் இனங்களைக் கப்பல் கப்பலாகக் கொண்டுபோய் மாஸ்கோவில் இறக்கின. அத்தனை வெரைட்டி மீன்களை உண்மையிலேயே ரஷ்யர்கள் அதற்குமுன் கண்டதில்லை. நல்ல டிமாண்ட் இருந்தது.

இதான் சாக்கு என்று டின் மீன்களின் விலையை பன்னாட்டு நிறுவனங்கள் கச்சாமுச்சாவென்று உயர்த்திவிட, ரஷ்யர்களுக்கு மீன் என்பது விருப்பமுள்ள, ஆனால் விலை உயர்ந்த ஒரு பொருளாகிவிட்டது. ரஷ்ய விலை உயர்வு என்பது நமது விலை உயர்வுகள் போன்றதல்ல. உதாரணமாக, ஒரு கிலோ பதப்படுத்தப்பட்ட மீன் டின்னை நீங்கள் மாஸ்கோவில் வாங்கவேண்டுமானால் குறைந்தது நம் ஊர் நாணய மதிப்பின்படி ஆயிரத்தி அறுநூறு ரூபாய் செலவிட வேண்டிவரும்! (இங்கே ஒரு கிலோ வஞ்சிரம் இருநூற்றைம்பதிலிருந்து நாநூறுவரை பிராந்தியத்துக்கேற்ப!)

விருந்து விசேஷங்களுக்கு மீன் இருந்தால் நன்றாக இருக்கும் என்று நினைப்பார்கள். எலும்பில்லாத மீன்கள் ரஷ்யர்களுக்குப் பிடிக்காது. அதே மாதிரி வறுத்த மீன்களைவிட, வேகவைத்துச் சாப்பிடுவதையே அதிகம் விரும்புவார்கள்.

நாம் முன்பே பார்த்ததுபோல, பாரம்பரிய ரஷ்ய உணவு என்பது ஏராளமான ஐட்டங்களை உள்ளடக்கியது. ஒருவேளை உணவில் மட்டுமே குறைந்தது பத்து முதல் பதினைந்து வெரைட்டிகள் இருக்கும். ஆனால் துரதிருஷ்டவசமாக ரஷ்யர்கள் தமது விருப்பமான, பாரம்பரியமான உணவில் இருந்து வெகு தொலைவு நகர்ந்துவிட்டார்கள். அன்றைக்கு கம்யூனிசம் காரணம். இன்றைக்குக் காசு இல்லாமை காரணம்.

உலகில் வேறு எந்த தேசத்து மக்களும் இப்படி புறக்காரணங்களால் தங்களது அடிப்படை வழக்கத்தை அப்பட்டமாக மாற்றிக்கொள்ள வேண்டி நேர்ந்ததில்லை. அதுவும் உணவு விஷயத்தில். இன்றைக்கு மேற்கத்திய நாடுகளில் அவசர உணவு போல ரஷ்யர்களும் ஒரு சாண்ட்விச், ஒரு தம்ளர் பால் என்று முடித்துக்கொண்டு ஓடப் பழகிவிட்டார்கள். உட்கார்ந்து மூன்று மணிநேரம் சாப்பிடுவது, கூடியிருந்து குளிர்வது எல்லாம் பழங்கதை.

சைபீரியாவை ஒட்டிய கிராமப்புறப் பகுதிகளில் திருமணம் போன்ற விசேஷம் ஏதேனும் வந்துவிட்டால் ஒவ்வோர் இலையிலும் தொண்ணூறு விதமான ஐட்டங்கள் இருக்கவேண்டுமென்பது பண்டைய ரஷ்ய மரபாக இருந்திருக்கிறது. இன்றைக்கு இந்த வழக்கமெல்லாம் அடியோடு இல்லாமல் போய்விட்டது. ரஷ்யப் பொருளாதாரம் சீராகி, மக்கள் மூச்சுவிடத் தொடங்கும்போதுதான் திரும்பவும் ரஷ்ய உணவு அதன் பழைய உன்னத நிலைக்குத் திரும்ப இயலும்.

36. மியாவ்

வருஷம் *2002.* அக்டோபர், நவம்பர் மாதங்கள். கூகுளில் தேடிப்பார்த்தீர்கள் என்றால் உலக மக்கள் அந்தக் காலகட்டத்தில் அதிகம் தகவல் தேடிய விஷயம் 'சார்ஸ்' என்பதாக இருக்கும். *Severe Acute Respiratory Syndrome* என்ற நீண்ட அச்சுறுத்தலின் சுருக்கமான வடிவம் சார்ஸ். யாரும் எந்த தேசத்திலிருந்தும் வேறெந்த தேசத்துக்கும் அத்தனை சுலபத்தில் விமானம் ஏறிவிட முடியாது. மருத்துவப் பரிசோதனைகள் கட்டாயமாகிக்கொண்டிருந்தன. உங்களுக்கு சார்ஸ் இருக்கிறதா? அல்லது சார்ஸ் வைரஸ் தாக்குவதற்கான சாத்தியக்கூறுகள் உள்ள தேசத்தில் நீங்கள் வசிக்கிறீர்களா? மிகவும் மன்னிக்கவும். நீங்கள் பெட்டி, படுக்கையுடன் வீட்டுக்குத் திரும்புவதே சரி. பிழைத்துக்கிடந்து வைரஸ் அச்சுறுத்தலில் இருந்து உங்கள் தேசம் முற்றிலுமாக வெளியேறிய பிறகு நீங்கள் விமானம் ஏற வரலாம்.

நிர்த்தாட்சண்யமாகத் திருப்பி அனுப்பிக்கொண்டிருந்தார்கள். கொடூரமான வைரஸ். தாக்கினால் பரலோகப் பிராப்தி நிச்சயம். உடம்பு வலி, தலைவலி, ஜுரம் என்று மிக எளிமையாகத்தான் ஆரம்பிக்கும். இரண்டு நாளில் இருமல் தொடங்கும். கொலை இருமல். உள்ளே இருக்கிற எலும்பெல்லாம் வாய் வழியே வெளியே உதிர்ந்துவிடுமோ என்று அஞ்சுகிற அளவுக்கு இருமல். அப்படியே அது நிமோனியாவாகப் பரிமாணமெடுக்கும். கடும் காய்ச்சல். அங்கே இங்கே அசைய முடியாது. படுத்த படுக்கை. நினைவு போகும். எந்த மருந்தும் எடுபட வாய்ப்பில்லை. டாக்டர்கள் மூக்குக் கண்ணாடியைக் கழட்டியபடிக்கு அறையை விட்டு வெளியெ வரவேண்டிய தருணம்.

மருத்துவ ஆராய்ச்சியாளர்கள் முடியைப் பிய்த்துக் கொண்டிருந்தார்கள். சார்ஸ். இது என்ன வைரஸ்? எப்படி, எங்கிருந்து உற்பத்தியாகிறது? என்ன செய்து ஒழிக்கலாம்? கனடாவில் கடும் ஆராய்ச்சிகள் நடந்துகொண்டிருந்தன. அமெரிக்கர்கள் ஒசாமா வைரஸிலிருந்தே விடுபட்டிராத நேரம் அது. எனவே எதற்கு வம்பு என்று விசா கொடுப்பதிலேயே நிறையக் கட்டுப்பாடுகள் கொண்டுவந்தார்கள். இத்தனைக்கும் ஆசிய நாடுகளில்தான் அபாயம் அதிகமாக இருந்தது. கிழக்காசிய நாடுகள். சிங்கப்பூர், மலேசியா, தாய்லந்து, இந்தோனேஷியாவிலெல்லாம் தினசரி ஒரு கேஸாவது சார்ஸ் தாக்கி மரணம் என்று செய்தி வந்துகொண்டிருந்த சமயம்.

சீனா மட்டும் அமைதியாக இருந்தது. சார்ஸ்? நோ சான்ஸ்! கடவுளே அஞ்சக்கூடிய கம்யூனிசக் கோட்டைக்குள் கேவலம் ஒரு வைரஸ் கிருமி நுழைவதா? வாய்ப்பே இல்லை. அன்பான மக்களே, நீங்கள் கவலைப்பட வேண்டாம். நம் தேசத்துக்கு சார்ஸெல்லாம் வராது. அரசின் சுகாதாரத்துறை அற்புதமான தடுப்பு நடவடிக்கைகள் எடுத்துவிட்டன. ஒரு பிரச்னையும் இல்லை. நீங்கள் உங்கள் வேலையைப் பார்க்கலாம்.

அறிவித்துவிட்டு அவர்களும் கவலைப்பட்டுக்கொண்டுதான் இருந்தார்கள் என்பது அப்போது உலகுக்குத் தெரியாது. பொதுவாகவே சீனாவுக்குள் என்ன நடந்தாலும் உலகுக்குத் தெரியாது. அவர்கள் வெளிப்படையாக ஒளிபரப்பிய ஒரே காட்சி ஒலிம்பிக்ஸ். சீன சரித்திரத்தில் அந்தளவுக்குப் பெரிய சம்பவம் ஏதும் அங்கே நடந்து வெளியுலகம் கண்டதில்லை. எல்லாம் நடந்துமுடிந்து கசிந்தால் மட்டுமே உண்டு.

இது இவ்வாறிருக்க, நவம்பர் 16ம் தேதி குவாங்டாங் (Guangdong) மாகாணத்தில் முதியவர் ஒருவர் மருத்துவமனையில் இறந்து போனார். அவரைப் பிணவறைக்கு எடுத்துச் சென்றதை ஒரு சிலர் பார்த்தார்கள். வழக்கமாகப் பிணத்தை எடுத்துச் செல்வதுபோல இல்லை அந்தக் காட்சி. அவர் உடலில் ஒரு ரோமம் கூடத் தெரியாமல் தலையோடு காலாகக் கட்டுக்கட்டாக வெள்ளைத் துணி சுற்றி முகத்துக்கு விண்வெளிவீரர் மாஸ்கெல்லாம் போட்டு, அவரைக் கிடத்தியிருந்த ஸ்டிரெச்சரைப் பத்தடி தூரத்திலிருந்து இழுத்துக்கொண்டு ஒரே ஒரு சிப்பந்தி பிணவறைக்கு உள்ளே சென்றான்.

ஆசுபத்திரி ஒழுங்கு நடவடிக்கைகள் எதற்கும் அவகாசம் அளிக்கப்படவில்லை. உறவினர்களுக்குத் தகவல் மட்டுமே தரப்படும். உடலைத் தர இயலாமைக்கு வருந்துகிறோம். நீங்கள் புதைக்கிற வழக்கம் கொண்டவராக இருக்கலாம். துரதிருஷ்டவசமாக இது எரிக்கப்பட வேண்டிய உடல். மிகக் கடுமையான வைரஸ் தாக்குதலுக்கு உள்ளான தேகம். வெளியே பரவினால் விபரீதம்.

மூடிய மின்சார மயான அறையில் உடலை எரித்துவிட்டுப் புகையை நீண்ட குழாய்கள் மூலம் கிருமி திரும்பி வராத உயரத்துக்குக் கொண்டுபோய் விட்டுவிட்டார்கள்.

அவர் இறந்த நான்காவது நிமிடம் எரிக்கப்பட்டுவிட்டார். அப்புறம் தெரிந்தது. அவரை சார்ஸ் தாக்கியிருந்தது.

சீனாவில் செய்திகளுக்குத் தணிக்கை உண்டு. அரசாங்கம் சொல்ல விரும்பாத எந்தச் செய்தியும் பத்திரிகை, தொலைக்காட்சிகளில் வராது. ஆனால் சார்ஸ் வைரஸ், சீன கம்யூனிஸ்ட் அரசாங்கத்தைவிட சக்தி மிக்கதாக இருந்தது. எனவே குவாங்டாங்கில் இறந்த வயசாளியைப் பற்றிய செய்தி வைரஸைப் போலவே அதிவேகத்தில் பரவத் தொடங்கியது. சார்ஸ், சார்ஸ், சார்ஸ்.

இல்லை, இல்லை, இல்லை என்றது அரசாங்கம். ஆமாம், ஆமாம், ஆமாம் என்று அடுத்தடுத்த மரணங்கள் சொல்லிக்கொண்டே இருந்தன. உலக சுகாதார அமைப்பு *(World Health Organization)* சீனா உள்பட அனைத்து தேசங்களுக்கும் இடைவிடாமல் எச்சரிக்கை செய்துகொண்டே இருந்தது. அதன் பிரதிநிதிகள் அபாயம் பாராமல் தேசம் தேசமாகச் சுற்றி, விழிப்புணர்வுப் பிரசாரம் மேற்கொண்டார்கள். துரதிருஷ்டவசமாக *WHO*வின் ஊழியரான கார்லோ உர்பானி என்பவரே இத்தகைய பயணத்தில் ஒரு சமயம் சார்ஸ் தாக்கி அகால மரணமடைய, சீன மக்களின் அச்சம் உச்சத்தைத் தொட்டது.

சீனாவில் இந்த அச்சம் மக்களுக்கு வந்துவிடக்கூடாது என்று அரசாங்கம் கவலைப்பட்டது. முதல் சார்ஸ் மரணம் நிகழ்ந்து மூன்று நான்கு மாதங்கள் ஆகியிருந்தன. *2003* மார்ச். நிச்சயமாக வேறு சில மரணங்கள் சம்பவித்திருக்கலாம் என்று எல்லோருமே

எதிர்பார்த்தார்கள். ஆனால் இணையம் உள்பட அனைத்து ஊடகங்களுக்கும் கடிவாளம் போட்டுவைத்திருந்தது அரசாங்கம். ஆனால் ஆங்காங்கே யார் செத்துப் போனாலும் சார்ஸ் காரணமா என்ற பேச்சை மட்டும் தடுக்க முடியவில்லை. சீனாவுக்குப் புதிய பெருந்தலைவர் வந்திருந்தார். ஹூ ஜிண்டோ. பதவிக்கு வரும்போதே அவருக்குப் பெரிய தலைவலியாக சார்ஸ் இருந்தது. எப்படிச் சமாளிக்கப்போகிறார்?

மக்கள் ஆர்வமுடன் காத்திருக்க, ஹூ ஜிண்டோ பதவியேற்ற சில தினங்களிலேயே தேசத்தின் சுகாதாரத்துறை அமைச்சர் ஜாங் வெங்காங் முதல் முறையாக நாட்டு மக்களுக்கோர் நற்செய்தியை அறிவித்தார். யாரும் பயப்பட வேண்டாம். உலகம் வதந்தி பரப்புகிறது. சீனாவை சார்ஸ் பெரிய அளவில் பாதிக்கவில்லை. இறந்தது இதுவரை முப்பத்தியேழு பேர்தான்.

அது அதிர்ச்சியின் உச்சத்தைத் தொட்ட தருணம். முதல் முறையாக அரசு பேசுகிறது. சார்ஸே கிடையாது என்று சொல்லிக்கொண்டிருந்த அரசு. சீனாவில் சார்ஸ் மரணமே இல்லை என்று சொல்லிக்கொண்டிருந்தார்கள். ஆனால் முப்பத்தியேழு மரணங்கள்! அடக்கடவுளே.

கெட்டிக்காரன் புளுகு நாற்பத்தி எட்டு மணி நேரம். ஜியாங் யான் என்றொரு டாக்டர் முதல் முறையாக என்ன ஆனாலும் சரி என்று சீனாவின் உண்மை நிலவரம் பற்றி ஒரு கட்டுரை எழுதி வெளியிட்டார். சார்ஸ் பாதித்திருப்பது உண்மை. பெய்ஜிங்கில் வைரஸ் மிக வேகமாகப் பரவிக்கொண்டிருக்கிறது. ராணுவ மருத்துவமனைகளுக்கு அரசாங்கம் மிரட்டல் விடுத்திருக்கிறது. வெளியே சொன்னால் விபரீதம். சொல்லாமல் அமுக்கு என்று சொல்லியிருக்கிறார்கள். ஆனால் நான் ஒரு டாக்டர். சொல்லாமல் இருக்க முடியவில்லை. மக்களே ஜாக்கிரதை. இதுவரை எழுநூறுக்கும் மேற்பட்ட மரணங்கள் சம்பவித்துவிட்டன. சொல்லிவிட்டார்.

எனவே வேறு வழியில்லாமல் சுகாதார அமைச்சர் தனது மரண எண்ணிக்கையை மாற்றி அறிவிக்க வேண்டியதானது. முப்பத்தி ஏழு என்றா சொன்னேன்? மன்னிக்கவும். முன்னூற்று முப்பத்தி ஏழு. ஒரு மூன்று விடுபட்டது அச்சுப்பிழை அல்லது இச்சப்பிழை.

அவ்வளவுதான். சீன தேசமே வெறிச்சோடிப் போய்விட்டது. மக்கள் நகரங்களைவிட்டு கிராமப் பகுதிகளுக்கு இடம்பெயர ஆரம்பித்துவிட்டார்கள். அலுவலகங்கள், கல்லூரிகள், பல்கலைக் கழகங்கள், வர்த்தக நிறுவனங்கள், பள்ளிக்கூடங்கள், சாலைகள், கடைகள், ஹோட்டல்கள் அனைத்தும் வெறிச்சோடிவிட்டன. எங்கும் யாருமில்லை. ஊருக்குப் போக வழியில்லாதவர்கள் அறைக்குள் சுருண்டுகொண்டார்கள். பூட்டிய கதவைத் திறப்பதில்லை.

அவர்களுக்கு சார்ஸைவிடப் பெரிய அபாயமாகத் தெரிந்தது அரசாங்கம் சொன்ன பொய். தன்னைப் பாதுகாத்துக்கொள்வதற்காக மக்களைப் பழிவாங்குவதா?

ஆனால் அது பற்றியெல்லாம் கவலைப்பட்டுக்கொண்டிருக்க அவகாசமில்லை. சீன அரசு பிசாசு வேகத்தில் சார்ஸை ஒழிக்க நடவடிக்கைகள் மேற்கொள்ள ஆரம்பித்தன. வதந்திகளை ஒழிப்பது கஷ்டம். வைரஸை ஒழித்துவிடலாம். ஆராய்ச்சியாளர்களே என்ன செய்துகொண்டிருக்கிறீர்கள்? எங்கிருந்து இது பரவுகிறது? எதனால் வருகிறது? என்ன விதமான தடுப்பு நடவடிக்கைகள் எடுக்க வேண்டும்?

சீனத்து ஆராய்ச்சியாளர்கள் கூட்டிக்கழித்துக் கணக்கெல்லாம் போட்டுவிட்டு இறுதியில் ஓர் அறிக்கை தந்தார்கள். அது மக்களுக்கு வழங்கப்பட்டது.

அன்பான மக்களே, யாரும் அச்சப்படவேண்டாம். மூன்று காரியங்களை மட்டும் தவறாமல் செய்யுங்கள். நிறைய ஆரஞ்சு ஜூஸ் குடியுங்கள். பாட்மிண்டன் விளையாடிக்கொண்டே இருங்கள். மூன்றாவதும் முக்கியமானதுமான விஷயம், தவறியும் கொஞ்ச நாளைக்குப் பூனைக்கறி சாப்பிடாதீர்கள்!

தேசமெங்கும் குண்டு குண்டாகப் பூனை படம் போட்டு அதைக் குறுக்கால் X வடிவில் அடித்து போஸ்டர் ஒட்டினார்கள்.

மக்கள் மூச்சடைத்துப் போனார்கள். பூனையில்லாத உணவைவிட சார்ஸ் வந்து செத்துப்போகலாமே? தலையில் கைவைத்து உட்கார்ந்துவிட்டார்கள்.

37. குரங்கு சூப்

நீங்கள் ஓர் அதிதீவிர அசைவராக இருந்தால்கூட சீனாவுக்கு முதல் முறை சென்றீர்களானால் உங்களை ஒரு சைவ உணவுக்காரராக உணரவேண்டிவரும். மிஞ்சி மிஞ்சிப்போனால் நம்மால் என்ன சாப்பிட முடியும் அசைவத்தில்? ஆடு, மாடு, பன்றி, கோழி, வாத்து, மீன் வகையறாக்களைத் தாண்டி இந்திய அசைவம் பெரும்பாய்ச்சல் நிகழ்த்தியதில்லை. ஒருபோதும்.

சீனா இதற்கு நேர் மாறானது. சாலை வாகனங்கள், தண்டவாள வாகனங்கள், நீர் வாகனங்கள், ஆகாய விமானங்கள் என்னும் நான்கு இனம் தவிர, உலகில் அசையக்கூடிய இயல்புள்ள, 'உயிர்' என்ற ஒன்றுள்ள அனைத்தும் அவர்களுக்கு உண்பதற்கான பண்டங்களே. வெரைட்டியாக ஏழெட்டுவித மாமிசங்கள் இல்லாமல் அவர்களுக்கு உணவு இறங்காது. நீங்கள் சீனாவுக்குப் போய், 'இதைச் சாப்பிட மாட்டேன், அது பிடிக்காது' என்று உணவைத் தேர்ந்தெடுப்பதில் ஏகப்பட்ட கெடுபிடிகள் காட்டினால் அவர்கள் துடித்துப் போய்விடுவார்கள். உங்கள்மீது முதலில் அபாரமான பரிதாப உணர்ச்சி வரும் அவர்களுக்கு. அடுத்தபடியாக, இந்தியர்களுக்குச் சரியான உணவு என்பதே கிடையாது போலிருக்கிறது என்று நினைப்பார்கள். மூன்றாவதாக, உங்களைத் தம்மால் ஒழுங்காக உபசரிக்க முடியாதது பற்றி வருத்தப்படுவார்கள். இதைப்பற்றிய அடிப்படைகள் தெரியாமல் சீன ஹோட்டல்களுக்குச் சென்று விட்டால் கொஞ்சம் பிரச்னைதான்.

சில வருடங்களுக்கு முன்னால் சென்னை எல் அண்ட் டி நிறுவனத்தில் பணியாற்றும் ஜகந்நாதன் என்னும் இஞ்சினியர் ஒருவர் தொழில் நிமித்தமாக சீனாவுக்கு இரண்டுவார

சுற்றுப்பயணம் சென்றார். சீனாவின் அபாரமான மைனஸ் பதினைந்து டிகிரி குளிருக்குப் பாதுகாப்பாக ஜாக்கெட்டுகள் எடுத்துக்கொண்டு போகவேண்டும் என்று தெரிந்திருந்த அவருக்கு, சைவ உணவு என்றால் என்னவென்றே தெரியாத சீன தேசத்தில் பதினைந்து நாள் சுத்த சைவனாகக் குப்பை கொட்டுவது எப்படி என்று தெரிந்திருக்கவில்லை. எந்த ஊரானாலும் பிஸ்கட், பொறை, பிரெட் கிடைக்காதா என்ன? பார்த்துக்கொள்ளலாம் என்று நினைத்துப் புறப்பட்டுவிட்டார்.

அது மிகப்பெரிய தவறு என்று பெய்ஜிங் போய் இறங்கிய அன்றே அவருக்குப் புரிந்தது. சீனர்களுக்கு இந்த பிரெட் கலாசாரம் அவ்வளவாகப் பிடிக்காது. நம் ஊரில் இருப்பதுபோல் மூலைக்கொரு பேக்கரியெல்லாம் அங்கே கிடையாது. உணவு என்றால்சாதம்தான். நம்மைக்காட்டிலும் மிகஅதிகமாகஅரிசியைப் பயன்படுத்துபவர்கள் அவர்கள். விசேஷம் என்னவென்றால் அவர்கள் ஊரில் அரிசி ஒன்றுதான் ஒரே சைவ வஸ்து. ஆனால் அது வெந்து முடித்த மறுகணமே அதற்கு சமாஸ்ரயணம் பண்ணி, அசைவமாக்கிவிடுவார்கள். அவசரத்துக்கு அசைவ கிரேவி ஏதும் கிடைக்காவிட்டாலும் இரண்டு முட்டையையாவது உடைத்து அதன் தலையில் ஊற்றாவிட்டால் அவர்களுக்கு சோறு இறங்காது.

இந்த விஷயம் ஜகந்நாதனுக்குத் தெரியாது. யாரும் சொல்லியிருக்கவில்லை. எனவே பெய்ஜிங் போய் இறங்கிய கணத்தில் ஆரம்பித்த அவரது பசி, முதல் நாள் இரவு வரை நீடித்தது. என்ன சாப்பிடுவது? எங்கே சாப்பிடுவது? புரியவில்லை. அவருக்குச் சீன மொழி தெரியாது. ஆனால் தமிழ், ஹிந்தி, ஆங்கிலம் என்று மூன்று மொழிகளும் நன்றாகத் தெரியும். அது பற்றியெல்லாம் சீனர்களுக்கு அக்கறையில்லை. அவர்களுக்குத் தெரிந்த மொழி ஒன்றுதான். சீனாவில் ஆங்கிலம் தெரிந்தவர்கள் அப்போது வெகு சொற்பம்.

சாப்பிட ஏதாவது வேண்டும். ஆனால் சைவ உணவு. என்ன கிடைக்கும்? திரும்பத் திரும்பக் கேட்டுப்பார்த்து பிஸ்கட் தவிர வேறெதுவும் அகப்படாமல் தவிக்க ஆரம்பித்தார். நகரில் ஏராளமான ஹோட்டல்கள் உண்டு. மிகக் குறைந்த விலையில் உணவு கிடைக்கும் தரமான ஹோட்டல்களும் மிக அதிக விலை உணவுகள் உள்ள தரமான ஹோட்டல்களும் சீனாவில் அதிகம். மட்டரக ஹோட்டல் என்பதே இல்லாத தேசம் அது.

பெய்ஜிங் வீதிகளில் ஜகந்நாதன் நடக்க ஆரம்பித்தார். நிறைய ஹோட்டல்கள். அழகாக, நவீனமாக, அன்பாக வரவேற்கும் ஹோட்டல்கள். என்னவாவது முயற்சி செய்துதானே தீரவேண்டும்? ஒரு ஹோட்டலுக்குள் நுழைந்து வட்ட மேசை ஒன்றில் அமர்ந்தார். சீன ஹோட்டல் மேசைகளில் விரிப்புகள் இருக்காது. கைக்குட்டைகளோ, பேப்பர் கர்ச்சிப்களோ கிடையாது. அது கலாசார விரோதம். அழகான வட்டவடிவ வழுவழு மர மேசைகள்.

ஐயா நல்வரவு. என்ன சாப்பிடுகிறீர்கள்?

‘மெனு கார்ட் இருக்கிறதா?’ என்றார் ஜகந்நாதன். ஹோட்டல் சிப்பந்திக்கு இம்மாதிரி வெளிநாட்டு விருந்தினர்களை ஏற்கெனவே அறிமுகமுண்டு. எனவே வினோத ஜந்துவைப் போல் பார்க்காமல் பொறுமையாக விளக்கினார். சீனாவில் மெனு கார்ட் கலாசாரம் கிடையாது. அதோ அங்கே பாருங்கள். உணவு வகைகள் வரிசையாக அணிவகுத்திருக்கின்றன. உங்களுக்கு என்னவேண்டுமோ போய் சுட்டிக்காட்டினீர்கள் என்றால் கண்ணெதிரே உணவு தயாராகும். ரெடிமேட் உணவுகள் சீனாவில் கிடையாது என்று எடுத்துச் சொன்னார்.

அடடே நல்ல விஷயமாச்சே என்று ஜகந்நாதன் எழுந்து, சிப்பந்தி சுட்டிக்காட்டிய பகுதிக்குச் சென்றார்.

பெரிய பெரிய கண்ணாடித் தொட்டிகளில் அழகழகான, விதவிதமான மீன்கள் நீந்திக்கொண்டிருந்தன. சுட்டிக்காட்டினால் அப்படியே எடுத்துப் பொரித்துத் தந்துவிடுவார்கள். மீன் வரிசை முடிந்ததும் பாம்பு வரிசை. உயிருள்ள பாம்புகள் கண்ணாடிக் கூண்டுகளில் நெளிந்துகொண்டிருந்தன. நல்ல பாம்பு முதல் கெட்ட பாம்புவரை ஒரு நூறு வெரைட்டி.

‘விஷம் உள்ள பாம்புகளா?’ பதற்றத்துடன் கேட்டார் ஜகந்நாதன்.

‘ஆம். விஷத்தையெல்லாம் எடுத்துவிடுவோம். கவலைப் படாதீர்கள்.’ என்று அக்கறையுடன் பதில் சொன்ன ஊழியருக்கு ஜகந்நாதன் புடலங்காய் கூடச் சாப்பிடாத ஜந்து என்பது தெரியாது.

பாம்பு வரிசைக்கு அப்புறம் பூரான் வரிசை. பல்லி வரிசை. தவளை, நத்தை வரிசைகள், வெட்டுக்கிளி வரிசை. ஆடு, மாடு, கோழி, வாத்து வகையறாக்கள் அங்கே கிடையாது. ஹோட்டலுக்குப் பின்புறம் தனியே அவை இருக்கும். போய் தேர்ந்தெடுக்கலாம். பூனை

வேண்டுமென்றால் ஸ்பெஷலாக ஆர்டர் கொடுக்கவேண்டும். அது நாட்டுப்புற உணவு. சமைப்பது கொஞ்சம் கஷ்டம். லேட் ஆகும். ஆனாலும் அதுவும் கிடைக்கும்.

ஜகந்நாதன் அதிர்ச்சியடைந்தது இவை எதைப் பார்த்துமல்ல. ஓரிடத்தில் ஏகப்பட்ட கருங்குரங்குகள் ஒரு பெரிய கூண்டுக்குள் இருந்தன. கராமுராவென்று கத்திக்கொண்டும் விளையாடிக் கொண்டும் இருந்த குரங்குகள். ஆண்டவா, குரங்கைக்கூடவா சாப்பிடுகிறார்கள்?

'நோ சார். குரங்குக் கறி இங்கே கிடையாது. ஆனால் குரங்கு சூப் உண்டு. அங்கே பாருங்கள்...'

சப்ளையர் சுட்டிக்காட்டிய இடத்தில் ஒரு மனிதர் டேபிள் எதிரே உட்கார்ந்திருந்தார். அவரது மேசைமீது மினியேச்சர் கில்லட்டின் மாதிரி ஒரு கருவி கொண்டுவந்து வைக்கப்பட்டது. வினாடிகளில் ஒரு சிப்பந்தி கருங்குரங்கு ஒன்றைப் பூனைக்குட்டியை ஏந்துவது போல் ஏந்தி எடுத்து வந்து அந்தக் கருவியில் நிறுவி, போல்ட்டுகளை முடுக்கினார்.

குரங்கு கத்த ஆரம்பித்தது. சுப்! சும்மா இரு. செல்ல அதட்டல்கள் குரங்குகளுக்குப் புரிவதில்லை. உடலை இறுக்கிய போல்ட்டுகளை எப்படியாவது பிடுங்கி எறிந்துவிட்டு ஓடுகிற அவசரத்தில் இருந்தது அது.

சிப்பந்தி பட்டுத்துணியால் மூடிய தட்டு ஒன்றை எடுத்துவந்து கஸ்டமரின் அருகே வைத்துவிட்டு, 'நான் உதவி செய்யட்டுமா? அல்லது நீங்களே பார்த்துக்கொள்வீர்களா?' என்று கேட்டார்.

கஸ்டமர், சப்ளையரையே உதவச் சொல்லிக் கேட்டார். உடனே சப்ளையர் அந்தப் பட்டுத்துணி மூடிய பீங்கான் ப்ளேட்டைத் திறந்தார். உள்ளே மெல்லிய ரேசர் ப்ளேடு ஒன்றும் ஸ்டிராக்கள் இரண்டும் இருந்தன.

பிளேடை ஒரு பூவைத் தொடுவதுபோல் தொட்டு எடுத்தவர் கணப்பொழுதில் குரங்கின் கழுத்தில் சரக்கென்று ஒரே கீறல். தலை தனியே வந்துவிட்டது. அதை இன்னொரு தட்டில் ஏந்தி எடுத்துக்கொண்டு, ஸ்டிராவை எடுத்து கழுத்துக்குள் நுழைத்துக் கொடுத்துவிட்டு வணங்கி விடைபெற்றுச் சென்றுவிட்டார்.

கஸ்டமர் தனது விருப்பமான குரங்கு சூப்பை அருந்த ஆரம்பித்தார்.

‘குரங்கு சூப் உடம்புக்கு நல்லது. சூட்டைத் தணிக்கும். அஜீரணக் கோளாறுகளைப் போக்கும். நரம்புகளுக்குப் புத்துணர்ச்சி தரும். டேஸ்ட் செய்து பார்க்கிறீர்களா?’ வெலவெலத்து நின்றிருந்த ஜகந்நாதனிடம் ஹோட்டல் சிப்பந்தி கேட்டார்.

ஒரு கணம் தயங்கிய ஜகந்நாதன் கண்ணை இறுக மூடிக்கொண்டு ‘ஜெய் ஹனுமான்!’ என்று கத்தியபடியே ஹோட்டலை விட்டு வெளியே பாய்ந்து ஓடத் தொடங்கினார். அவரது பசி அவருக்கு முன்னால் போய்விட்டிருந்தது!

38. ஏழு கட்டளைகள்

எல் அண்ட் டி ஜகந்நாதன் சீனாவில் என்ன சாப்பிட முடிந்தது என்பது நமக்கு முக்கியமல்ல. சீனர்கள் என்ன சாப்பிடுகிறார்கள் என்று தெரிந்துகொள்வதே நமக்கு முக்கியம். அதற்கு ஓர் அறிமுகமாக மட்டுமே அந்தக் கதை.

ஹிந்து பத்திரிகையின் பெய்ஜிங் நிருபராக ஐந்தாண்டு காலம் பணியாற்றிய பல்லவி ஐயர் சமீபத்தில் தனது அனுபவங்களை ஒரு புத்தகமாக எழுதி வெளியிட்டார். *[சீனா: விலகும் திரை]* அதிலும் சீன உணவுகள் பற்றிக் கொஞ்சம் விஷயங்கள் இருக்கின்றன. படு சுவாரசியமான அந்தத் தகவல்களையும் தெரிந்துகொண்டு இன்னும் உள்ளே செல்வது சற்றுப் பொருத்தமாக இருக்கும்.

பல்லவி, டெல்லியில் வளர்ந்த பிராமண குடும்பத்துப் பெண். ஆனாலும் அசைவமோ, மதுவோ அவருக்குப் புதிதல்ல. ஆனாலும் சீனாவுக்குப் போனபோது அவர்கள் பிராண்ட் அசைவம் பல்லவியையும் சற்று அசைத்தே பார்த்திருக்கிறது!

நம் ஊரில் கோழி சாப்பிடுபவர்கள் இருக்கிறார்கள். ஆனால் கோழியின் பாதத்தைத் தொடமாட்டார்கள். தூக்கியெறிந்து விடுவார்கள். மட்டன் பிரியாணி, ஆட்டுக்கால் சூப், பாயா அது இது என்று ஆட்டை விதவிதமாக நமக்கு ருசிக்கத் தெரியும். ஆனால் ஆட்டின் குடலைச் சாப்பிடக்கூடியவர்கள் இந்தியாவில் யாரும் கிடையாது. கடலுணவு என்று மீன்கள் முதல் நத்தை வரை பலவற்றைச் சாப்பிடுவார்கள். ஆனால் திமிங்கலம்? ஆக்டோபஸ்? வாய்ப்பே இல்லை அல்லவா!

இதெல்லாம் சீனர்களுக்குப் புரியாத விஷயம். அவர்களுக்குக் கடலுணவு என்றால் கடலில் வசிக்கக்கூடிய அனைத்தும்

அடங்கியதுதான். எம்பெருமான் புதிதாக என்னவாவது ஒரு ஜீவராசியை உற்பத்தி செய்து நீந்த விட்டிருக்கும் விஷயம் தெரியவந்தாலும் உடனே ஆள் அனுப்பி எடுத்து வரச்சொல்லி ருசித்துப் பார்த்துவிடக்கூடியவர்கள். சீனாவில் ஆக்டோபஸ் பிரியாணி ரொம்ப ஃபேமஸ்!

தொழில் நிமித்தமாக, வியாபாரம் அல்லது அரசியல் காரணங்களுக்காகச் சீனாவுக்குச் செல்லும் இந்தியர்கள் [அநேகமாகப் பல வெளிநாட்டினர்கள்] அடையும் முதல் கலாசார அதிர்ச்சி உணவிலிருந்துதான் ஆரம்பிப்பது வழக்கம். உலகமெல்லாம் சூப் குடித்துவிட்டு சாப்பாட்டுக்கு வரும் என்றால் சீனாவில் தலைகீழ். முழுச் சாப்பாட்டை முடித்துவிட்டுத்தான் சூப் கிண்ணத்தைக் கையில் ஏந்துவார்கள். பெரும்பாலும் அது நத்தை சூப்பாக இருக்கும். விருந்தினர்களுக்கு, குறிப்பாக வெளிநாட்டு விருந்தினர்களுக்கு விருந்து முடிவில் நத்தை சூப் அளிப்பது மாபெரும் கௌவரமாக அங்கே கருதப்படுகிறது.

ஆனால் நம்மவர்கள் சீனாவுக்குச் செல்லும்போது இந்த நத்தை சூப்பைப் பார்த்ததுமே வாயிலும் வயிற்றிலும் அடித்துக்கொண்டு எழுந்தோடி விடுவார்கள். தக்காளி சூப்பில் கார்ன் ஃப்ளேக்ஸை மிதக்க விடுவதுபோல் அவர்கள் அரிசி அல்லது ஜவ்வரிசி சூப்பின்மீது வறுத்த நத்தைகளை மிதக்கவிட்டு, மிளகு தூவிச் சாப்பிடுவார்கள்.

பல்லவி சீனாவில் இருந்த காலம் வரை ஜைன மதம் பற்றியும் ஜைனர்களின் உணவு குறித்தும் பல பேருக்கு விளக்கிச் சொல்ல முயற்சி செய்து படுதோல்வியடைந்திருக்கிறார். சைவ உணவு என்பதே சீனர்களுக்கு முதலில் புரியாத விஷயம். [மிகச் சமீப காலமாக ஷாங்காய் நகரில் மட்டும் ஒரு சில இடங்களில் காய்கறிகளை மட்டும் உபயோகித்து - ஆனாலும் முட்டை உண்டு - சிலவகை உணவுகளை இந்திய சைவர்களுக்காகவே தயாரிக்கிறார்களாம்.] அதிலும் ஜைனர்களின் வெஜிடேரியனிசம் இன்னும் தீவிரமானது. அவர்கள் கிழங்குகளைச் சாப்பிடமாட்டார்கள்.

உயிர்வதை கூடாது என்பதுதான் இதன் அடிப்படை. மரம், செடி, கொடிகளுக்கும் உயிருண்டு அல்லவா? கிழங்குகள் வேண்டுமென்றால் வேரோடு பறித்தாக வேண்டும். அப்படியானால்

அதுவும் உயிர் வதையே அல்லவா? இதுதான் கிழங்கு கூடாது என்பதன் உட்பொருள். உயிர்வாழ என்னத்தையாவது தின்று தொலைக்க வேண்டியுள்ளது என்பதால் நாம் பறித்தாலும் மீண்டும் வளரக்கூடிய செடி கொடிகளிலிருந்து கிடைக்கும் காய்கறிகளை மட்டுமே அவர்கள் உண்பது வழக்கம்.

தமிழகத்தில் முற்காலத்தில் சில பிராமணக் குடும்பங்களிலும் இந்த வழக்கம் இருந்திருக்கிறது. பழைய பாட்டிமார்கள் வெங்காயம், பூண்டு, உருளைக்கிழங்கு போன்றவற்றை உணவில் சேர்க்கமாட்டார்கள். இதற்கு 'ஆசாரம்' என்று பெயர் கொடுத்திருந்தார்கள். அந்த ஆசாரத்தின் அடிப்படை இதுதான். உயிர்வதை கூடாது.

ஆனால் இதனை எப்படி விவரித்தாலும் சீனர்களுக்குப் புரியாது என்பதற்கு அவர்களது கலாசாரமன்றி வேறு காரணமில்லை. எதையும் சாப்பிடலாம். எல்லாவற்றையும் சாப்பிட வேண்டும்.

வில்லியம் ட்யூக்கர், ஜாக்சன் ஸ்பீகல்வோகல் என்னும் இரண்டு ஸ்பெயின் தேசத்து வரலாற்றாசிரியர்கள் சீனாவுக்குச் சுற்றுப்பயணம் செய்துவிட்டு வந்து எழுதிய ஒரு நூலில் சீனர்களின் 'சாப் ஸ்டிக்' பற்றிப் பக்கம் பக்கமாக மாய்ந்து போகிறார்கள்.

ஒல்லியாக, உயரமாக இருக்கும் இரண்டு குச்சிகள். அதில்தான் அவர்கள் சாப்பிடுவார்கள். தட்டில் சாதம், கறிவகைகள் என்ன இருந்தாலும் சரி. இரண்டு குச்சிகள் போதும் சீனர்களுக்கு. சிவமணி டிரம்ஸ் வாசிக்கும் லயத்தில் அவர்கள் கபகபவென்று அள்ளியெடுத்து சாப்பிட்டு முடித்துவிடுவார்கள்.

குச்சியில் எப்படி சாதத்தை எடுக்கிறார்கள்? பெரிய வித்தையல்ல. பழகினால் வந்துவிடும். யாருக்கு வேண்டுமானாலும். ஆனால் பழகுவதற்குப் பொறுமை வேண்டும். சீனாவில் நீங்கள் எந்த ஹோட்டலிலும் ஸ்பூன், ஃபோர்க் வகையறாக்களைப் பார்க்க முடியாது. கேட்டாலும் கிடைக்காது. அவர்கள் கையாலும் சாப்பிடுவதில்லை. எதுவானாலும் இரண்டு குச்சி.

உணவில் ஒரு பருக்கைகூட டேபிளில் சிந்தாது. சீனாவில் உணவு தயாரிப்பது மட்டுமல்ல. சாப்பிடுவதும் ஒரு கலைதான் என்று வியக்கிறார்கள் இந்த இரண்டு சரித்திர ஆசிரியர்கள்.

என்ன பிரச்னை என்றால் சீனாவுக்குப் போய் உணவின் கலோரிக் கணக்கையெல்லாம் பார்த்துக்கொண்டிருக்க முடியாது. மிருகங்களின் எந்த உடல் பாகத்தையும் அவர்கள் உணவிலிருந்து விலக்குவதில்லை என்பதாலும், ருசிக்காக ஏராளமான மசாலா பொருள்களையும் எண்ணெய், வெண்ணெய் போன்றவற்றை சகட்டுமேனிக்குப் பயன்படுத்துவார்கள் என்பதாலும், சிலவகை சீனப் பிராணிகள் மிக அதிக அளவு கொழுப்பை, சாப்பிடுபவருக்கு அளிக்கவல்லவை என்பதாலும், ஒரு சீன ஃபுல் மீல்ஸ் என்பது நமது இரண்டு நாள் உணவு அளவுக்கு கலோரிகளைக் கொண்டதாகவே பெரும்பாலும் அமைந்துவிடும்.

இதனால் சமீப காலமாக கொலஸ்டிரால் பிரச்னையால் அவதியுறும் சீனர்களின் எண்ணிக்கை கணிசமாக அதிகரித்திருப்பதாகச் சொல்கிறது உலக சுகாதார அமைப்பின் ஓர் ஆய்வறிக்கை. சீனர்களிடையேயும் இது பற்றிய விழிப்புணர்வு கொஞ்சம்போல் ஏற்பட்டிருக்கிறது. இப்போதெல்லாம் ஆரோக்கியம் பேண உணவில் கடைப்பிடிக்க வேண்டிய ஏழு அம்சங்கள் என்றொரு கோஷம் சீனாவெங்கும் ஒலிக்கத் தொடங்கியிருக்கிறது.

சீனர்களைப் போலப் பலான பலானதையெல்லாம் நாம் சாப்பிடுவதில்லை என்றாலும் இந்த ஏழு பாயிண்டுகளை நாம்கூடப் பின்பற்றப் பார்க்கலாம். கொஞ்சம் உருப்படியாகவே இருப்பதாகத் தெரிகிறது.

சாப்பிடுவதற்கு மூன்று வேளையும் ஏதாவது ஒரு குறிப்பிட்ட நேரத்தைக் குறியுங்கள். ஒருபோதும் அந்த நேரத்துக்கு முந்தியோ, பிந்தியோ சாப்பிடாதீர்கள். ஒரே நேரத்தில் தினமும் சாப்பிட உட்கார்ந்தால், உடல் அந்த நேரத்து உணவுக்கும் அடுத்த வேளை உணவுக்குமான இடைவெளியைச் சரியாகக் கணித்து, அதற்கேற்ப ஜீரண சுரப்பிகளை வேலைவாங்கி, பக்குவமாக்கி வைக்கும். இது ஆரோக்கியம் வளர்க்கும்.

சமைத்த உணவை மட்டுமே சாப்பிடுங்கள். பச்சைக் காய்கறிகள், பச்சைக் கீரைகள் வேண்டாம். அதிக சூடாகவோ, அதிகக் குளிர்ச்சியாகவோ உணவு இருக்கக்கூடாது. மிதமான சூட்டில் சாப்பிடுவதே நல்லது. இதுவும் ஜீரணக் கோளாறுகளைத் தவிர்க்க உதவும்.

அள்ளி அடைத்துக்கொள்ளாதீர்கள். மெதுவாக, ரசித்துச் சாப்பிடுங்கள். ஒவ்வொரு பருக்கை சோறையும் மென்றுதான் தின்ன வேண்டும். அப்படியே முழுங்குவது தகாத செயல். *[நொறுங்கத் தின்றால் நூறு வயது என்று நம் ஊரிலும் சொல்வார்கள்.]*

ஒவ்வொரு வேளையும் *70* சதவீதம் மட்டுமே வயிறு நிரம்பும்படி உண்ணவும். கொஞ்சம் காலியிடம் கண்டிப்பாக வேண்டும்.

குளிர்பானங்களைத் தொடவே தொடாதீர். சில்லென்று என்ன சாப்பிட்டாலும் அது வயிற்றைக் கெடுக்கும். உணவுக்குப் பத்து நிமிடங்கள் முன்னால் ஒரு கப் பச்சைத் தேநீர் *[Green Tea* சீனாவில் வெகு பிரபலம். நம் ஊரிலும் கிடைக்கிறது.*]* அருந்துவது மிகவும் நல்லது.

சாப்பிட்டு முடிந்ததும் நூறு மீட்டர் தொலைவுக்கு மெதுவாக நடப்பது அவசியம். மூச்சு வாங்கக்கூடாது. மிதமான வேகம் போதும்.

சாப்பிட்ட பிறகு உடல் வருந்த வேலை செய்ய வேண்டாம். உடற்பயிற்சிகளைக் காலைச் சிற்றுண்டிக்கு முன்பாக முடித்துவிட வேண்டும்.

39. ஆப்பிரிக்க ருசி!

அமெரிக்கா, ரஷ்யா, சைனா என்று ரொம்பக் குளிரான பிரதேசங்களில் ரொம்ப நாள் உலவிக்கொண்டிருந்துவிட்டோம். இது இடம்பெயரும் நேரம். இதமான குளிர் கொஞ்சம். சரியான வெயில் கொஞ்சம். ஒரு பக்கம் பொங்கும் ஜீவ நதிகள். மறுபக்கம் வெறும் பாலைவனம். வானவில்லின் ஏழு வண்ணங்களை உணவுக்குக் கொடுத்து அழகு பார்க்கும் கூட்டம் ஒருபுறம். வாழ வழியில்லாமல் களிமண்ணைப் பிசைந்து உண்ணும் அவலம் மறுபுறம். தாவர உணவைத் தவிர இன்னொன்றைத் தொடேன் என்று வீர சபதம் செய்து வாழும் மக்கள் ஒரு பக்கம். தாவர உணவா? அப்படியென்றால்? என்று அப்பாவியாகக் கேட்கும் மக்கள் இன்னொரு பக்கம்.

ஆயிரக் கணக்கான இனக்குழுக்கள். ஆயிரக்கணக்கான பாரம்பரிய உணவுகள். நூற்றுக்கணக்கான வந்தேறிகள். எனவே நூற்றுக்கணக்கான புதிய உணவுகள். மெஜாரிடி இஸ்லாமியர்கள். ஆகவே அரபு உணவுகளின் நூதன வடிவங்கள். அடுத்தது கிறித்தவர்கள். அதனாலேயே அநியாயத்துக்கு மேற்கத்தியத் தாக்கம். கொஞ்சம் இந்திய வாசனை. அடடா, அசத்தலான அடை அவியல் வேண்டுமென்றால் நீங்கள் ஆப்பிரிக்காவுக்குத்தான் போயாக வேண்டும்!

இருண்ட கண்டம் என்று ஒரு காலத்திலும், இருப்பதிலேயே இரண்டாவது பெரிய கண்டம் என்று எப்போதும் சொல்லப்படும் ஆப்பிரிக்காவுக்கு இப்போது நாம் செல்லலாம்! இது ஓர் அபத்தம்தான். ஆப்பிரிக்க உணவு என்று பொதுவாக ஒன்றைக் குறிப்பிடவே முடியாது. அங்கே மொத்தம் அறுபத்தியொரு

நாடுகள் இருக்கின்றன. ஒவ்வொரு தேசத்திலும் ஒவ்வொரு மாதிரி சாப்பிடுவார்கள். ஊருக்கொரு ருசி, வீதிக்கொரு விதம். ஆனால் ஒரு சௌகரியத்துக்கு நாம் ஆப்பிரிக்காவை ஐந்தாக வகுத்துக்கொண்டு யார், எங்கே, என்ன சாப்பிடுகிறார்கள் என்று கொஞ்சம் அறிந்துகொண்டுவிட முடியும்.

உலகில் வேறெந்தப் பகுதியிலும் காண முடியாத அளவுக்கு ஏராளமான ஆதிவாசிக் குழுக்களைக் கொண்ட கண்டம் ஆப்பிரிக்கா. நாகரிகம் வளர்ந்து, ஆப்பிரிக்காவும் வெளியுலகத்துடன் தொடர்புகொள்ளத் தொடங்கிவிட்ட பிறகு - இன்றைக்குவரை அங்கே ஆதிவாசிகளின் உணவு முறைதான் பிரதானமாக இருக்கிறது. ஆதிவாசிகளே நாகரிகம் பழகி, பேண்ட் போடத் தொடங்கிவிட்ட பிறகும்!

இதற்குக் காரணம், அவர்களுடைய பாரம்பரிய உணவின் அதிருசி. கிழக்கு, மேற்கு, வடக்கு, தெற்கு, மத்திய ஆப்பிரிக்கா என்று புவியியல் சௌகரியத்துக்கு கண்டத்தைப் பிரித்துப் பேசுவார்கள், பொதுவாக. ஆனால் எல்லாப் பிராந்தியங்களிலும் சாப்பாட்டு விஷயத்தில் அடிப்படை ஒன்றுதான். ருசி.

உலகில் வேறெந்தக் கண்டத்திலுமே ஆப்பிரிக்க உணவின் ருசி கூடவில்லை என்று நவீன சாப்பாட்டு ராமர்கள் [உணவு வல்லுனர்கள் என்றும் பாடம்.] சத்தியமே செய்கிறார்கள். ஒரே காரணம், உணவு என்பதை அவர்கள் பெரும்பாலும் தமது கௌரவத்துடன் தொடர்புபடுத்தித் தயாரிப்பதுதான். உதாரணமாக, நீங்கள் சோகத்துக்குப் புகழ்பெற்ற சோமாலியாவுக்குச் செல்கிறீர்கள் என்று வைத்துக்கொள்வோம். யாரோ ஒருவர் வீட்டுக்கு விருந்தாளியாகச் செல்கிறீர்கள். அவர் பரம ஏழையாக இருக்கலாம். பாரம் சுமப்பவராக இருக்கலாம். பத்து பைசா வருமானமே உள்ளவராக இருக்கலாம். அதெல்லாம் ஒரு பிரச்னையில்லை.

விருந்தாளியாக ஒருவர் வருகிறார் என்றால் இருக்கிற பொருள்களைக் கொண்டு அதிகபட்சம் எத்தனை ருசியாகச் சமைக்கலாம் என்று மட்டுமே சிந்திப்பார்கள்! இது சோமாலியாவில் மட்டுமல்ல. பொதுவாக ஆப்பிரிக்க நாடுகள் அனைத்திலுமே இதுதான் வழக்கம். விருந்தினரை கௌரவிப்பது என்பது ருசி மிக்க உணவினால் மட்டுமே முடியும் என்பது அவர்களுடைய அசைக்க முடியாத நம்பிக்கை.

விருந்தினர் யாரும் வராவிட்டால்? நம்புங்கள்! ஆப்பிரிக்கக் கண்டத்தின் அடிப்படை இயல்பு, அங்கே வசிக்கும் ஒவ்வொரு மனிதரும் தம்மைப் புவியின் விருந்தினராகக் கருதுவதுதான்! இதனால் ஆப்பிரிக்க உணவுக்கு எப்போதும் ஒரு கூடுதல் ருசி இருக்கும்.

இத்தனைக்கும் அவர்கள் பெரிதும் பயன்படுத்துவது காய்கறிகள்தாம். குளிர் பிரதேசங்களில் எத்தனைக்கு எத்தனை அசைவ உணவுகள் முக்கியத்துவம் பெறுகின்றனவோ, அதற்குச் சமமாக ஆப்பிரிக்காவில் சைவக் காய்கறிகளுக்கு ஹீரோ அந்தஸ்து உண்டு. வீடுகளிலும் சரி, ஹோட்டல்களிலும் சரி, விருந்து விசேஷங்களிலும் சரி. முதலில் பத்துப்பன்னிரண்டு வித பச்சைக் காய்கறிகளை நறுக்கிப் போட்டுத்தான் உணவையே ஆரம்பிப்பார்கள். [தெற்கு ஆப்பிரிக்காவில் மட்டும் பத்திருபது வருடங்களாக இந்த வழக்கம் குறைந்துவிட்டதாகச் சொல்கிறார்கள்.] ஒவ்வொரு காய் வகையிலும் குறைந்தது இரண்டு கைப்பிடியளவு சாப்பிட்டு ஆகவேண்டும்.

அனைத்தையும் முடித்த பிறகுதான் அடுத்த ஐட்டத்துக்கே போவார்கள். காய்கறிகளுக்கு அடுத்தபடி அவர்களின் விருப்ப உணவு பால் பொருள்கள். பால், தயிர், மோர், வெண்ணெய், நெய் இனங்கள். நாமெல்லாம் என்ன பால் சாப்பிடுகிறோம்! ஆப்பிரிக்கர்கள் ஒவ்வொரு வேளை உணவுக்குப் பிறகும் தவறாமல் குறைந்தது முக்கால் லிட்டர் பால் குடிப்பார்கள். இப்பழக்கம் கிராமப்புறங்களில் இன்றைக்கும் அமோகமாக இருக்கிறது.

கிழக்கு ஆப்பிரிக்காவின் எந்த தேசத்தின் எந்த மூலைக்குச் சென்றாலும் நீங்கள் சாலைகளின் ஒரு பக்கம் பெரிய பெரிய காய்கறித் தோட்டங்களையும் மறுபக்கம் மாபெரும் பால்பண்ணைகளையும் பார்க்கலாம். ஆப்பிரிக்காவின் கொடூர வெப்பத்தில் இருந்து தங்களைக் காப்பாற்றிக்கொள்ளவும் உடலுக்குத் தேவையான ப்ரோட்டீன் மற்றும் வைட்டமின்களைத் தடங்கலின்றிப் பெறவும் காய்கறிகளும் பாலுமே உதவுகின்றன என்பது அவர்களுடைய அசைக்க முடியாத நம்பிக்கை.

வியப்பான விஷயம் என்னவென்றால் மத்திய ஆப்பிரிக்கா தவிர மற்ற பகுதிகளில் வசிக்கும் மக்கள் காரம் அதிகம் விரும்பமாட்டார்கள்.

இத்தனைக்கும் காங்கோ நதி பாயும் பகுதியில் விளையும் மசாலாப் பொருள்களும் மிளகாயும் உலகப்பிரசித்தி பெற்றவை. அவற்றை சமர்த்தாக ஏற்றுமதி செய்துவிட்டு அவர்கள் அரை ஸ்பூன் கூடுதலாக உப்பு மட்டும் சேர்த்துக்கொண்டு காய் சாதம் சாப்பிடுவதையே பெரிதும் விரும்புவார்கள்!

அரிசியோ, கோதுமையோ - இரண்டிலொன்று அடிப்படை உணவு என்பது ஆதிகாலம் முதல் இங்கேயும் இருந்துவரும் வழக்கம்தான். ஆனால் ஆப்பிரிக்க உணவின் ருசி என்பது அவர்களது சைட் டிஷ்களில்தான் உள்ளது. விருப்பமிருந்தால் அவற்றையே மெயின் டிஷ்ஷாகவும் உண்ணலாம். நூதனமான ருசிகளில் விருப்பமுள்ளோருக்கு ஆப்பிரிக்க உணவு எப்போதும் திகட்டாத விருந்து என்பதில் சந்தேகமில்லை.

ஆப்பிரிக்க உணவு கலாசாரம் என்பது, அக்கண்டத்தின் ஆதி நாகரிக வளர்ச்சி தொடங்கிய கி.மு. 3300களில் ஆரம்பித்தது. அதற்குமுன் அங்கே மக்கள் என்ன சாப்பிட்டுக்கொண்டிருந்தார்கள் என்பது பற்றிய சரியான விவரங்கள் கிடையாது. ஆனால் எகிப்தை ஒட்டிய பகுதிகளில் நைல் நதி நாகரிகம் தழைக்கத் தொடங்கியதிலிருந்து சரியான வரலாறு இருக்கிறது.

இவ்வகையில் இன்றைய ஆப்பிரிக்கக் கண்டத்தின் கலாசாரம் முழுவதுமே எகிப்திலிருந்து பரவத்தொடங்கியதே என்றும் சொல்லலாம். கி.மு. 332ல் அலெக்சாண்டர் எகிப்துக்கு வந்ததிலிருந்து கண்டத்தின்மீதான ஐரோப்பியத் தாக்கம் விழத் தொடங்கியது. அலெக்சாண்டர் தோற்றுவித்த அலெக்சாண்ட்ரியா என்ற தலைநகர், கிட்டத்தட்ட கிரேக்க கலாசாரத்தின் ஆப்பிரிக்க எடிஷன் மாதிரி இருந்தது. உணவு மட்டுமல்ல. நுண்கலைகள், விஞ்ஞானம், கணிதம், மொழி, உடை அலங்காரம் என்று பல விதங்களில் கிரேக்கத் தாக்கம் எகிப்தில் நிகழத் தொடங்கியது.

பிறகு ரோமானியர்கள் ஆப்பிரிக்கப் படையெடுப்பு நிகழ்த்திய போது அந்த ஊர்க் கலாசாரம் சப்ளிமெண்டாக வந்து இறங்கியது. இத்தாலிய உணவுகள். இத்தாலியக் கலைகள். இத்தாலியக் கலாசாரம். கிறித்தவம் ஐரோப்பாவெங்கும் பரவி ஆளத் தொடங்கியபிறகு நிகழ்ந்த படையெடுப்புகளால் ஆப்பிரிக்கா முழுதும் கிறித்தவம் வெகு வேகமாகப் பரவத் தொடங்கியது.

அதற்குமுன் இருந்த ஆதி ஆப்பிரிக்க சிறு மதங்கள், சிறு தெய்வங்கள் அனைத்தும் தம் முக்கியத்துவத்தை இழக்க ஆரம்பித்தன. திட்டமிட்ட பிரசாரம் மூலமாகவும், அரசர்களின் நிர்ப்பந்தங்கள் காரணமாகவும் ஆப்பிரிக்கா கிட்டத்தட்ட ஒரு கிறித்தவ கண்டமாகவே மாறிக்கொண்டிருந்தது.

ஆனால் கி.பி. ஏழாம் நூற்றாண்டில் இஸ்லாம் உருவாகி ஆப்பிரிக்காவுக்கு நடந்து வந்தபோது ஐரோப்பியக் கிறித்தவ ஆட்சியாளர்களால் அதற்கு எதிராக ஒன்றும் செய்ய முடியாமல் போய்விட்டது. மிகத் தீவிரமான தாக்கம். ஆப்பிரிக்கக் கண்டத்தில் இஸ்லாம் பரவிய வேகம் என்பது, மத்தியக் கிழக்கில் அது பரவிய வேகத்தைக் காட்டிலும் அதிகமானது. இன்றைக்கு மொத்த ஆப்பிரிக்க மக்கள் தொகையில் நாற்பத்தைந்து சதவீதத்தினர் இஸ்லாமியர்களே. நாற்பது சதவீதம் கிறித்தவர்கள். மிச்சமுள்ள மைனாரிடி சதவீதத்தைப் பண்டைய மக்களின் மதங்களும் மற்றவையும் பகிர்ந்துகொள்கின்றன.

இஸ்லாத்தின் பரவலுக்குப் பிறகு, நீண்ட நெடுங்காலம் கண்டம் இஸ்லாமிய ஆட்சியாளர்களின் ஆளுகைக்கு உட்பட்டிருந்ததற்குப் பிறகு ஆப்பிரிக்க உணவு கலாசாரம் என்பது பெரும்பாலும் இஸ்லாமிய உணவு கலாசாரத்தின் ஓரங்கமாகவே ஆகிப் போனது. இன்றைக்கும் ஆப்பிரிக்க சாப்பாட்டு ஸ்டைல் என்பது அரபு ஸ்டைல்தான். அதன் நிறம், மணம், குணம் அனைத்தும் அரபுப் பாணியில் அமைந்தவையே. ஆனால் இதன் தனிச் சிறப்பு என்னவென்றால், ஆப்பிரிக்கர்கள் தங்கள் பண்டைய உணவுக் கலாசாரப் பாணியை மறக்காமல் இந்தப் புதிய உணவு வகைகளுடன் அதை இரண்டறக் கலந்து ஒரு நூதனமான, புதிய இஸ்லாமிய உணவு வகையை உற்பத்தி செய்துவிட்டார்கள்.

விளைவு? உலகெங்கும் ஆப்பிரிக்கன் ஃபுட் என்றால் அதற்கொரு தனி ரசிகர் பட்டாளம் உண்டாகிவிட்டது!

40. கப்பூலோ

கென்யா, சோமாலியா, சோமாலிலேண்ட், உகாண்டா, தான்சானியா, ருவாண்டா, புருண்டி. இந்த ஏழு நாடுகளும் கிழக்கு ஆப்பிரிக்க நாடுகள் என்று அழைக்கப்படுபவை. உணவின் உச்சபட்ச ருசியை இந்தப் பிராந்தியங்களில் கண்டடையலாம் என்று பொதுவாக வல்லுநர்கள் சிலாகிப்பது வழக்கம். இது பொத்தாம் பொதுவாகத் தரப்படுகிற சான்றிதழ் என்று எதிர் வல்லுநர் கோஷ்டிகள் மல்லுக்கட்டுவதும் எப்போதும் நடக்கும். ஆனால் உணவு தயாரித்தல் என்னும் செயலுக்காக மிகவும் மெனக்கெடும் வழக்கம் இப்பகுதி மக்களுக்கு ஆதிகாலம் தொட்டு இருந்து வந்திருக்கிறது என்பது மறுக்க முடியாத உண்மை.

ஒரே ஒரு உதாரணம் சொன்னால் இது விளங்கும். சோமாலியாவில் கம்பூலோ *[Cambuulo]* என்று ஓர் உணவு ரொம்பப் பிரசித்தம். இதன் பிறப்பிடம் சோமாலியா என்றாலும் பொதுவாகக் கிழக்கு ஆப்பிரிக்க நாடுகள் அனைத்திலும் இன்று இதுவே சூப்பர் ஸ்டார். இரவு உணவு என்பது அநேகமாக கம்பூலோவாகத்தான் இருக்கும். அதிகப் பணம் காசு பார்க்காத, எளிய பாமர மக்களின் உணவாகத் தொடக்கத்தில் இருந்த கம்பூலோ வெகு விரைவில் அதன் சுவையின் காரணத்தால் சோமாலியாவின் நட்சத்திர உணவாகிப் போனது.

கம்பூலோ என்பது, அசூகி என்னும் ஒரு வித பீன்ஸ் கொட்டையை மூலப்பொருளாகக் கொண்டு தயாரிக்கப்படும் உணவு. கிழக்கு ஆப்பிரிக்க நாடுகளில் மிக அதிகம் விளைகிற, விளைவிக்கப்படுகிற பயிர் இது. அங்கே விட்டால் நமது இமய மலைச் சாரலில் சில இடங்களில் இந்த பீன்ஸ் விளையும். மற்றபடி உலகில்

வேறு எங்கு தேடினாலும் கிழக்கு ஆப்பிரிக்கத் தரத்துக்கு இந்த பீன்ஸ் கிடைக்காது. இதன் பிறப்பிடம் என்று சொல்லப்படுகிற ஜப்பானிலேயே கூட இரண்டாந்தரக் கொட்டைகள்தான் சாத்தியம்.

அது கிடக்கட்டும். நாம் கம்பூலோவைச் சமைக்கலாம். இந்த இரவு உணவைத் தயாரித்து முடிக்க அநேகமாக மூன்றிலிருந்து நான்கு மணிநேரம் ஆகும் என்பது பொதுவில் சொல்லப்படும் விஷயம். நவீன உலகில், நாகரிக ஹோட்டல்களில் ஒரு மணி நேரத்துக்குள்ளாகவே இப்போதெல்லாம் கம்பூலோ ரெடியாகிவிடுகிறது. ஆனால் கிழக்கு ஆப்பிரிக்கர்களைக் கேட்டுப் பாருங்கள்? அந்த ஹோட்டல் சரக்கெல்லாம் வாயில் வைக்கத் தரமில்லாதவை என்பார்கள். கம்பூலோவின் ருசி என்பது அது அடுப்பில் இருக்கும் நேரத்தில் பிறப்பது!

மேலே சொன்ன அசூகி பீன்ஸ் கொட்டைகளை நன்றாகக் கழுவி முதல் நாள் இரவே தண்ணீரில் ஊறவைத்துவிடுவார்கள். ஊற வைப்பதற்கு எத்தனை தண்ணீர் சேர்க்க வேண்டும் என்பதற்குக் கூடக் கணக்கு இருக்கிறது. கொட்டைகளை மூடி, அதன்மேல் ஒன்றரை இஞ்ச் அளவுக்கு மட்டுமே நீர் இருக்கவேண்டும். மிகவும் குளிர்ச்சியாக இல்லாமல், வெந்நீராகவும் இல்லாமல், வெதுவெதுப்பான நீரை ஊற்றி ஊறவைத்து, பாத்திரத்தை மூடிவிட வேண்டும்.

சமைக்கத் தொடங்குமுன் நீரை வடிகட்டி பீன்ஸை எடுத்து சமையல் பாத்திரத்தில் போட்டு, சுத்தமான வெண்ணெய் நாலு கரண்டி சேர்க்க வேண்டும். ஏற்கெனவே நன்கு ஊறி, தொட்டாலே மாவாகிவிடக்கூடிய பதத்தில் இருக்கும் கொட்டைகள், வெண்ணெயுடன் சேர்ந்து வேகத் தொடங்கும்போது [இப்போது திரும்பவும் இரண்டு தம்ளர் தண்ணீர் சேர்க்க வேண்டும்.] மெல்ல இளகி ஒரு மாதிரி திருவாதிரைக் களி வடிவத்துக்கு வரத் தொடங்கும். அப்போது அதில் கொஞ்சம் க்ரீம் சேர்ப்பார்கள். இது ருசிக்காகவும் மணத்துக்காகவும் சேர்க்கப்படுவது.

சுமார் அரை மணி முதல் முக்கால் மணி நேரம் மிகக் குறைவான சூட்டில் இது வெந்து கொண்டிருக்க வேண்டும். தண்ணீர் சுத்தமாக வடிந்தபிறகு திரும்பவும் வெண்ணெய், க்ரீம் சேர்க்கும் படலம் தொடங்கும். கூடவே அவரவர் தேவைக்கேற்ற அளவு சர்க்கரை. நம் ஊரில் உப்பு சேர்ப்பது போல இது.

இதற்கு மேலே ஏலக்காய், லவங்கம், ஜாதிக்காய், முந்திரிப் பருப்பு என்று என்னவாவது சேர்க்க விரும்பினால் அது அவரவர் இஷ்டம். கம்பூலோவின் அடிப்படை இதுதான். கொட்டை, வெண்ணெய், க்ரீம், கொஞ்சம் சர்க்கரை.

ஆனால் சற்றும் அளவு மாறாத, மிக மிதமான சூட்டில் இதை வாணலியில் இட்டு மூன்று மணிநேரம் கிளறிக்கொண்டே இருக்க வேண்டுமென்பதுதான் விஷயம். பொதுவாகக் கிழக்கு ஆப்பிரிக்க நாடுகளில் மாலை ஆறு மணியளவில் கம்பூலோ தயாரிக்க ஆரம்பித்துவிடுவார்கள். அது போகும் ஒன்பது, ஒன்பது வரைக்கும். இரவு உணவு உண்ணப் பத்து மணிக்கு உட்கார்ந்தால் ஐட்டம் ரெடியாக இருக்கும்.

வெப்பத்தைச் சரியான அளவில் பயன்படுத்துவதன் மூலம் உணவின் ருசியைக் கூட்டுவது சாத்தியம் என்பது அவர்களது கண்டுபிடிப்பு. சளைக்கவே மாட்டார்கள். ருசி ஒன்றுதான் முக்கியமே தவிர, நேரமல்ல. உழைப்பல்ல.

குக்கூபக்கா என்று ஒரு குழம்பு இருக்கிறது. ரொம்ப ஃபேமஸ் குழம்பு அது. இங்கே திருநெல்வேலிப் பக்கம் சைவப் பிள்ளைமார் வீடுகளில் சொதி என்று ஓர் ஐட்டம் சமைப்பார்கள் தெரியுமா? அசப்பில் சாம்பார் மாதிரிதான் இருக்கும். ஆனால் முழுக்க முழுக்கத் தேங்காய்ப் பாலில் வேகவைக்கப்படுகிற விஷயம் அது. அபாரமாக ருசிக்கும். கலந்து சாப்பிடக்கூட மனம் வராது. அப்படியே எடுத்துக் குடித்துவிடலாம் போலிருக்கும்.

இந்த குக்கூபக்கா என்பது கிட்டத்தட்ட சொதிதான். ஆனால் காய்கறிகளுக்கு பதிலாக இதில் சிக்கன் சேர்ப்பார்கள். தேங்காய்ப் பாலில் வேகவைக்கப்பட்ட சிக்கன். இதைச் சமைத்து முடிக்க இரண்டரை மணிநேரம் ஆகும். பொதுவாகவே கிழக்கு ஆப்பிரிக்க நாடுகளில் அதிக சூட்டில் சமைப்பது என்னும் வழக்கம் கிடையாது. ‘ஸிம்’மில்தான் சமையல் நடக்கும். மணிக்கணக்கில் நடக்கும். அப்போதுதான் நல்ல ருசி கூடும் என்பது அவர்கள் கருத்து.

சோமாலியா, கென்யா, சோமாலிலேண்ட், தான்சானியா ஆகிய நாடுகளில் மதிய உணவில் குக்கூபக்கா கண்டிப்பாக இருக்கும். நல்ல பாசுமதி அரிசியில் சாதம் வடித்து வைத்துக்கொண்டு குக்கூபக்கா

குழம்பை ஊற்றிப் பிசைந்து அடிப்பார்கள். இதற்கு வெல்லம் தொட்டுக்கொண்டு சாப்பிடுபவர்களும் கணிசமானவர்கள். பொதுவாகவே ஆப்பிரிக்கர்களுக்கு இனிப்பு பிடிக்கும். காரத்துக்கு இனிப்பா என்று முகம் சுளிக்கக்கூடியவர்கள் மட்டும் பச்சை முள்ளங்கியையோ, புதினாவையோ, அப்பளம் போன்ற நொறுக்கு ஐட்டங்களையோ தொட்டுக்கொண்டு சாப்பிடுவார்கள்.

நமக்கும் ஆப்பிரிக்கர்களுக்கும் என்ன வித்தியாசம் என்றால், ஒரு சாம்பார், ஒரு வத்தகுழம்பு, ஒரு ரசம் இருந்தாலே நாம் நமது மதிய உணவை 'ஃபுல் மீல்ஸ்' என்று சொல்லிவிடுவோம். ஆப்பிரிக்காவில் குறைந்தது ஆறு விதமான குழம்பு வகைகள் இல்லாமல் ஒரு ஃபுல் மீல்ஸ் கிடையாது! இனிப்புக் குழம்பு முதல் இமாலயப் புளிப்புக் குழம்பு வரை வெரைட்டியாக வைத்துக்கொண்டுதான் ஆரம்பிப்பார்கள். ஏற்கெனவே பார்த்தபடி காய்கறிகள் அதிகம் இருக்கும். சூப் கண்டிப்பாக இருக்கும். எண்ணெய்ச் சேர்மானம் குறைவாகவும் இயற்கை வாசனை கூடியவரை குறையாமல் பார்த்துக்கொள்வதும் ஆப்பிரிக்கன் ஸ்டைல்.

ஒரு முக்கியமான விஷயம் உண்டு. கிழக்கு ஆப்பிரிக்க நாடுகளில் நீங்கள் மட்டன் சாப்பிட விரும்பினால் கொஞ்சம் கஷ்டப்பட வேண்டி நேரும். அதே மாதிரி மாட்டுக்கறி கிடைக்காது. பன்றிக்கறியும் கஷ்டமே. சிக்கன் என்றால் எங்கும் உண்டு. வேறு பலவித பறவை பிரியாணிகள் கிடைக்கும். பலான பலான நான்வெஜ் ஐட்டங்களில் ஆடு, மாடு பிடிப்பது மட்டும் கஷ்டம். அத்தனை சுலபத்தில் அகப்படாது.

இதற்குக் காரணம், பசுமாடு, செம்மறி ஆடு, வெள்ளாடு எல்லாம் கிழக்கு ஆப்பிரிக்கர்களைப் பொருத்தவரை பணம், தங்கம், ஷேர் சர்ட்டிபிகேட்டுகள் போன்றவற்றுக்குச் சமமான பொருள்கள். இதில் மிகையே இல்லை. உண்மையிலேயே அவர்கள் தமது சொத்து மதிப்பை எத்தனை ஆடு, மாடுகள் வைத்திருக்கிறார்கள் என்பதை வைத்தே கணக்கிடுகிறார்கள். ஒரு ஆசாமியிடம் ஐம்பது பசுக்கள் இருக்குமானால் வங்கி அவருக்குக் கண்ணை மூடிக்கொண்டு எத்தனை வேண்டுமானாலும் கடன் கொடுக்கும். வீட்டில் இரண்டு ஆட்டுக்குட்டிகள் இருந்துவிடுகிற பட்சத்தில் வீதிமுனை பெட்டிக்கடையில் கடன் சொல்லிவிட்டு நீங்கள்

மளிகை சாமான் வாங்கிச் செல்ல முடியும். வாங்கிய கடன் மூழ்கும் அபாயம் வருமானால் நம் ஊரில் வீட்டை, அசையும், அசையாச் சொத்துகளை ஏலம் விடுவார்கள் இல்லையா? அங்கே அதே மாதிரி ஆடு மாடுகளைத் தான் ஏலத்துக்குக் கொண்டுவருவார்கள். பண்டிகை தினங்களில் கண்டிப்பாகப் புதுத் துணியுடன் பசு மாடு வாங்குவது என்பது பல ஆப்பிரிக்க தேசங்களில் இன்றும் வழக்கத்தில் உள்ள விஷயம்.

பாதுகாக்கப்படவேண்டிய சொத்துகள் என்னும் பட்டியலில் ஆடு மாடுகள் அங்கே அடங்கிவிடுவதால் மட்டன் பிரியாணியோ, மாட்டுக்கறி விருந்தோ சாத்தியமே இல்லை. போனால் போகிறது என்று பால் மட்டும் கிடைக்கும். பதமாகக் காய்ச்சிக் குடித்துவிட்டுப் போகவேண்டியதுதான்!

41. கலூச்சா

ஆப்பிரிக்கக் கண்டத்திலேயே சுமார் இரண்டாயிரம் வருட, தெளிவான உணவு வரலாறு கொண்டது அதன் வடக்குப் பகுதி. எகிப்து, மொராக்கோ, அல்ஜீரியா, டுனீஷியா, லிபியா, மௌரிடானியா ஆகிய நாடுகளை உள்ளடக்கிய வடக்கு ஆப்பிரிக்காவுக்கு ஒரு சௌகரியம், அதன் கொண்டையிலிருந்து ஒரு ஹேர்பின் ஆசியாக் கண்டத்துடன் தொடர்பு கொள்வது. வடக்கு ஆப்பிரிக்கா என்று பொதுவாக ஒரு பெயரில் இந்த நாடுகள் குறிப்பிடப்பட்டாலும் தன்னளவில் சமூக, கலாசார, அரசியல் தளங்களில் ஒவ்வொன்றும் வேறுபட்டவைதான். எனவே, உணவிலும்கூட. ஆனாலும், இந்தப் பகுதி சாப்பாட்டில் எப்படியாவது, எங்கேயாவது ஒரு பொதுவான அம்சம் வந்துவிடும். காரணம், குடியேற்றங்களும் படையெடுப்புகளும்!

வியாபாரிகள், சுற்றுலாப் பயணிகள், மத போதகர்கள், ஆக்கிரமிப்பாளர்கள், வாழமுடியாமல் வெளி நாடுகளிலிருந்து இடம் பெயர்ந்து வந்தவர்கள், வேலை பார்க்க வந்தவர்கள் என்று ஆப்பிரிக்கக் கண்டத்துக்குள் யார் நிலவழியே வந்தாலும் அநேகமாக எகிப்து வழியாகத்தான் வருவார்கள். ஐரோப்பா மற்றும் மேற்காசியாவிலிருந்து கடல் மார்க்கமாக வருபவர்கள்கூட வடக்கு ஆப்பிரிக்காவில்தான் பெரும்பாலும் இறங்குவார்கள்.

உதாரணமாக கி.பி. முதல் நூற்றாண்டில் சிரியா, லெபனான் பகுதிகளில் வசித்துவந்த பொனீஷியர்கள் எகிப்துவாசிகளுக்கு சாசேஜை அறிமுகப்படுத்தினார்கள். ஏற்கெனவே பார்த்திருக்கிறோம் நினைவிருக்கிறதா? மாட்டுக்கறி அல்லது பன்றிக்கறி வடை. முதலில் ஒரு வினோதமான வஸ்துவாக இதைப் பார்த்த

எகிப்தியர்கள், மெல்ல மெல்ல அதன் ருசிக்கு அடிமையாகி தினசரி உணவில் ஒரு பகுதியாக்கிக்கொண்டார்கள். தொழில் நிமித்தம் எகிப்துக்கு வந்த டுனிஷியா மற்றும் லிபிய வியாபாரிகள் மூலம் அது வடக்கு ஆப்பிரிக்கா முழுதும் பரவி இன்றுவரை அந்தப் பிராந்தியத்தின் தனி அடையாளமாக விளங்குகிறது.

ஆனால் ஏனோ இது வடக்கைத் தாண்டி கீழே வரவில்லை. மேற்சொன்ன நான்கைந்து நாடுகளில்தான் இது பிரபலம். இதே மாதிரிதான், பண்டைய கிரேக்கர்கள் மூலம் எகிப்து வழியே பரவத்தொடங்கிய கோதுமையும் வடக்கு ஆப்பிரிக்காவின் பிரதான உணவானது. தெற்கே இன்றுவரை (நம்மைப் போல்) அரிசிதான் அங்கே முக்கியம். ஆனால் வடக்கு என்றால் கோதுமை.

ஏழாம் நூற்றாண்டில் இஸ்லாத்தை ஏற்ற அரேபியர்கள், தமது புதிய மதத்தைப் பரப்புவதற்காக ஆப்பிரிக்கக் கண்டத்துக்கு வந்தபோது அவர்கள் மூலம் நிறைய வாசனாதி திரவியங்கள் வடக்கு ஆப்பிரிக்காவுக்கு அறிமுகமானது. ஏலம், கிராம்பு, இலவங்கம், சோம்பு போன்ற பல பொருள்கள் அரேபியர்கள் மூலமே ஆப்பிரிக்கர்களுக்கு அறிமுகமாயின. காரமும் வாசனையும் கலந்த அந்தப் பொருள்கள் வடவர்களைக் கொள்ளைகொண்டுவிட்டன. விளைவாக, இன்றுவரை வடக்கு ஆப்பிரிக்க தேசங்களின் உணவில் மசாலா நெடி தூக்கலாகவும், தெற்கே அது இல்லாமலும் இருப்பது வழக்கம்.

ஒரு தமாஷ். கி.பி. எட்டாம் நூற்றாண்டின் மத்தியில் மொராக்கோவுக்கு இஞ்சி என்னும் பொருள் முதல் முதலில் அறிமுகமானது. அதன் காரத்திலும் மணத்திலும் தம்மை மறந்த மொராக்கோ மக்கள், என்னென்ன வகையிலெல்லாம் இஞ்சியைப் பயன்படுத்தலாம் என்று யோசிப்பதற்கு முன்னதாகவே மூட்டை மூட்டையாக இஞ்சி சாகுபடி செய்யத் தொடங்கிவிட்டார்கள். பொழுது விடிந்தால் ஒரு பிடி இஞ்சியை அள்ளி மென்று தின்று விட்டு, கண்ணால் தண்ணீர் விட்டபடி காலைக்கடன் கழிக்கச் செல்வது வழக்கமாக இருந்திருக்கிறது! இனிப்பு, காரம் என்ற பாகுபாடே இல்லாமல், சமைக்கும் அனைத்து ஐட்டங்களிலும் இஞ்சி சேர்த்துவிடுவார்கள். நம்மைப்போல் ஒரு துண்டு, இரு துண்டல்ல. கால் கிலோ, அரைக்கிலோ இஞ்சியில்லாமல் மொராக்கோவில் சமையலே கிடையாது.

இந்தப் பைத்தியம் அவர்களுக்கு வெகுகாலம் இருந்திருக்கிறது. பின்னாளில், ஐப்பானைத் தாக்கும் சுனாமி மாதிரி மொராக்கோ மக்களை சீதபேதி இடைவிடாது தாக்கியதன் விளைவாக இஞ்சிப் பயன்பாட்டைச் சற்றே மட்டுப்படுத்திக்கொண்டார்கள். இப்போதும் இஞ்சிருங்கோ இஞ்சிருங்கோ என்றால் கொஞ்சம் ஜொள்ளொழுகத்தான் பார்ப்பார்கள் அவர்கள்!

தனித்தனி சமையல் பொருள்களாக மட்டுமல்லாமல், அரேபிய உணவு வகைகள் அனைத்தும் வடக்கு ஆப்பிரிக்க தேசங்களில் மொத்தமாகவும் நல்ல வரவேற்பைப் பெற்றதன் விளைவு, பல நாடுகளில் வேறு வேறு பெயர்களில் இன்றைக்கு ஒரே வித உணவுப் பொருள் புழக்கத்தில் இருக்கின்றன. மொராக்கோவில் டாஞ்சியா என்று ஒரு டிபன் ஐட்டம் உண்டு. இது ஒரு விதமான பன்றிக்கறி டிஷ். பொதுவாக இதனை மொராக்கோவில் பெண்கள் சமைக்க மாட்டார்கள். வீட்டு ஆண்கள்தான் சமைப்பார்கள்.

பன்றிக்கறியைச் சுத்தம் செய்து எடுத்துக்கொண்டு பல்வேறு விதமான சேர்மானங்களுக்கு உட்படுத்தி பெரிய பாத்திரத்தில் போட்டு, வீட்டுக்குப் பின்புறம் தனி அடுப்பில் ஏற்றி, குறைந்தது இரண்டரை மணிநேரம் கிளறிக் கிளறித் தயார் செய்வார்கள். பாதாம் அல்வா பதத்துக்கு அது வந்தபிறகு ஒரு பிடி இலவங்கத்தைப் பொடி செய்து போட்டு மேலுக்கு வெல்லப்பாகெல்லாம் சேர்த்து ஜோராக மணக்க மணக்க சமைத்து எடுத்துக்கொண்டு வீட்டுக்குள் செல்வார்கள். பிறகென்ன? கூடியிருந்து குளிர்ந்தேலோரெம்பாவாய்தான்.

இந்த டாஞ்சியா மொராக்கோவில் மட்டும்தான் கிடைக்கும் என்று வெகுநாள் வரை சொல்லிக்கொண்டிருந்தார்கள். பிறகு பதினெட்டாம் நூற்றாண்டில்தான் விஷயம் தெரியவந்தது. இதே டாஞ்சியா, இந்த, வீட்டுக்கு வெளியே – ஆண்கள் மட்டுமே ஃபார்முலாவெல்லாம் இல்லாமல், சமத்துவம் பேணப்பட்டு கவூச்சா என்ற பெயரில் [இதிலிருந்துதான் கவிச்சி என்னும் நம்மூர்க் கொச்சை வந்ததா என்றெல்லாம் தெரியாது.] டுனீஷியாவிலும் எட்டாம் நூற்றாண்டு முதல் புழக்கத்தில் இருக்கும் ஐட்டம்தானாம்!

இதிலிருந்து தெரியும் விஷயம் ஒன்றுண்டு. அக்கம்பக்கத்து நாடுகளே என்றாலும் அந்தளவுக்கு அவை 'நெருக்கமானவை'.

வெளியே இருப்பவர்களுக்கு மட்டுமல்ல; உள்ளே இருப்போருக்கும் இருண்ட கண்டமாகவே வெகு காலம் வரை இருந்திருக்கிறது ஆப்பிரிக்கா!

ஆனால் ஒப்பீட்டளவில் தென்னமெரிக்கா சற்று பரவாயில்லை என்று சொல்லலாம். ஆங்கிலேய ஆதிக்கம் அதற்கு முந்தைய ஆதிக்கங்கள் காலத்திலிருந்தே தென்னாப்பிரிக்க உணவுகள் பற்றி வெளி உலகுக்குக் கொஞ்சம் கொஞ்சம் தெரியும். தெரிந்ததில் முக்கியமானது, அவர்களுக்கு உணவு என்பது வண்ணமயமாக இருக்கவேண்டுமென்பது.

தென்னாப்பிரிக்க உணவை 'ரெயின்போ உணவு' என்றுதான் இப்போதும் மேற்கத்திய நாடுகள் அழைக்கும். அப்படியொரு கலர்ஃபுல் உணவு! காரணம், தென்னாப்பிரிக்க ஆதிவாசிகளின் ரசனை.

தென்னாப்பிரிக்காவில் இரு பெரும் ஆதிவாசிப் பிரிவுகள் உண்டு. [இரண்டு பிரிவுகளிலுமே நூற்றுக்கணக்கான உப பிரிவுகள் உண்டு. அதற்குள் போனால் நாம் மண்டை வெடித்து இறந்துவிடுவோம்.] இந்த இரண்டு பிரிவுகளுள் மெஜாரிடி மக்கள் இருப்பது பண்ட்டூ மொழி பேசும் பிரிவு. இவர்களைத் தான் நாம் பொதுவாக கறுப்பின மக்கள் என்போம். ஸூலு, ஸோசா, ஸ்வாஸி, ஸோத்தோ, ஸ்வானா, பேடி, சங்கான், ஸொங்கான் என்று இவர்களுக்குள் நிறைய இனக்குழுக்கள் உண்டு.

சுமார் இரண்டாயிரம் முதல் இரண்டாயிரத்தி ஐந்நூறு வருடங்களுக்குமுன் இவர்கள் பல்வேறு பிராந்தியங்களில் இருந்து தென்னாப்பிரிக்காவுக்கு இடம் பெயர்ந்து வந்தவர்கள் என்று கருதப்படுகிறார்கள்.

இந்த பண்ட்டூ மொழிப் பிரிவினர் தவிர கொய்ஸான் என்று இன்னொரு ஆதிவாசிப் பிரிவினரும் தென்னாப்பிரிக்காவில் இருக்கிறார்கள். இவர்கள்தாம் உண்மையில் மண்ணின் மைந்தர்கள் என்பார்கள். தமக்கென்று பத்தாயிரம் வருஷத்து சரித்திரக் கதை வைத்திருக்கும் சிறுபான்மையினர்.

பண்ட்டூ மொழி பேசும் மக்கள்தான் முதல் முதலில் தென்னாப்பிரிக்காவுக்குப் பயிர்த்தொழில், கால்நடை

வளர்த்தல், இரும்பை உபயோகித்துப் பயன்பெறுதல் போன்றவற்றை அறிமுகப்படுத்தியவர்கள். அதுநாள் வரை காமாசோமாவென்றிருந்த தென்னாப்பிரிக்க சமையலுக்கும் ஒரு சரியான வடிவம் கொடுத்தவர்கள் இவர்கள்தாம்.

மறுபுறம் கொய்ஸான் பழங்குடியினர் வேட்டையாடுதலைத் தவிர வேறெதையும் செய்திருப்பதாகத் தெரியவில்லை. அவர்கள் ஆதி மனிதர்கள். விலங்குகளை அடித்து அப்படியே சாப்பிடுதல், தேன் வேட்டைக்குச் செல்லுதல் என்பதைத்தான் நவீன காலத்திலும் பின்பற்ற விரும்பினார்கள். அவர்களது நாகரிக வளர்ச்சி என்பது, வேட்டையாடிய விலங்குகளை வேகவைத்துச் சாப்பிடுவது என்ற அளவுக்கு இப்போது முன்னேறியிருப்பதைக் கண்டிப்பாகச் சொல்லிவிட வேண்டும். [ஒரு விஷயம். கொய்ஸான் இனத்தவர்களில் இப்போது சில இளைஞர்கள் படித்தவர்களாக இருப்பதாகவும் நகர்ப்புறங்களுக்கு இடம்பெயர்ந்துவிட்டதாகவும் சில குறிப்புகள் தெரிவிக்கின்றன. ஆனால் பெரும்பாலான சரித்திர நூல்களும் ஆதாரங்களும் இவர்களை இன்னும் நாகரிகமடையாத ஆதி மக்களாகவே சுட்டிக்காட்டுகின்றன.]

தென்னாப்பிரிக்கர்களின் அடிப்படை உணவு [கொய்ஸானியர்களின் உணவு இறைச்சி. இங்கே தென்னாப்பிரிக்கர் என்று பொதுவில் குறிப்பிடப்படுவது, மெஜாரிடி பண்ட்டூ மொழி பேசும் மக்களையே!] பெரும்பாலும் ஓட்ஸாகவே இருக்கிறது. நல்ல கொழகொழவென்று கஞ்சி மாதிரி போட்டு எடுத்துவைத்துக்கொள்வார்கள். இதற்கு பாப் என்று பெயர். சிலபேர் ஓட்ஸுக்கு பதில் அரிசிக் கஞ்சியும் போடுவார்கள். கோதுமைக் கஞ்சியும் உண்டு. ஆனால் நம்மூரில் போடப்படும் கஞ்சி மாதிரி திரவமாக இருக்காது. எடுப்பதற்குக் கண்டிப்பாகக் கரண்டி தேவைப்படும். அத்தனை திக்காக இருக்கும்.

இந்த கஞ்சிக்குத் தொட்டுக்கொள்ள நல்ல ஆட்டுக்கறிப் பொரியல் அல்லது கிரேவி இருக்கும். பத்தாம் நூற்றாண்டுக்குப் பிறகு மக்காச்சோளம், கம்பு போன்ற விளைபயிர்களையும் கஞ்சிக்குப் பயன்படுத்தத் தொடங்கினார்கள். அவ்வண்ணமே நான் வெஜ் சைட் டிஷ்ஷுக்கு மாற்றாக நிறையக் காய்கறிகளை மொத்தமாக நறுக்கிப் போட்டுத் தயாரிக்கப்படும் கூட்டைப் பயன்படுத்த ஆரம்பித்தார்கள்.

சுமார் பதினைந்து, இருபது விதகாய்கறிகளைப் பொடிப்பொடியாக நறுக்கிப் போட்டுப் பொரியல் செய்து அதை அரிசிச் சோற்றில் கலந்து சாப்பிடுவது தென்னாப்பிரிக்கர்களுக்கு ரொம்பப் பிடிக்கும். இந்த உணவின் விசேஷம், இதில் தேனும் சேர்க்கப்படும் என்பது. பெரும்பாலான பெரிய விருந்துகளில் இந்தக் காய் சாதம் கண்டிப்பாக இருக்கும்!

42. தண்ணீர், தண்ணீர்!

உங்கள் வீட்டுக்கு விருந்தாளி ஒருவர் வருகிறார். என்ன கொடுத்து உபசரிப்பீர்கள்?

ஆசுவாசப்படுத்திக்கொள்ள மோர் கொடுக்கலாம். அவரவர் வசதிக்கேற்ப ஜூஸ் கொடுக்கலாம். காப்பி கொடுக்கலாம். டீ கொடுக்கலாம். உணவுப் பொழுதென்றால் உட்காரவைத்து சோறளிக்கலாம். எப்படியும் செய்யலாம். என்ன வேண்டுமானாலும் செய்யலாம். எல்லாம் அவரவர் வசதிப்படி. ஆனால் ஒருபோதும் 'என் விருந்தாளிக்கு ஒரு சொம்பு தண்ணீர் கொடுத்தேன்' என்று சொல்ல மாட்டோம் அல்லவா?

சொல்லுவார்கள். மேற்கு ஆப்பிரிக்காவில் இன்றைக்கும், விருந்தினருக்கு குடிக்க நீர் அளிப்பது என்பது பெரிய கௌரவத்துக்குரிய விஷயம். தகிக்கும் பாலை. நீரற்ற நீர் நிலைகள். பல மைல்கள் வெயிலில் நடந்து சென்று ஒரு பானை நீரெடுத்து வரும் நீடித்த அவலம் உள்ளபடியால் மேற்கு ஆப்பிரிக்காவில் நீர் ஒரு விருந்துப்பொருள். பிரான்ஸில் விருந்தினர்களுக்கு ஒயின் அளிப்பது எப்படியோ, அப்படி.

இந்த அடிப்படைப் பிரச்னை அங்கே தீராத ஒன்றாக, யாராலும் தீர்க்க முடியாத ஒன்றாக இருக்கிறபடியால்தான் உணவு விஷயத்தில் அவர்கள் மிகவும் கரடுமுரடாக நடந்துகொள்வார்கள். ருசி என்று உலகம் பொதுவில் முன்வைக்கும் எந்த இலக்கணத்துக்குள்ளும் மேற்கு ஆப்பிரிக்க உணவு வகைகள் வந்து அடங்காது. அதுவும் ருசிதான். அமர்க்களமான ருசி என்றுதான் அவர்கள் சொல்வார்கள். ஆனால் எல்லோரும் சொல்லுவார்களா என்றால் தெரியாது.

முன்பெல்லாம் அதிகம் மாமிசம் உண்ணமாட்டார்கள். சாத்தியமுள்ள காய்கறிகளைக் கொண்டு என்னவாவது சமைத்து உண்பதுதான் பொதுவான வழக்கமாக இருந்தது. சைவ விரும்பிகளா என்று கேட்காதீர்கள். மாமிசம் சமைக்கவும் உண்ணவும் அதிக அளவில் நீர் தேவைப்படும் என்பதால் அதைத் தவிர்த்து வந்தார்கள். கறியைக் கழுவுவது கூட அங்கே ஓர் ஆடம்பர செயல்தான் என்றால் நமக்குப் புரிந்துகொள்வதற்குச் சற்று சிரமமாகத்தான் இருக்கும். ஆனால் அப்படித்தான். மேற்கு ஆப்பிரிக்காவில் யாராவது கறி விருந்து கொடுக்கிறார்கள் என்றால் அவர்கள் கண்டிப்பாகப் பெரும் பணக்காரர்கள் என்று எளிதில் புரிந்துகொண்டுவிட முடியும்.

ஆனால் இன்றைக்கு நீரின் தேவையின்றியே கறி சமைக்கக் கற்றுக்கொண்டுவிட்டார்கள். வற்றல் என்னும் கான்செப்ட் மிக அதிக அளவில் கையாளப்படும் பிராந்தியம், உலகிலேயே இது ஒன்றுதான் என்று தயங்காமல் சொல்லலாம். எதுவும் இங்கே வற்றலாகும். எல்லாமே வற்றல்தான்! நமக்குச் சோறு போல, மேற்கு ஆப்பிரிக்கர்களின் பிரதான உணவான ஃபுஃபூ *(Fufu)*, ஃபவூடவூ *(Foutou)* உள்பட.

இந்த ஃபுஃபூ என்பது இந்தப் பிராந்தியத்தை வாழவைத்துக் கொண்டிருக்கும் ஓர் எளிய உணவு. அசப்பில் பார்ப்பதற்கு இட்லி மாதிரி அல்லது வெள்ளைப் பணியாரம் மாதிரி இருக்கும். ஆனால் அரிசி மாவால் தயாரிக்கப்படுவதல்ல இது. மரவள்ளிக் கிழங்கு அல்லது சர்க்கரை வள்ளிக் கிழங்கு அல்லது உருளைக் கிழங்கை நன்றாகத் தோல் சீவி வேகவைத்து நன்றாகப் பிசைந்து மாவு மாதிரி ஆக்கிக்கொண்டுவிட வேண்டியது. சில தினங்கள் இதனை நிழலில் உலர்த்தி எடுத்து இடித்துப் பொடித்துவிட்டால் மூலப்பொருள் தயார். பெரிய பெரிய டப்பாக்களில் எடுத்துவைத்துவிடுவார்கள். மாதக்கணக்கில், ஆண்டுக்கணக்கில் இப்படிச் சேகரித்து வைக்கும் வழக்கம் உண்டு.

தினமும் தேவையான அளவு இந்த கிழங்கு மாவை எடுத்துக் கொஞ்சூண்டு தண்ணீர் சேர்த்து வடை போல் தட்டி ஆவியில் வைத்து எடுத்துவிட்டால் ஃபுஃபூ ரெடி. பெரும்பாலும் பட்டாணிக் குருமாவுடன் தொட்டுச் சாப்பிட இது நன்றாயிருக்கும் என்பார்கள்.

பன்னெடுங்காலமாக மேற்கு ஆப்பிரிக்கர்களுக்கு இது ஒன்றுதான் சாத்தியமுள்ள உணவாக இருந்துவந்திருக்கிறது. உணவின் பல்வேறு விதமான ருசிகளை அவர்கள் சைட் டிஷ்களில் மட்டும் பார்த்துக்கொண்டு அடிப்படை உணவாக இந்த ஃபுஃபூவை மட்டுமே வைத்துக்கொண்டிருக்கிறார்கள். அது அதிக ஸ்டார்ச் சத்தை அளிக்கக்கூடியது. அதைத்தவிர வேறு சத்துகள் இதில் பெரிதாகக் கிடையாது. ஆனால் உடம்புக்கு ஒன்றும் செய்யாது. இட்லியைப் போலவே சாதுவான உணவு. காலை, மதியம், இரவு என மூன்று வேளையும் வெறும் ஃபுஃபூ சாப்பிட்டுப் பொழுதைக் கழிக்கும் மக்கள் அங்கே லட்சக்கணக்கில் உண்டு. இதுகூட இல்லாதவர்களின் எண்ணிக்கை இதைவிட அதிகம்.

பதினாறாம் நூற்றாண்டில் மேற்கு ஆப்பிரிக்கப் பகுதிகளில் காலனிகள் அமைத்த பிரெஞ்சுக்காரர்களும் போர்த்துகீசியர்களும் பிரிட்டிஷ்காரர்களும் அந்தப் பகுதி மக்களுக்குப் பச்சை மிளகாயையும் குடைமிளகாயையும் அறிமுகப்படுத்தினார்கள். அதுமுதல் மக்களின் உணவில் குடைமிளகாய் நிரந்தர இடம் பிடித்துக்கொண்டது. இன்றைக்கும் என்ன சைட் டிஷ்ஷானாலும் அதில் ஒரு துண்டு குடைமிளகாயாவது இல்லாமல் இருக்காது. இதே தண்ணீர்ப் பிரச்னையால்தான் பச்சை மிளகாய்க்கு அத்தனை மவுசு இல்லாது போயிற்று என்பதையும் இங்கே நினைவுகூரவேண்டும்.

மேற்கு ஆப்பிரிக்காவின் சில பகுதிகளில் நல்ல குண்டு குண்டாக, தர்பூஸ் பழ விதை அளவுக்கு சிவப்பு அரிசி விளைகிறது. சாதாரண அரிசியும் கொஞ்சம் உண்டு. ஃபுஃபூ போரடித்தால் அவர்கள் அரிசிச் சோற்றுக்கு வருகிறார்கள். அரிசியை நிறைய பாமாயில் சேர்த்து வேகவைத்துச் சாப்பிடுவது அவர்களுக்கு ரொம்பப் பிடிக்கும். அதே மாதிரி பனங்கள்ளில் வேகவைத்த அரிசிச் சோறையும் விரும்பிச் சாப்பிடுவார்கள். பனை விளைச்சல் அதிகம். எனவே கள்ளும் எண்ணெயும் நுங்கும் அங்கே முக்கியமான விஷயங்கள்.

உருளைக்கிழங்கு, பீட்ரூட், பீன்ஸின் சில வகைகள், வேர்க்கடலை, பட்டாணி, சில ரகக் கொட்டைகள் சில பருவகாலங்களில் அங்கே விளையக்கூடியவை. அப்படி என்ன விளைந்தாலும் உடனே எடுத்து வற்றல் போட்டுவிடுவார்கள். அதாவது காயவைத்து எடுத்து வைப்பது. நிரந்தரமாக இத்தனை வெயிலடிக்கும், இந்த நேரத்தில்

மழை இருக்கும் என்றெல்லாம் எந்த ரமணனும் சொல்ல முடியாத பூமி என்கிறபடியால் சூப்பர் ஸ்டார் சூரியனுக்கே முக்கியத்துவம் கொடுத்து, மதித்து நடந்துகொள்வது அவர்களுடைய வழக்கம்.

எதையாவது சாப்பிட வேண்டும். அது எல்லாக் காலங்களுக்கும் உதவக்கூடியதாக இருக்கவேண்டும். அவ்வளவுதான். வாழ்வது என்பதே பிரச்னையான விஷயமாக இருக்கும் பகுதிகளில் இதைத்தவிர வேறு எதையும் எதிர்பார்க்க முடியாது என்பதை நினைவில் கொள்ளவேண்டியது அவசியம்.

சமீப காலமாக (என்றால் ஒரு பத்துப் பதினைந்து ஆண்டுகளாக) மேற்கு ஆப்பிரிக்கர்களின் உணவுப் பழக்கத்தில் சில முக்கிய மாற்றங்கள் ஏற்பட்டிருப்பதாக உலக சுகாதார அமைப்பு சொல்கிறது. முன்பெல்லாம் அதிகம் மாமிசம் உண்ண விரும்பாதவர்கள் இப்போது ஆட்டுக்கறியுடன் காயவைத்த மீன்களைச் சேர்த்துச் சமைத்து உண்பதை விரும்ப ஆரம்பித்திருக்கிறார்கள். இரண்டுமே காயவைத்து எடுத்து வைப்பதுதான். ஆனால் இரண்டையும் ஒன்றாகப் போட்டுச் சமைக்கும் வழக்கம் உலகில் வேறெங்கும் கிடையாது.

அதே போல அதிக ஸ்டார்ச், அதிகக் கொழுப்பு, அதிக கலோரிகள் தரக்கூடிய பொருள்களைத் தேடித்தேடி உண்ண ஆரம்பித்திருக்கிறார்கள் என்றும் தெரிகிறது. அதேபோல ஃப்ரெஷ்ஷாகப் பிடித்த மீனையும் பலமாதங்கள் பழைய கருவாடையும் ஒன்றாகச் சமைத்து உண்பதும் இங்கே பிரசித்தம். மீனின் இந்த இரு ரகங்களையும் நல்ல பனங்கள் ஊற்றிச் சமைத்து, நிறைய மஞ்சள் பொடி, கிராம்பு, மிளகு சேர்த்து கூட்டு மாதிரி செய்து எடுத்து வைத்துக்கொண்டு, அதை அரிசிச் சோற்றுடனோ, ஃபுஃபூவுடனோ கலந்து சாப்பிடுவார்கள்.

காம்பியா, கானா, லைபீரியா போன்ற தேசங்களில் பனங்கள் என்பது ஒரு தேசிய பானமே ஆகும். அதைத் தவிர அம்மக்கள் இன்னொரு சாராயத்தைத் தொடமாட்டார்கள். கள் இறக்கும் சீசன் வந்துவிட்டால், அதை ஒரு திருவிழாவாகவே கொண்டாடுவார்கள். பாட்டும் கூத்தும் அமர்க்களப்படும். இந்த வகையில் மேற்கு ஆப்பிரிக்க தேசங்களில் நைஜர் மற்றும் செனகல் இரண்டும் சற்றே வித்தியாசமானவை. இந்த தேசங்களில் கொஞ்சம் மேலைத்

தாக்கம் உண்டு. அவர்களுக்கு விஸ்கியும் பிடிக்கும் ஒயினும் பிடிக்கும். வீட்டுக்கு யாராவது விருந்தாளி வந்தால் அவர்களுக்கு ஒரு பாட்டில் சுத்தமான குடிநீர் அளித்துவிட்டு எதிரே தாம் அமர்ந்து ஒரு கோப்பை கள் குடிப்பது என்பது விருந்தினரைத் தாம் எத்தனை மதிக்கிறோம் என்பதைப் புரியவைக்கும் என்பது நைஜரில் இன்றளவும் உள்ள ஒரு நம்பிக்கை.

சில குறிப்பிட்ட ஆதிவாசிப் பிரிவினரிடையே நீர் வழிபாடு என்பது மிக முக்கியமானதொரு ஆன்மிகச் சடங்காக இருந்துவருகிறது. பல மைல் தூரங்களுக்குப் பயணம் செய்து குடம் குடமாகத் தண்ணீர் கொண்டுவந்து ஒரு பெரிய குளம் வெட்டி, அதில் ஊற்றுவார்கள். பிறகு, அந்தக் குளத்தைச் சுற்றி நின்றுகொண்டு ஒருவார காலம் உண்ணாமல், உறங்காமல் பிரார்த்தனை செய்வார்கள். இறைவா, எங்களுக்கு நிறைய நீர் கொடு. தாகத்தில் தவிக்க விடாதே. மனமுருக்கும் பிரார்த்தனைகள். கண்ணீர் சிந்தி, உருகி உருகிப் பிரார்த்திப்பார்கள்.

வழிபாடு முடிந்ததும் அந்தக் குளத்தில் தேங்கியுள்ள நீரின் மீது மண்ணைப் போட்டு மூடிவிடுவார்கள்!

தங்களுக்கு எதிர்காலத்தில் எப்போதோ நல்ல குடிநீர் நிறைய அளிக்கப்போகிற கடவுளுக்கு அவர்களால் முடிந்த எளிய காணிக்கை அது. ஒரு சொட்டுக்கூட குடிக்க மாட்டார்கள்.

நம்பிக்கையும் வறட்சியும் இன்றுவரை தொடரத்தான் செய்கிறது!

43. கற்பனையின் முதல் கண்ணி

உடல் ஓர் இயந்திரம். நாளுக்கு மூன்றுவேளை எரிபொருள் கேட்கிற இயந்திரம். கொஞ்சம் தத்துவார்த்தமாக யோசித்துப் பார்த்தால், பசி ஒன்றுதான் பிரம்மம். பசியிலிருந்து பசியை எடுத்தாலும் எஞ்சி நிற்கும் பிரம்மம். உயிர் என்று உலகில் தோன்றிய அனைத்துக்கும் ஆதாரமாக, அனைத்துக்கும் பொதுவாக இருக்கும் ஒரே உணர்ச்சி. நமது இருப்பும் செயல்பாடுகளும் இதனைச் சார்ந்தே எப்போதும் இருந்துவந்திருக்கிறது. இதனாலேயே உணவு அனைத்திலும் முக்கியமாகிப் போகிறது.

பசி இயற்கையானது. ருசி என்பது மனித குலத்தின் தேடல். இந்தக் கணம் வரை உலகில் புழங்கும் அத்தனை விதமான உணவு வகைகளும் அந்தத் தேடலின் விளைவே. எண்ணி எழுதவோ, பட்டியலிட்டு முழுமைப்படுத்தவோ வழியே இல்லை. ஆயிரம், பல்லாயிரம் விதமான உணவு வகைகள். பிராந்தியம் தோறும், காலம் தோறும் உதித்துக்கொண்டே இருக்கிற விஷயம். மனித குலத்துக்கு மட்டுமேயான கலையுணர்வு என்பது உணவில்தான் தொடங்குகிறது. விதவிதமான, ருசிகரமான உணவுப் பண்டங்களை உருவாக்குவதில்தான் நமது கற்பனையின் முதல் கண்ணி பொருந்தியுள்ளது.

ஆனால் இயற்கையாகவே ஒரு கணக்கு அமைந்துவிட்டது. எந்த ஊரில், எந்த நாட்டில், என்ன விதமான, எப்படிப்பட்ட ரகமான உணவுப்பொருள் உபயோகிக்கப்பட்டாலும் அதன் அடிப்படை சேர்மானம் அநேகமாக ஒன்றுதான். கொஞ்சம் கார்போஹைட்ரேட். கொஞ்சம் தண்ணீர். கொஞ்சம் கொழுப்புகள். கொஞ்சம் ப்ரோட்டீன்.

இந்தக் கலவை முக்கியம். இது அத்தியாவசியம். உயிர் இயந்திரத்தின் செயல்பாடுகளைத் தீர்மானிக்கும் கலவை இது. இதில் கூடுதல் குறைச்சல் இருக்குமே ஒழிய, இவை இல்லாமல் உணவில்லை. ஆதி மனிதன் சக உயிரினங்களை வேட்டையாடித் தன் பசியைத் தீர்த்தான். தொடர்ச்சியாக இயற்கையாக விளையும் தாவரங்களின் பக்கம் அவன் கவனம் சென்றது. இலைகள், கனிகள், காய்கள், கொட்டைகள், கிழங்குகள்.

எதையும் தின்றுபார்ப்பது என்னும் தொடக்ககால முயற்சியில் பலியாகிப் போன உயிர்கள் எண்ணிலடங்காதவை. நான் ஆண், நீ பெண் என்கிற முதல் பகுத்தறிவுக்கு அடுத்தபடி மனிதன் கண்டடைந்தது, எது உண்ணத்தகுந்தது, எது உண்ணக்கூடாதது என்பதுதான். அதுதான் தொடக்கம். அங்கிருந்துதான் பகுத்தறிவே ஆரம்பிக்கிறது.

வயிறு நிரம்பிய கணத்தில் கற்பனை சுரக்கத் தொடங்குகிறது. உணவிலேயே அதனை முதலீடு செய்ததன் விளைவாகத்தான் இன்றைய நமது ருசி மிக்க உணவு வகைகள் உற்பத்தியாகியிருக்கின்றன, ஆகிக்கொண்டும் இருக்கின்றன.

இந்த நூலில் நான் எழுதாமல் விடுத்த உணவு வகைகளே அதிகம். இது தொடராக வெளிவந்துகொண்டிருந்தபோது இதை ஏன் விட்டீர்கள், அது ஏன் இல்லை என்று அநேகமாக தினசரி ஒருவராவது கேட்டுக்கொண்டிருந்தார். கம்பு, சோளம், கேழ்வரகு எல்லாம் அடிப்படை உணவு இல்லையா? அவற்றின் வரலாறை ஏன் சொல்லவில்லை? ஒரு சாக்லேட், ஐஸ் க்ரீம் இல்லாமல் எந்த நல்லுணவு பூரணத்துவம் அடையும்? அவற்றைப் பற்றி ஏன் சொல்லவில்லை? அதைவிட பீரும் வோட்காவும் முக்கியமா? மது என்றால் பிரதானமே விஸ்கியல்லவா? அதைப்பற்றி ஏன் பேசவில்லை? ஒரு சில தேசங்களின் உணவுகளைப் பற்றி விரிவாகச் சொல்லிவிட்டு, சிலவற்றை மேலோட்டமாகத் தொட்டுவிட்டு நகர்ந்துவிட்டீர்களே? எனப்பலவாகக் கேள்விகளால் துளைத்துக் கொண்டே இருந்தார்கள்.

என் பதில் ஒன்றுதான். இது ஒரு முடிவற்ற எழுதுபொருள். வாழ்நாளெல்லாம் எழுதலாம். எழுதிக்கொண்டே இருக்கலாம். வாசிக்கவும் அறிந்துகொள்ளவும் வற்றாமல் தகவல்கள்

வந்துகொண்டே இருக்கக்கூடிய விஷயம். என் நோக்கம், உலகில் உள்ள அனைத்து வித உணவுகளையும் பட்டியலிட்டு, செய்முறை விளக்கம் சொல்லி, ருசி பார்க்கத்தூண்டுவதல்ல. எந்தக்காலத்திலோ டிரங்குப் பெட்டியின் அடியில் போட்டுவைத்த புராதனமான குடும்ப போட்டோவை தூசு தட்டி எடுத்துச் சில கணங்கள் ரசித்து, பழைய நினைவுகளுக்கு மீள்வடிவம் கொடுப்பது போல, உண்பது என்கிற ஓர் அனிச்சை செயல்பாட்டைச் சற்றே ஆர அமர ரசிக்கவும் செய்யலாம் என்பதை நினைவுறுத்துவது மட்டுமே.

உணவின் ருசி என்பது வாழ்வின் ருசி. ஒரு ஜென் குரு மரணப் படுக்கையில் கிடந்தார். இறப்பதற்குமுன் அவரை என்னவாவது செய்து மகிழ்விக்க விரும்பிய அவரது சீடர்கள், குருவுக்கு மிகவும் பிடித்த இனிப்புப் பண்டம் ஒன்றைத் தேடி வாங்கி வந்து, சாப்பிடுங்கள் குருவே என்று நீட்டினார்கள். குரு புன்னகை செய்தார். ஒரு பிடி அள்ளி வாயில் போட்டு மென்று விழுங்கியவர், ‘அப்பா, என்ன ருசி!’ என்று சொல்லிவிட்டு இறந்துவிட்டார்.

அவர் இனிப்பைத்தான் சொன்னார் என்று சீடர்கள் கருதியிருந்தால், அத்தனை காலம் அந்த குரு போதித்த அனைத்தும் வீண். வாழ்க்கையைச் சொன்னார் என்பது புரிந்திருந்தால் அது குருவின் வெற்றி.

இனி நீங்கள் குரு. இது உங்களுக்கான இனிப்புப் பண்டம்.

-முற்றும்-

உதவிய நூல்கள்

1. Cambridge World History of Food -2 Volumes

2. A History of Food -Blackwell Publishing Ltd

3. Rude Food -Summersdale Publishers Ltd, UK

4. Food in World History - Routledge, Uk

5. Cuisine and Culture - Wiley

6. Food, Power and Community - Wakefield Press, Australia

7. In the Devil's Garden: A Sinful History of Forbidden Food -Ballantine Books

8. A brief History of Food in Europe - Colombia University Press

9. Meals to Come - University of California Press, England

10. The Pantrophen, or History of food and its preparation -Vizetelly and Company

11. A History of English food - Random House

12. The frozen food industry - University of Tennessee Press, US

13. Indian home cooking - Clarkson Potter Publishers

14. American Indian food and lore - Collier Maacmillan

15. The end of Food - Houghton Mifflin Harcourt

16. Hopi Indian agriculture and food - Northern Arizona Society of Science and Art

17. A matter of taste - Penguin Books

18. Real Fast Indian Food - Metro Publishers

www.ingramcontent.com/pod-product-compliance
Ingram Content Group UK Ltd.
Pitfield, Milton Keynes, MK11 3LW, UK
UKHW041630190726
13854UKWH00006B/2403

9 789390 884520